அப்படியெல்லாம் மனசு புண்படக் கூடாது
கருத்துரிமைக் கட்டுரைகள்

அப்படியெல்லாம் மனசு புண்படக் கூடாது

கருத்துரிமைக் கட்டுரைகள்

பெருமாள்முருகன் (பி. 1966)

படைப்புத் துறைகளில் இயங்கிவருபவர். அகராதியியல், பதிப்பியல், மூலபாடவியல் ஆகிய கல்விப்புலத் துறைகளிலும் ஈடுபாடுள்ளவர்.

2023ஆம் ஆண்டுக்கான 'பன்னாட்டுப் புக்கர் விருது' நெடும் பட்டியலில் 'பூக்குழி' நாவலின் ஆங்கில மொழிபெயர்ப்பு 'Pyre' இடம்பெற்றது. மேலும் 2023ஆம் ஆண்டு ஜேசிபி இலக்கியப் பரிசு இவரது 'ஆளண்டாப் பட்சி' நாவலின் ஆங்கில மொழிபெயர்ப்பான 'Fire Bird' நூலுக்கு வழங்கப்பட்டது.

பெருமாள்முருகன்

அப்படியெல்லாம் மனசு புண்படக் கூடாது
கருத்துரிமைக் கட்டுரைகள்

காலச்சுவடு பதிப்பகம்

அன்பார்ந்த வாசகருக்கு,

வணக்கம்.

காலச்சுவடு நூலை வாங்கியமைக்கு நன்றி.

நூலின் உள்ளடக்கம், உருவாக்கம், அட்டைப்படம் இன்ன பிற அம்சங்கள் பற்றிய உங்கள் கருத்துகளையும் ஆலோசனைகளையும் காலச்சுவடு வரவேற்கிறது. தகவல், எழுத்து, வாக்கியப் பிழைகள் தென்பட்டால் கட்டாயம் தெரிவித்து உதவுங்கள். நூல் தயாரிப்பில் கடும் குறைபாடு இருப்பின் மாற்றுப் பிரதி உங்களுக்குக் கிடைக்கக் காலச்சுவடு ஏற்பாடு செய்யும்.

மின்னஞ்சல்: **publisher@kalachuvadu.com**

காலச்சுவடு நாகர்கோவில் அலுவலகத்திற்குக் கடிதம் அனுப்பலாம்.

தங்கள்
எஸ்.ஆர். சுந்தரம் (கண்ணன்)
பதிப்பாளர் – நிர்வாக இயக்குநர்

அப்படியெல்லாம் மனசு புண்படக் கூடாது: கருத்துரிமைக் கட்டுரைகள் ♦ கட்டுரைகள் ♦ ஆசிரியர்: பெருமாள்முருகன் ♦ © பெருமாள்முருகன் ♦ முதல் பதிப்பு: அக்டோபர் 2023, இரண்டாம் பதிப்பு: நவம்பர் 2023 ♦ வெளியீடு: காலச்சுவடு பப்ளிகேஷன்ஸ் (பி) லிட்., 669, கே.பி. சாலை, நாகர்கோவில் 629001

appaTiyellaam manacu puNpaTak kuuTaatu: Essays on Freedom of Expression ♦ Essays ♦ Author: PerumalMurugan ♦ © PerumalMurugan ♦ Language: Tamil ♦ First Edition: October 2023, Second Edition: November 2023 ♦ Size: Demy 1 x 8 ♦ Paper: 18.6 kg maplitho ♦ Pages: 192

Published by Kalachuvadu Publications Pvt. Ltd., 669, K.P. Road, Nagercoil 629001, India ♦ Phone: 91-4652-278525 ♦ e-mail: publications@kalachuvadu.com ♦ Printed at Ramani Print Solution, M22, 6th Avenue, Alagapuri Nagar, Ramapuram, Chennai 600089

ISBN: 978-81-19034-46-8

11/2023/S.No. 1216, kcp 4821, 18.6 (2) 9ss

'மாதொருபாகன்' வழக்கில் பெரும்பங்காற்றிய
வழக்கறிஞர் திரு. வி. சுரேஷ் அவர்களுக்கு.

பொருளடக்கம்

முன்னுரை: கருத்துச் சுதந்திரத்திற்கு எல்லை கிடையாது	11
1. இலக்கியமும் தணிக்கையும்	15
2. எழுத்துக்கு எதிர்ப்பு	23
3. சாதியச் சமூகத்தில் கருத்துரிமை	31
4. எழுத்துச் சுதந்திரம்; வாசகச் சுதந்திரம்	37
5. ஜனநாயகத்தில் மாற்றுக் கருத்துக்கள்	42
6. 'மூத்தோர் சொல் அமிழ்தம்'	45
7. அடங்கும் காலம் வரும்	62
8. பரபரப்புச் சங்கிலியில் இழுபடுதல்	66
9. சாதியத்தின் அழகிய வடிவம்	71
10. மனம் ஒரு குரங்கு	77
11. இன்றைக்கும் காந்தி	83
12. 'அப்படியெல்லாம் மனசு புண்படக் கூடாது'	89
13. சட்ட நடவடிக்கை சரியாகுமா?	96
14. சுதந்திரமும் சாதி அடையாளமும்	101
15. வசைச்சொற்கள் அளவுகோல் ஆகுமா?	109
16. புதிய அறிதல்களை வழங்கும் இலக்கியம்	112
17. 'ஜெய் பீம்' பிரச்சினை எதன் குறியீடு?	114
18. ஆயிரமாயிரம் கைகள்	120
19. மகாவித்துவான் காட்டிய எதிர்வினை	122
20. கருத்துரிமை விருது	128

21. சல்மான் ருஷ்டி நூறாண்டு வாழ்க!	135
22. நீதிமன்றமே நல்லது	142
23. இலக்கியக் களம்; கருத்துரிமைக் களம்	149
24. எரிப்பு என்னும் குறியீடு	156
25. கருத்துரிமை தினம்!	160
26. பெரியாரின் கருத்துரிமை: தான், மற்றமை, மக்கள்	167
27. அப்போது எங்கே போனேன்?	175
பின்னிணைப்பு: எதிர்வினை	
தமிழில் ஓடிய இலக்கியம்	185

முன்னுரை

கருத்துச் சுதந்திரத்திற்கு எல்லை கிடையாது

'அப்படியெல்லாம் மனசு புண்படக் கூடாது' என்று பெரியார் சொன்ன வாசகத்தைத் தலைப்பாகக் கொண்டுள்ள இந்நூல் கருத்துரிமை சார்ந்த பல்வேறு விஷயங்களைப் பேசும் கட்டுரை களைக் கொண்டிருக்கிறது. நான் எதுவும் எழுதாமல், நிகழ்வுகளில் பங்கேற்காமல் இருந்த காலம் கிட்டத்தட்ட இரண்டாண்டுகள். 2015, 2016 ஆகிய ஆண்டுகளில் பொதுவெளியில் என் இயக்கம் அற்றுப் போயிருந்தது. 2015 செப்டம்பரில் ஹைதராபாத் மத்தியப் பல்கலைக்கழகத்தில் நடந்த ஆராய்ச்சி மாணவர்கள் மாநாடு ஒன்றில் பேசுவதற்காக என்னை அழைத்தனர். அம்மாணவர்கள் 'நீங்கள் எழுத்தாளராக இங்கே வர வேண்டாம்; ஆசிரியராக வாருங்கள்' என்றனர்.

வீடும் கல்லூரியும் மட்டுமே என் புழங்கு வெளிகளாக இருந்ததால் சுணங்கிப் போயிருந்த மனதை மீட்டுக்கொள்ள வெளியூர்ப் பயணம் உதவும் என்னும் எண்ணத்தில் ஒத்துக்கொண்டேன். அப்பல்கலைக்கழகத்தில் ஆராய்ச்சியாளர்களாக இருந்த தமிழ்நாட்டைச் சேர்ந்த மாணவர்களும் ஆந்திரம் உள்ளிட்ட பிற மாநிலங்களைச் சேர்ந்தவர் களும் என்னைத் தம் அன்பால் போற்றிய அந்நிகழ்வை ஒருபோதும் மறக்க இயலாது. பெருந்திரளாகக் கூடியிருந்த கூட்டத்தில் 'இலக்கியமும் தணிக்கையும்' என்னும் தலைப்பில் உரையாற்றினேன். பிரகடனங்களோ

எழுச்சி வாசகங்களோ அற்றது அவ்வுரை. வறட்சியான ஆய்வுக் கட்டுரை போன்றது. ஆனால் என்னைப் பொதுவெளிக்கு அழைத்து வர வேண்டும் என்பதை மாணவர்கள் சாதித்திருந்தனர்.

மூன்று நாட்கள் அப்பல்கலைக்கழகத்தில் தங்கினேன். மாணவர்களிடையே தொடர்ந்து பேசினேன். மாணவர்களின் அறிவாற்றலும் என்னை அணுகிய விதமும் அவர்களது அரசியல் பார்வையும் எனக்குள் சலனத்தை உருவாக்கின. உடன் ஓர் அச்சமும் தோன்றியது. 'பாதிக்கப்பட்டவர்' என்னும் நோக்கில் என் மீது விழும் பார்வைகள், என் சொற்களைக் கேட்கக் கூடும் கூட்டம் ஆகியவற்றால் மீண்டும் ஏதேனும் பிரச்சினை எழுமோ என்பதே அச்சத்திற்குக் காரணம். ஆகவே கல்வி நிறுவன நிகழ்வுகளிலும் பங்கேற்க வேண்டாம் என்று முடிவெடுத்தேன்.

அதன் பிறகு 2016 ஜூலையில் உயர் நீதிமன்றத் தீர்ப்பு வெளியான பிறகே படிப்படியாகப் பொதுவெளிக்கு எழுத்தும் பேச்சும் என வரலானேன். அதன் பின் கருத்துரிமை சார்ந்த பிரச்சினைகள் எழும்போதெல்லாம் ஏதோ ஒருவகையில் எதிர்வினையாற்றினேன். அப்படி எழுதிய கட்டுரைகளின் தொகுப்பே இந்நூல். இத்தனை கட்டுரைகள் எழுதியிருக்கிறேன் என்பது ஆச்சரியமான விஷயம்தான். ஒவ்வொரு கட்டுரையிலும் கருத்துரிமையின் ஏதோ ஒரு கோணத்தைப் பேசியிருக்கிறேன். இத்துறையில் நாம் இன்னும் பேச வேண்டியது ஏராளம்.

சாதியச் சமூகத்தில் காலங்காலமாகக் கருத்துரிமைக்கு இடமேயில்லை. மேல் கீழ் என்னும் பாகுபாடு ஆழ இருக்கும் நிலையில் கருத்துரிமையில் மட்டும் சமம் என்று பேசுவதற்கு வாய்ப்பில்லை. நம் சமூக விழுமியங்களும் சாதி சார்ந்தே அமைந்துள்ளன. கருத்துரிமை விஷயத்தில் சாதி தொழிற்படும் பாங்கை இக்கட்டுரைகளில் முன்வைத்திருக்கிறேன். வாசகச் சுதந்திரம் என்பது எத்தனை முக்கியமானது என்பதைப் பலவிடங்களில் விவாதித்திருக்கிறேன். அவ்வப்போது எழுந்த படைப்பு சார்ந்த பிரச்சினைகளில் படைப்பாளர் பக்கம் நின்று பேசியிருக்கிறேன்.

'கருத்துச் சுதந்திரத்திற்கு எல்லை கிடையாது' என்பதே என் பார்வை. அதை நோக்கி மனித சமூகம் நகர்வதற்கு எத்தனையோ காலமாகலாம். அதற்காகத் தொடர்ந்து பேசிக்கொண்டேயிருக்க வேண்டும். கருத்துரிமைக்கு எதிராகப் பொதுவில் முன்வைக்கப்படும் 'மனம் புண்படுதல்' என்பது ஒருபோதும் அளவுகோலாகாது. ஏற்பாளர் நிலையில் நின்றுதான் 'அப்படியெல்லாம் மனசு புண்படக் கூடாது' என்று சொல்கிறார் பெரியார். அந்தக் கோணத்தைத் தொடர்ந்து வலியுறுத்த வேண்டும் என்று நினைக்கிறேன்.

கருத்துரிமை சார்ந்த சட்டங்கள், நீதிமன்றத் தீர்ப்புகள், அரசின் நிலைப்பாடுகள், எழுத்தாளர் கலைஞர்களின் பார்வைகள், தடை செய்யப்பட்ட நூல்கள் முதலியவற்றின் வரலாறு என இத்துறையில் இன்னும் பேச வேண்டியவை எவ்வளவோ இருக்கின்றன. சுய தணிக்கை பற்றியும் கவனம் செலுத்த வேண்டும். பத்தொன்பதாம் நூற்றாண்டைச் சேர்ந்த மகாவித்துவான் மீனாட்சிசுந்தரம் பிள்ளை அக்காலத்தில் செய்துகொண்ட சுயதணிக்கையைப் பற்றி ஒரு கட்டுரை எழுதியுள்ளேன். பல கட்டுரைகள் எனக்கான தெளிவை நோக்கிய தேடலாக அமைந்தவை. ஒரு பிரச்சினை ஏற்படும்போது கருத்துரிமையின் முக்கியமான கோணம் ஒன்று பிடிபடுகிறது. பிறரை எதிரிகளாகக் கருதி விலக்காமல் சிந்தித்துப் பேச வேண்டியவை நிறைய இருக்கின்றன என்னும் உணர்வோடே இவற்றை எழுதியுள்ளேன். கருத்துரிமைக் களத்தை மேலும் நகர்த்த இன்னும் எவ்வளவோ எழுத வேண்டும்; பேச வேண்டும்; விவாதிக்க வேண்டும். அவ்வகையில் இந்நூல் சிறுபங்களிப்பாக அமையும் எனக் கருதுகிறேன்.

இந்நூல் கட்டுரைகள் பலவற்றின் தமிழ் வடிவம் வெளியாவதன் முன்னரே ஆங்கில மொழிபெயர்ப்பு வெளியானதுண்டு. ஆகவே இவற்றை எழுதக் காரணமான தமிழ், ஆங்கில இதழ்களுக்கும் இந்நூலை வெளியிடும் காலச்சுவடு பதிப்பகத்துக்கும் என் நன்றி.

நாமக்கல்
29-08-23

பெருமாள்முருகன்

1

இலக்கியமும் தணிக்கையும்

நாம் ஒவ்வொருவரும் தணிக்கையாளர்கள் தான். சுயதணிக்கையாளர்கள், அதேசமயம் சமூகத் தணிக்கையாளர்களும் கூட. சிந்திப்பவற்றை, மனதில் தோன்றுபவற்றை அப்படியே யாரும் வெளிப்படுத்துவதில்லை. அவற்றை வடிகட்டி இதைப் பேசலாம், எழுதலாம் என்று முடிவு செய்து பின்னரே வெளிப்படுத்துகின்றோம். மனம் சிந்திக்கும் வேகம் நமக்குத் தெரியும். சிந்தனையை வெளிப்படுத்த நேரும் போது எச்சரிக்கை வடிகட்டியையும் மனமே முன்னால் நீட்டிக்கொண்டு நிற்கிறது.

ஒருவரின் மனமொழியை அப்படியே வெளியே வைத்தால் அவரது காலம் உடனடியாக முடிவுக்கு வந்துவிடும். வடிகட்டியில் எங்காவது சிறு ஓட்டை விழுந்து கொஞ்சம் பெரிய துணுக்குகள் – அது ஒற்றைச் சொல்லாகவும் இருக்கலாம் – வெளியேறி விட்டால் எத்தனையோ பிரச்சினைகளைச் சமாளிக்க வேண்டி நேரும். உறவுகளின் கோபத்திற்கு ஆளாக நேர்வதோடு சமயத்தில் உறவுகளையே முற்றிலுமாக இழக்க நேரும். நட்புக்குள் பிணக்கும் பிரிவும் நேரும். சமூக வாழ்விலிருந்து வெளியேறி விடுவதைத் தவிர வழியில்லை.

நாம் சமூகத் தணிக்கையாளராகவும் விளங்குகிறோம். நம் எதிரில் இருப்போர், உறவுகள், நட்புகள் எல்லாம் எப்படிப் பேச வேண்டும், எதைப் பேச வேண்டும், எங்கே பேச வேண்டும்

என்றெல்லாம் தீர்மானிக்கும் ஒரு தணிக்கையாளரும் நமக்குள் இடைவிடாது செயல்பட்டுக் கொண்டே இருக்கிறார். அவற்றிற்கு மாறாகச் செயல்படுவோரை ஏளனப்படுத்தவும் புறக்கணிக்கவும் முத்திரை குத்தி ஒதுக்கவும் தயாராக இருக்கிறோம். இந்தச் சமூகத் தணிக்கையாளர்தான் பொதுவெளியில் கலை, இலக்கியம், ஊடகம், திரைப்படம் உள்ளிட்ட அனைத்தைப் பற்றியும் தம் கையில் கத்தரியை வைத்துக்கொண்டு கருத்துச் சொல்கிறவராக இயங்குகிறார். 'ச்சே... இப்படியுமா ஒருத்தன் எழுதுவான்?', 'இதையெல்லாம் சென்சார்ல எப்பிடி விட்டான்?', 'காலம் கெட்டுப் போச்சு' என்கிற குரல்கள் சமூகத் தணிக்கையாளரிடம் இருந்து வருபவை. சுயதணிக்கையில் இருக்கும் வேகத்தை விடவும் சமூகத் தணிக்கையின்போது நம்முள் செயல்படும் வேகமும் கோபமும் மிகுதி. அந்தச் சமயத்தில் சமூகப் பொறுப்புணர்வு நமக்குள் கொப்பளித்துப் பெருகுகிறது. கொஞ்சம் அதிகாரமும் வயது மூப்பும் இருந்துவிட்டால் சமூகத் தணிக்கையாளரின் அடாவடித்தனத்தைச் சமாளிப்பது பெருங்கடினம்.

தணிக்கையே இல்லாத காலம் ஒன்றிருந்திருக்குமா? இருந்திருக்கலாம். மொழி உருவாகாத காலமாக அது இருக்கும். ஓவியம், நடனம் உள்ளிட்ட கலைகள் மிகவும் மூத்தவை. அவை போலச் செய்தலின் காரணமாகவும் நம்பிக்கையின் அடிப்படையிலும் உருவான கலைகள் என்கிறார்கள். அவற்றின் ஆதிக்காலத்தில் தணிக்கை இருந்திருக்காது. இன்றைக்கும் கூடப் பெரிதும் தணிக்கையற்ற கலைகள் என இவற்றையே சொல்லலாம். நிர்வாண ஓவியம் மனித உடல்கூறு வரைதலின் முக்கியப் பயிற்சியாக விளங்குகிறது. நடன அசைவுகள் எதை வேண்டுமானாலும் உணர்த்தலாம். திரைப்பட நடனங்களும் சரி, மரபான நாட்டியமும் சரி, அவற்றின் அசைவுகளில் பாலியல் கூறுகளின் உச்சபட்சத்தைக் கொண்டிருக்கின்றன. ஆனால் மொழி வழிக் கலைகள் அப்படியல்ல.

மொழியை ஆதாரமாகக் கொண்ட கலை, இலக்கிய வடிவங்கள் தோன்றியது நாகரிக காலம். நாகரிகம் என்பதன் பொருளே கட்டுப்பாடும் ஒழுங்கும் ஆகும். இன்றும் 'நாகரிகம் தெரியாதவன்/ள்', 'நாகரிகமாக நடந்து கொள்ளல்', 'நாகரிக உடை', 'நாகரிகப் பேச்சு' போன்ற சொற்களை நடைமுறையில் பயன்படுத்துகிறோம். இவற்றில் கட்டுப்பாடும் ஒழுங்கும் இணைந்த பொருள் பொதிந்திருக்கக் காணலாம். மொழி என்பதே கட்டுப்பாட்டுக்கும் ஒழுங்குக்கும் உட்பட்ட வெளிப்பாட்டுக் கருவிதான். இந்தக் கருவியை ஒவ்வொரு காலத்து மனிதரும்

தன்னால் ஆன அளவு தீட்டிக் கூர்மைப்படுத்தியிருக்கின்றனர். ஆகவே மொழியையும் நாகரிகத்தையும் இணைத்தே பார்க்க வேண்டும்.

மொழியை ஆதாரமாகக் கொண்ட இலக்கிய வடிவம் நடைமுறை வாழ்வின் தணிக்கைக்கு எதிரானது என்றும் சொல்லலாம். அன்றாட வாழ்வின் நடைமுறைகள் தணிக்கை சார்ந்து நிகழும்போது மனம் அவாவும் தணிக்கையற்ற சூழலை இலக்கியம் ஓரளவு சாத்தியமாக்குகிறது. இலக்கியத்தைக் கற்கும்போது தணிக்கையற்ற சூழலில் உலவும் வாய்ப்புக் கிடைப்பதும் இலக்கியத்தை அனுபவிப்பதன் காரணமாகலாம். இலக்கியத்தின் சாரமே தணிக்கையற்ற சூழலை அவாவுவதுதான் என்றாலும் அது சமூக விளைபொருள் ஆன பிறகு தணிக்கை யின் கரங்களுக்கு இலக்காக நேர்ந்திருக்கிறது. அச்சு வசதி உருவாகாத காலத்து இலக்கியத்தின் படைப்பாளர்கள் மிகவும் குறைவானவர்கள். புலமைக் குறுங்குழுவினர் என்றே சொல்ல லாம். இலக்கியச் சுவைஞர்களும் எல்லைக்குட்பட்டவர்களே. கல்வியறிவு பரவலாகாத காலம் என்பதை நினைவில் கொள்ளலாம்.

அத்தகைய காலத்து இலக்கியம் முழுமையாக நமக்கு வந்து சேரவில்லை. தொகுத்தவர்கள் செய்த தணிக்கை முக்கியமான காரணம். தமிழின் மரபிலக்கியம் பெரும்பான்மை தொகுப்பு நூல்கள். அவற்றில் நேர்ந்த தணிக்கை கணிசமாக இருந்திருக்கும் என்பதில் ஐயமில்லை. காலத்தைக் கடந்து பல்வேறு கைகள் வழியாக வரும்போது திருத்தங்கள் செய்யப்பட்டிருக்கலாம், நீக்கங்கள் நேர்ந்திருக்கலாம், சேர்க்கைகள் இடம்பெற்றிருக்க லாம். எல்லாவற்றிற்கும் வாய்ப்புக்கள் உண்டு. அத்தணிக்கைக்குக் காரணம் தொகுத்தோர் கொண்டிருந்த இலக்கியத் தரக் கோட்பாடு, தொகுத்தோர் கருதிய அல்லது அவர்கள் காலத்துச் சமூக விழுமியங்கள், அவர்கள் பின்பற்றிய இலக்கண வரையறைகள் முதலியவை காரணங்கள் ஆகும். புலமையாளர்களிடையே மட்டும் வழங்கியவை என்றும் கொஞ்சம் இருந்து அவை காலத்தில் சிந்திக் கரைந்திருக்கக் கூடும்.

வாய்மொழி இலக்கியங்களும் மொழியை ஆதாரமாகக் கொண்டவையே. அவற்றிலும் சிலரிடம் மட்டும் ரகசியமாகப் புழங்கிய பல கதைகள், பழமொழிகள், விடுகதைகள் முதலியவை மறைந்திருக்கும். ஒரு தலைமுறையிடம் இருந்து அடுத்த தலைமுறைக்குச் செல்வதற்கான வாய்ப்புகள் இத்தகையவற்றிற்குக் குறைவுதான். கைமாற்றித் தரும் சூழல் கனியாமல் மடிந்து போனவை ஏராளம் என்பது உறுதி. அத்தகையவை புதிது புதிதாகத் தோன்றிக் கொண்டே இருக்கும் என்பதும் சரிதான்.

காலம் கடந்து வருபவை அதிகம் இருக்காது. இன்றும் பாலியல் கதை களை, பழமொழிகளைச் சேகரிப்பது சுலபமல்ல. ஏட்டிலக்கியம், வாய்மொழி இலக்கியம் ஆகிய மொழிவழிக் கலைகள் அனைத்திலும் தணிக்கையின் செயல்பாடு தொடர்ந்திருக்கிறது.

அச்சு வசதி ஏற்பட்ட நவீன காலத்தின் பின் உருவான இலக்கியத்தின் தன்மைகள் வேறு. பல பிரதிகள், பெரும் வாசகத் திரள் ஆகியவை இதன் முக்கியக் கூறுகள். பெரும் மக்கள் திரளிடம் ஒரு விஷயம் சென்று சேரப் போகிறது என்பதே எச்சரிக்கை தருவதாகிறது. உரைநடையின் காரணமாகப் பலருடைய கருத்துக்கள் வெளிப்படும் தளங்கள் உருவாயின. பத்திரிகை முக்கியமான தளம். இதுவரைக்கும் இல்லாத வகையில் எவ்வளவோ விஷயங்களைப் பேசவும் விவாதிக்கவும் தளம் அமைந்தது. அறிவுசார் உரையாடலில் வெகுமக்கள் பங்கேற்புக்கும் வழி கிடைத்தது. எனினும் கருத்தை வெளிப்படுத்துபவர் தம்மைப் பற்றிய பிம்பக் கட்டமைப்பை மையமாகக் கொண்டே செயல்பட்டுள்ளனர் என்பதையும் கவனத்தில் கொண்டு காண வேண்டும். இவ்வாறு அச்சுக் காலத்தின் தணிக்கை முறைகளை விரிவாக ஆராய்வதற்கு வாய்ப்புக்கள் உள்ளன.

அரசின் தலையீடு இக்காலத்தில் போல வேறு எப்போதும் இருந்திருக்க வாய்ப்பில்லை. அச்சுத்தளம் பற்றிய அச்சம் அரசுக்கு மிகுதி. இன்று வரைக்கும் அப்படித்தான். கருத்துருவாக்கத்தைச் சமூகத்தில் நிகழ்த்திவிட முடியும் என்பது அச்சு ஊடகத்தின் சாதனை. ஆகவே சட்டங்கள், நடவடிக்கைகள் என்று அரசின் செயல்பாடு விரிவு பெற்ற காலம் இது. நூல்களையும் பத்திரிகை களையும் தடை செய்தல், தண்டனை விதித்தல் ஆகிய நடவடிக்கைகளாக அரசின் தலையீடு நேர்ந்த காலம். எனினும் சட்டங்களும் விதிகளும் இலக்கியத்தைச் சுருக்கிவிட முடிய வில்லை. தெளிவான வரையறைகளைக் கொடுக்கவும் இயல வில்லை. அவை 'புண்படுத்துதல்', 'சமூக அமைதிக்குப் பங்கம் விளைவித்தல்' என மிகப் பொதுமையான சொற்களையே கொண்டிருக்கின்றன. அவற்றை எந்தச் சூழலிலும் பயன்படுத்த லாம் என்னும் நிலையும் மறைந்திருக்கிறது.

ஓலைச்சுவடிகளில் இருந்து அச்சுக்குக் கொண்டு வரும்போது செய்யப்பட்ட தணிக்கைகள் ஏராளம். அச்சுப் பிரதிகளுக்கு வாசகர் மிகுதி என்பதுடன் அதன் நிலைத்தன்மை பற்றிய அச்சமும் காரணம். அச்சில் வரக் கூடாது எனக் கருதியே சில ஓலைச் சுவடிகளை அழித்திருப்பர். ஓலைச்சுவடிப் பிரதிகள் அச்சில் வரும்போது நிகழ்ந்த மாற்றங்கள் பல. விடுபாடுகளும் திருத்தங் களும் சாதாரணமாக நிகழ்ந்திருக்கக் கூடும். அவற்றை எல்லாம்

ஒப்பிட்டு ஆராய்தல் அங்கொன்றும் இங்கொன்றுமாகவே நடந்திருக்கிறது.

எல்லாக் காலத்தும் இணை ஒன்று செயல்பட்டுக் கொண்டே இருக்கும் என்பது அச்சுக்கும் பொருந்தும் உண்மை. அவ்வகையில் மஞ்சள் பத்திரிகைகள், புத்தகங்கள் போன்றவையும் ஒருபுறம் ரகசிய வாசிப்புக்கு உரியவையாக இருக்கின்றன. அவற்றை அச்சிடுவதும் விற்பதும் சட்ட விரோதம் எனினும் அவை பரவலாக வாசிக்கப்பட்டன. கல்வி நிறுவன விடுதிகளில் சில பத்தாண்டுகளுக்கு முன் இத்தகைய பத்திரிகைகள், நூல்கள் சகஜமாகக் கிடைக்கும். இளைஞர்கள் இருக்கும் வீடுகளில் ரகசிய இடங்களில் இவை பாதுகாக்கப்பட்டிருக்கும். நடுத்தர வயதுப் படிப்பாளிகள் பலர் இதன் தீவிர வாசகர்கள். ஆனால் இவை பொது வெளிகளில் உலவுபவை அல்ல. இவற்றின் வளர்ச்சிக் கூறுகளை இன்றைய சமூக வலைத்தளங்களில் பார்க்கலாம்.

பின் நவீனத்துவம் முதலிய கோட்பாடுகள், உலகமயமாக்கம் ஆகியவற்றின் விளைவாக நவீன இலக்கியங்களில் சில திறப்புகள் உருவாகியுள்ளன என்னும் பிரமை கடந்த இரு தசாப்தங்களாக நிலவி வருகின்றது. எல்லாவற்றையும் எழுதும் காலம் இது, இதுவரைக்கும் புறக்கணிக்கப்பட்ட, ஒதுக்கப்பட்டவை எல்லாம் இலக்கியத்திற்குள் வரும் காலம் இது என்றெல்லாம் கணிக்கப்பட்டது. அதுவும் முழுமையல்ல. உலகமயமாக்கம் இன்னொரு புறம் வேர்களைத் தேடி இட்டுச் செல்வதால் தம் வேர்கள் குறுங்குழுவுக்குள் இருப்பதாக உணரும் பிரிவினர் நவீன இலக்கிய வெளிகளைத் தம்மால் முடிந்தவரை அடைத்து வருகின்றனர். அவர்களைப் பொருத்தவரை தம் வேர்கள் அனைத்தும் யாராலும் அசைக்க இயலாத ஆணிவேர்கள். சல்லி வேர்கள் இருப்பினும் அவையும் பலம் வாய்ந்தவை. நைந்தவை, மழுங்கியவை, அழுகியவை, மண்ணுக்கு வெளியில் துருத்திக் காய்ந்தவை என எதுவும் கிடையாது. அப்படியே இருப்பதாக ஒத்துக்கொண்டாலும் அதன் பக்கம் பார்வை திரும்பக் கூடாது என்பது ஆணையாக வெளிப்படுகிறது. ஆகவேதான் நவீன எழுத்தாளரின் கணிப்பு சரியானதல்ல என்று உணர வேண்டி யிருக்கிறது. அவர் விரும்பும் 'பேசாப் பொருளைப் பேசுதல்' என்னும் கூறு இன்னும் சாத்தியமாகவில்லை. இன்று எழுத்திற்கான தணிக்கையாளர் கூட்டத்தில் எண்ணிக்கை பெருகியிருக்கிறது.

இத்தகைய குறுங்குழுக்கள் வைக்கும் வாதங்களில் சான்றுக்கு ஒன்றை மட்டும் பார்ப்போம். 'நவீன இலக்கியங்களை நாலு பேருக்கு முன்னால் வாசிக்க முடியுமா ?' என்பது அவர்கள் எழுப்பும் முதன்மையான வினா. இந்த வினாவின்

எதிர்வினையாகவே சிறந்த நாவல்கள், சிறுகதைகள் எனப் பலவற்றைப் பாடத் திட்டத்திற்குள் கொண்டுவர இயலாத சூழல் இன்றுவரை நிலவுகிறது. பாலியல் சொற்கள் ஏதும் இடம்பெறாத, சாதிப் பெயர்களைப் பயன்படுத்தாத படைப்புகளைத் தேடிப் பாடமாக வைக்கும் நிலைதான் நீடிக்கிறது. நவீன இலக்கியங் களை வாசிக்க விரும்புவோரும் தம் வீட்டு நூலகத்தில் இவற்றை வைத்துக்கொள்ள விரும்புவதில்லை. 'நாலு பேருக்கு முன்னால் வாசிக்க முடியுமா?' என்னும் வினாவை நாம் பொருட்படுத்தியாக வேண்டும். இந்த வினா எழுவதற்கான சூழல் நம் மரபிலிருக்கிறது.

குழுவாக, கூட்டமாக இருந்து கலைகளைத் துய்த்த சமூகம் நமது. அதன் தொடர்ச்சியாகவே கதா காலட்சேபம், சொற்பொழிவுகள் ஆகியவற்றையும் சுவைத்தனர். கல்வி ஓரளவு பரவலாகிய நிலையில் புராணக் கதைகள், நாட்டுப்புறக் கதைகள், கதைப் பாடல்கள் ஆகியவற்றைப் பெரிய எழுத்து நூல்களாக அச்சிட்டுச் சந்தைகளிலும் மக்கள் கூடும் பொது இடங்களிலும் விற்றனர். அதில் ஊருக்கு ஒரு பிரதியை வாங்கி னால் போதும். வாசிக்கத் தெரிந்தவர் நடுவில் உட்கார்ந்து வாய்விட்டு வாசிக்கச் சுற்றிலும் மக்கள் அமர்ந்து கேட்பர். பெரிய எழுத்துப் புத்தகம் பெரும்பான்மை வாய்மொழிப் பாடல் தன்மையில் அமைந்திருக்கும். வாசிக்கத் தெரிந்தவர்கள் சிலர் இருப்பின் மாற்றி மாற்றி வாசிப்பதுண்டு. சற்றே ராகம் போட்டு உணர்ச்சிகரமாக வாசிப்பவர்களுக்கு மிகுந்த மவுசும் மரியாதை யும் கிடைக்கும். திரைப்படங்கள் வாழ்வை ஆக்கிரமித்து இரவுகளைத் தன்வயமாக்கிக்கொண்ட பிறகு பெரிய எழுத்துக் கதை வாசிப்பு கொஞ்சம் கொஞ்சமாக மறைந்து போயிற்று. 1980களில் கூடக் கிராமத்துப் பெரியவர்கள் சிலர் பெரிய எழுத்துப் புத்தகத்தை எடுத்து நீட்டி 'பள்ளிக்கொடம் போயிப் படிக்கறயே, இதப் படிச்சுக் காட்டு, உம் படிப்பப் பாக்கறன்' என்று சவால் விட்ட நிலையைக் காண முடிந்தது.

குழுவுக்கு முன்னால் வாய் விட்டு வாசித்தல் என்பது அச்சு வசதி வந்த பின் கிட்டத்தட்ட இரு நூற்றாண்டு காலம் நீடித்த வழக்கம். நம் கல்வி முறையிலும் வாய் விட்டு வாசித்தல் முக்கியமான நடைமுறையாக இருக்கிறது. ஏட்டிலக்கியம் செய்யுள் வடிவிலானதால் ஓசையுடன் வாசித்தலே அதன் அழகை வெளிப்படுத்தும் முறையாகும். இன்றும் பள்ளிகளில் வாய் விட்டு வாசித்தல், ஒருவர் வாசிக்கப் பலரும் பின் தொடர்தல் ஆகிய நடைமுறைகள் நிலவுகின்றன. வாய் விட்டுப் படித்து மனப்பாடம் செய்தல் இன்றும் தொடரும் கற்றல் முறை. மனதுக்குள் வாசித்தல் என்னும் மௌன வாசிப்பு நமக்கு எந்த அளவுக்குச்

சித்திருக்கிறது என்பது கேள்விக்குறிதான். மனதுக்குள் வாசித்தல் நடக்கும்போதும் பலருக்கும் உதடுகள் அசைகின்றன. அந்த அசைவை உற்றுக் கவனித்தால் அவர்கள் வாசிப்பது என்ன என்பதைப் படித்துவிட முடியும். இவ்வாறு உதடசைய வாசிப்பதை 'வாய்க்குள் வாசித்தல்' என்று சொல்வதுண்டு. இவ்விதம் வாசித்தல் மரபு நம்மிடம் இன்னும் தொடர்ந்துகொண்டிருக்கிறது.

ஆனால் அச்சுச் சாதனம் நமக்கு 'மௌன வாசிப்பு' என்னும் தனிச் சுதந்திரத்தை வழங்குகிறது. நவீன இலக்கியத்தை வாசிக்கும் முறை மௌன வாசிப்புத்தான். அச்சும் புத்தக வடிவமும் நம் வசதிக்கேற்ப உட்கார்ந்தபடி, நின்றபடி, படுத்தபடி வாசித்துக்கொள்ள வாகானவை. புத்தகத்துக்கும் வாசிப்பவருக்குமான தனிப்பட்ட உறவொன்றை மௌன வாசிப்பு வழங்குகிறது. ஆனால் மௌன வாசிப்பின் மகத்துவத்தை இன்னும் நம் சமூகம் முழுதாக உணரவில்லை. குழுவுக்கு நடுவில் வாய் விட்டு வாசிக்கும் மரபிலிருந்தே நவீன இலக்கியத்தை இப்போதும் அணுகுகிறோம். குழுவினிடையே வாசிக்கும்போது அவை நாகரிகம் அவசியமாகிறது. பொதுவெளியில் சொல்லக் கூடாத சொற்கள், பேசக் கூடாத பொருள்கள் ஆகியவற்றைத் தவிர்க்க வேண்டியுள்ளது. இந்த மனநிலையோடு நவீன இலக்கியத்தை அணுகும்போது அது தணிக்கைக்கு உள்ளாகிறது. 'இதைப் பெண்கள் படிக்க முடியுமா?', 'இதைப் பாடத்திட்டத்தில் வைக்க முடியுமா?' என்றெல்லாம் எழும் வினாக்களையும் விவாதித்துப் புரிந்துகொள்ள வேண்டியவர்களாக இருக்கிறோம்.

நவீன எழுத்தாளர் சொல்லும் 'தன் படைப்புக்குத் தேவை யென்றால் எதை வேண்டுமானாலும் எழுதலாம்' என்னும் வாதம் சமூக வெளியில் எடுபடுவதில்லை. மௌன வாசிப்பு என்னும் சுதந்திரத்தை நம் சமூகம் பயன்படுத்தவே இல்லையா என்றால் பயன்படுத்துகிறதுதான், ஆனால் அப்படி வாசிக்கக் கூடியவை இலக்கியம் என்னும் அங்கீகாரத்தைப் பெற்றவை அல்ல. நவீன இலக்கியம் பேசாப் பொருளோடு இலக்கியம் என்னும் அங்கீகாரம் பெற்று வருகின்றது என்பதுதான் உறுத்தும் விஷயம். மேலும் நவீன இலக்கியம் தான் பயன்படுத்தும் சொற்களாலும் கையாளும் பொருளாலும் இதுவரை போர்த்திக் காப்பாற்றப்பட்ட புனிதத்தை உடைக்கிறது, கேள்விகளை வெளிப்படையாகவும் நேராகவும் எழுப்புகிறது என்பவையெல்லாம் இங்கு பிரச்சினை ஆகின்றன.

நவீன இலக்கியத்தைத் தணிக்கை செய்யத் துடிக்கும் குழுக்களின் பின்னால் இத்தகைய மனோபாவங்கள் நிறைந்திருக் கின்றன. அவற்றின் தன்மைகள் எவை எவை என்பவற்றைக் குறித்து

இன்னும் சிந்திக்க வேண்டியுள்ளது. காலத்தைப் புரிந்துகொள்வது இன்றைய கடமையாகிறது. சரி, தணிக்கையற்ற காலத்தில் வாழப் பிரியப்படுகிறீர்களா? ஆயிரக் கணக்கான, லட்சக்கணக்கான ஆண்டுகளுக்கு முன் பிறந்திருக்க வேண்டியவர் நீங்கள். காலம் தப்பிப் பிறந்துவிட்டீர்கள்.

●

(ஹைதராபாத் மத்தியப் பல்கலைக்கழகத்தில் செப்டம்பர் 2015இல் நடைபெற்ற RAW CON மாநாட்டில் பங்கேற்று ஆற்றிய உரை. இதன் ஆங்கில மொழிபெயர்ப்பு 'Literature and Censorship' என்னும் தலைப்பில் 'Women Philosophers Journal', டிசம்பர் 2017இல் வெளியாயிற்று. மொழிபெயர்த்தோர்: Dickens Leonard, M., P. Vellaisamy.)

2

எழுத்துக்கு எதிர்ப்பு

பேரன்புக்குரிய கேரளத்துத் தோழர்களே, உங்கள் அனைவருக்கும் வணக்கம்.

ஏறத்தாழக் கடந்த ஒன்றரை ஆண்டுகளாகக் கேரளத்துக்கும் மலையாள மொழிக்கும் நான் மிகவும் நெருக்கமானவன் ஆகியிருக்கிறேன். இன்னொரு வகையில் சொன்னால் தீர்க்க இயலாத கடன்காரனாகவும் என்னை ஆக்கியிருக்கிறீர்கள். தமிழ் உணர்வாளர்களிடையே ஒரு பேச்சு உண்டு. குபேரனின் கடனைத் தீர்க்கத் திருப்பதி வேங்கடா சலபதி காலமெல்லாம் முயன்று கொண்டிப்பதைப் போலத் தமிழர்களுக்கும் ஆயுட்காலக் கடன் இருக்கிறது போலும், அதனால்தான் அண்டை மாநிலக் கோயில்களான திருப்பதிக்கும் சபரிமலைக்கும் நடையாய் நடந்து கடனைத் தீர்த்துக் கொண்டிருக்கிறார்கள் தமிழர்கள், இப்படி ஒரு சாமி தமிழ்நாட்டுக்கு வாய்க்கவில்லையே என்று ஆதங்கப்படுவதுண்டு. நானும் ஒருவேளை சபரிமலைக்கு நடந்தால் எதிர்காலத்தில் என் கடனைத் தீர்க்க முடியுமோ என்னவோ. கடவுள் களின் பெயர்களை உச்சரிப்பதால் ஏதும் பிரச்சினை வந்துவிடாது என்று நம்புகிறேன். எனக்கும் 'இந்து' என்றுதான் மத முத்திரை இருக்கிறது. ஆகவே உச்சரிக்கும் உரிமையும் இருப்பதாக நினைக்கிறேன்.

கடந்த முப்பதாண்டுகளாகத் தமிழில் எழுதிக்கொண்டிருக்கிறேன். என் ஒரே ஒரு கவிதை ஆற்றூர் ரவிவர்மாவின் மொழிபெயர்ப்பில் மலையாளத்தில் வந்தது. ஓரிரு கதைகள் இந்தி

வழியாகவோ ஆங்கிலம் வழியாகவோ மொழிபெயர்க்கப்பட்டு மலையாள இதழ்களில் வெளியாகியிருக்கின்றன. மலையாள வாசகர்களின் பார்வையில் அவை ஒருதுணுக்கைப் போலக்கூடப் பட்டிராது என்பது என் ஆழ்ந்த நம்பிக்கை. மிகப்பெரும் படைப்புகள் ஆளுமை செலுத்தும் மலையாள இலக்கியக் கிடங்குக்குள் என் எழுத்துக்கு என்ன இடம் இருக்கப் போகிறது? ஆனால் இரண்டரை ஆண்டுக்கு முந்தைய, நான் மறக்க விரும்பும், ஆனால் மறக்கவே இயலாத நிகழ்வு ஒன்று மலையாள உலகிலும் என் பெயரைப் பதித்துவிட்டது. இப்போது என் இரண்டு நாவல்களும் கவிதைகளும் கதைகளுமெனச் சில புத்தகங்கள் உங்கள் கிடங்கில் சேர்ந்துவிட்டன. அவை உங்களுக்கு என்ன இலக்கிய அனுபவத்தை வழங்கியிருக்கும் என்பதை என்னால் இன்னும் முழுமையாக அறிய இயலவில்லை.

ஆனால் என்னைக் கேரளத்துக்கு வரவழைக்கவும் ஏராளமான நிகழ்வுகளில் பங்கேற்க வைக்கவும் கடந்த இரண்டரை ஆண்டில் தொடர் முயற்சிகள் நடைபெற்றன. சராசரியாக அன்றாடம் மூன்று செல்பேசி அழைப்புகள் மலையாளத்தில் சம்சாரிக்கும். என் குறைந்த ஆங்கில அறிவைப் பயன்படுத்திப் பதில் சொல்வேன். முடியாத பட்சத்தில் தமிழிலேயே பேசுவேன். சகோதர மொழியல்லவா, நான் பேசும் ஆங்கிலத்தை விடவும் தமிழை நன்றாகவே புரிந்துகொள்வார்கள். எனக்கும் மலையாளம் அப்படித்தான். பெரும் இலக்கியத் திருவிழாக்கள், விருதளிப்பு நிகழ்வுகள், இலக்கியக் கூட்டங்கள், பல்கலைக்கழகக் கருத்தரங்குகள், கல்லூரி விழாக்கள் ஆகியவற்றுக்கான அழைப்புகள் மட்டுமல்ல. இளைஞர் மாநாடுகள், கோரிக்கைப் பேரணிகள், ஊர்வலங்கள் ஆகியவற்றைத் தொடங்கி வைக்கவும் அழைக்கப்பட்டிருக்கிறேன்.

எந்த நிகழ்விலும் பங்கேற்காமல் நானுண்டு, என் குடும்பமுண்டு, என் வேலையுண்டு என முழுதுமாக ஒதுங்கியிருந்த இரண்டாண்டு காலத்திலும் எப்படியாவது என் செல்பேசி எண்ணைப் பிடித்துப் பேசிவிடுவார்கள். என் நண்பர்கள் காலச்சுவடு கண்ணன், சுகுமாரன், தமிழ்நாடு முற்போக்கு எழுத்தாளர்கள் கலைஞர்கள் சங்கத் தலைவர் ச. தமிழ்ச்செல்வன் உள்ளிட்டோர் வழியாகவும் எனக்கு நெருக்குதல் வந்திருக்கிறது. நெருக்கடியான காலத்தில் உடன் நின்ற நண்பர்களிடம் சமாதானம் சொல்லித் தவிர்க்கும் தர்மசங்கடத்தைக் கடுமையாக அனுபவித்திருக்கிறேன். காலச்சுவடு கண்ணன் ஒருமுறை கோபித்துக்கொள்ளும் படியும் ஆயிற்று. மாதொருபாகன் பிரச்சினையின்போது கேரளத்தில் பல கூட்டங்களில் பேச நேர்ந்ததைக் குறித்து நகைச்சுவையாக

'என்னைப் பேச்சாளனாக்கிய பெருமை உங்களுக்குத்தான்' என்று சொன்ன சுகுமாரன், 'உங்கள் விருப்பப்படி நீங்கள் முடிவெடுங்கள். எனக்கு அம்முடிவோடு உடன்பாடு இருந்தாலும் இல்லையென்றாலும் நான் உங்கள் பக்கமே நிற்பேன்' என்று சொன்ன ச. தமிழ்ச்செல்வன் ஆகியோர் வழியாக வரும் பரிந்துரைகளைப் புறக்கணிக்கும் வருத்தமும் என்னுள் சேர்ந்துகொண்டது.

நேரடியாகப் பேசுவோரிடம் வர இயலாத என் நிலையை விளக்கிச் சொல்வது பெரும்பாடு. அன்பு, தயவு, வற்புறுத்தல், வசைபாடுதல் என எத்தனை வகையான உத்திகள். பொறுமையாக இருந்து இடைவிடாமல் பலமுறை முயன்றவர்கள் ஒரு கட்டத்தில் பொறுமையிழந்து என்னைக் கடுமையாகத் திட்டியதுண்டு. மலையாள வசைகளைக் காது குளிரக் கேட்டிருக்கிறேன். அப்போதும் எனக்குக் கோபம் வரவில்லை. என்னுள்ளே அமைதியை எப்படி உருவாக்கிக்கொள்வது என்பதற்கான ஓர் அனுபவப் பயிற்சிக் காலம் அல்லவா இது? அதுவும் நான் எழுத்திலிருந்து விலகிக்கொள்ளும் முடிவெடுத்திருந்த காலத்தில் எழுத்தின் பக்கம் நின்று பல வடிவங்களிலும் எதிர்ப்பை வெளிப்படுத்திய மாநிலத்தில் இருந்து அழைப்பவர்கள் திட்டினாலும்கூடக் கோபம் கொள்ள எனக்கு என்ன உரிமை இருக்கிறது? மலையாள வசைகளால் மூழ்கடிக்கப்பட்ட ஓரிரவில் சுகுமாரனிடம் கேட்டேன், 'கேரள ஊடகத்திற்கு என் நிலையை விளக்கி ஓர் அறிக்கை கொடுத்துவிடலாமா?' செய்யலாம் என்றுதான் சுகுமாரனும் சொன்னார். அதைச் செயல்படுத்தும் முன்பு காலம் வேறு முகம் காட்டத் தொடங்கிவிட்டது.

பெரும் மனச் சங்கடத்துக்கு ஆளாகியிருந்த இன்னொரு சந்தர்ப்பத்தில் நண்பர்களிடம் சொன்னேன், 'ஆதரவாளர்களின் அன்புத் தொல்லையைச் சமாளிப்பதுதான் கடினம். எதிர்ப்பாளர்களின் தொல்லையைச் சமாளிப்பது எளிதுதான்.'

ஒரு சமயத்தில் தோன்றியிருக்கிறது, என்னவாயிற்று, பெரும் எழுத்தாளர் கூட்டமும் ஏராளமான வாசகத் திரளும் உள்ள மாநிலம் அல்லவா கேரளம்? அங்கே பேச்சாளர்களுக்குப் பஞ்சம் வந்துவிட்டதா? அப்படியும் நான் ஒன்றும் பேச்சாளன் அல்லவே? பாலக்காடு அரசு கலைக்கல்லூரித் தமிழ்த்துறை நிகழ்வு ஒன்றுக்கு அழைக்கப்பட்டு ஒரே ஒரு முறை கேரளத்தில் பேசியிருக்கிறேன். சாகித்ய அகாதமி நிகழ்வு ஒன்று திருவனந்தபுரம் மஸ்கட் ஹோட்டலில் நடைபெற்ற போது அதில் பங்கேற்று என் சிறுகதை ஒன்றின் ஆங்கில மொழியாக்கத்தை வாசித்திருக்கிறேன். அது மிகவும் தோல்வியான வாசிப்பு. அப்போது ஹோட்டல் வாசலில் கேரளத் தலித் எழுத்தாளர்கள் நடத்திய போராட்டம் நினைவிருக்கிறது. ஆக, என் பேச்சைக் கேட்டு ஈர்க்கப்பட்டுக் கேரளத்துக்கு என்னை அழைத்திருக்க வாய்ப்பில்லை.

நம் சமூகத்தின்மீது கவிந்து கொண்டிருக்கும் சகிப்பின்மை என்னும் துயரத்தின் அடையாளமாக நான் ஆகிவிட்டது தான் காரணம் என்று நினைக்கிறேன். இப்படி ஓர் அடையாளம் எனக்கு உருவாகும் என ஒருபோதும் நினைத்ததில்லை. எழுத்து என்பது எனது இயல்புகளுள் ஒன்று. நான் தனிமை விரும்பி. ஒரு போதும் பரபரப்புகளுக்கு ஆளாகாத வேளாண் குடும்ப வாழ்நிலையிலிருந்து முதல் தலைமுறையாகக் கல்வி கற்று வேறொரு வாழ்நிலைக்கு வந்தவன். வேளாண் வாழ்க்கையில் அவசரத்துக்கும் பரபரப்புக்கும் இடமே இல்லை. மிகுந்த பொறுமைசாலிகள் விவசாயிகள். எங்களுடையது மேட்டுக்காட்டு (மானாவாரி) விவசாயம். சித்திரை மாதக் கோடை மழையில் முதல் உழவு போடத் தொடங்குவதில் இருந்து கணக்கிட்டால் எங்கள் விளைச்சல் வீடு வந்து சேர ஒன்பது மாதமாகும். அதுவரைக்கும் பொறுமை காத்திருப்போம். மாறும் பருவங்களை வேடிக்கை பார்த்தபடி எதிர்கொண்டு காலத்தைக் கடப்பது எங்கள் இயல்பு. இன்றைக்கு என் வாழ்நிலையும் வாழ்முறையும் வெகுவாக மாறிவிட்ட போதும் இந்த மனநிலையில் மாற்றமே இல்லை. மலையாளக் கவி க. சச்சிதானந்தன் எழுதியதைப் போல 'நினைவில் காடுள்ள மிருகம்' நான். ஆகவே பரபரப்புகளி லிருந்து விலகித் தனிமை கொள்ளும் மனநிலைதான் எனது. ஆசிரியப் பணியின் காரணமாகக் கொஞ்சம் பேசக் கற்றுக்கொண்டிருக்கிறேனே தவிரப் பேச்சில் எனக்கு ஆர்வமே இல்லை.

எழுதுவதே என் ஆர்வம். எனக்குத் தோன்றும் எதையாவது கிறுக்கிக் கொண்டிருக்கும் சிறுவயதுப் பழக்கம் இன்றைக்கும் தொடர்ந்து கொண்டிருக்கிறது. பலர் கண்ணுக்குப் படாத ஒன்றின்மீது எழுத்து தன் கவனத்தைக் குவிக்கும். எல்லார் கண்ணுக்கும் படுவதன் மேல் எழுத்து புதுவெளிச்சம் பாய்ச்சும். சமூகத்தில் நிலவும் விழுமியங்களின் மீது தொடர்ந்து விமர்சனத்தை வைத்துக்கொண்டிருப்பதே எழுத்து. எழுத்தின் அடிப்படையே கட்டுக்களை எதிர்ப்பதுதான். விழுமியங்களின் பெயரால் மனித சுதந்திரம் கட்டுப்படுத்தப் படுவதைப் பற்றி இடைவிடாமல் பேசுவதே எழுத்து. அதற்குச் சமூகத்தின் இருண்ட பக்கங்களில் வெளிச்சத்தை எழுத்து பாய்ச்சும். இந்தக் குவியும் வெளிச்சம் பலர் கண்களைக் கூசச் செய்கிறது. பாவனை களில் வாழ்பவர்கள், பாவனைகளையே தம் முதலீடாக்கிக் கொள்பவர்கள் இந்த வெளிச்சத்தை விரும்புவதில்லை. முதலீட்டுக்கு மோசம் ஏற்படுவதை யார்தான் ஏற்றுக் கொள்வார்கள்? சாதாரண மக்களின் வாழ்வைச் சாதாரண மொழியில் எழுதிக்கொண்டிருக்கும் சாதாரண எழுத்தாளன் நான். ஆகவே என்மீது இப்படி ஒரு அடையாளம் விழுந்திருப்பது

பெரும் கூச்சத்தைத் தருகிறது. என் இயல்புகளுக்கும் ஆர்வங் களுக்கும் மாறான அடையாளம் இது. இதை எவ்விதம் எதிர்கொள்வது என்பது இப்போதைய என் பிரச்சினை.

அது ஒருபக்கம் இருக்கட்டும். 'மாதொருபாகன்' வழக்கில் சென்னை உயர்நீதிமன்றம் தீர்ப்பு வழங்கிய பிறகு என் நன்றியை வெளிப்படுத்தும் பொருட்டுக் கேரளத்துக்கு ஒரு நிகழ்வுக்காவது வந்துவிட வேண்டும் என மனதார விரும்பினேன். கிட்டத்தட்டப் பத்து மாதங்களுக்குப் பிறகு அந்த எண்ணம் நிறைவேறியிருக் கிறது. அதுவும் மலையாளத்தின் முக்கியக் கவி ஆளுமையாகிய அய்யப்ப பணிக்கர் அறக்கட்டளை நடத்தும் இலக்கிய நிகழ்வில் பங்கேற்கும் வாய்ப்பு. அய்யப்ப பணிக்கரின் சில கவிதைகளை மொழிபெயர்ப்பின் வழியாக வாசித்திருக்கிறேன். அவரது மிகவும் பிரபலமான 'குருக்ஷேத்திரம்' கவிதையின் தலைப்பிலேயே நகுலன், நீல. பத்மநாபன் ஆகியோரின் ஆர்வத்தில் தமிழில் 1960களில் வெளியான தொகுப்பு நூல் தொடங்கி சமீபகாலம் வரைக்குமான மொழிபெயர்ப்புகள் எனக்கு அறிமுகம்.

அத்துடன் இலக்கிய விமர்சனத்தில் அவர் உருவாக்க விரும்பிய 'திணைக் கோட்பாடு' என்பதன் மீது எனக்கும் மிகுந்த ஈடுபாடு உண்டு. திணைக் கோட்பாடு தொடர்பான அவரது கட்டுரைகள் சிலவும் தமிழில் கிடைக்கின்றன. அவர் அதைத் தொல்காப்பியத்தில் இருந்து தொடங்குகிறார். 'திராவிடத் திணைக் கோட்பாடு' எனப் பெயர் தருகிறார். இரண்டாயிரம் ஆண்டுகளுக்கு முந்தைய இலக்கியக் கோட்பாடாகிய அதை நவீன இலக்கியத்திற்கும் விரிவுபடுத்தும் சாத்தியம் பற்றிச் சிந்தித்துள்ளார். அம்முறையைப் பயன்படுத்திச் சில முன்னோடி ஆய்வுகளையும் நிகழ்த்திக் காட்டியுள்ளார். திணைக் கோட்பாட்டை நவீன இலக்கிய விமர்சனத்திற்குப் பயன்படுத்தி ஓரிரு கட்டுரைகளை நானும் எழுதியிருக்கிறேன். சில உரைகளையும் ஆற்றியிருக்கிறேன். மிகவும் அற்புதமாக வளர்த்தெடுக்க இயலுகிற கோட்பாடு இது. திணை மயக்கம் என்னும் ஒரு கூறைத் தொல்காப்பியம் கூறுகிறது. பணிக்கர் 'திணை இணக்கம்' என ஒருகூறை உருவாக்கி அக்கோட்பாட்டை விரிவுபடுத்துகிறார். ஆக அவரோடு எனக்கு இணக்கம் ஏற்பட இது முக்கியமான காரணம்.

தொல்காப்பியப் பொருளதிகாரம் மட்டுமல்ல, பிந்தைய பல இலக்கண நூல்களிலும் சிதறிக் கிடக்கும் இக்கோட்பாடு மிகவும் சுவாரசியமானது. இதில் முதல், கரு, உரிப்பொருள்கள் மட்டும் பேசப்படவில்லை. பல்வேறு இலக்கியக் கூறுகள் பேசப்பட்டுள்ளன. நம் வாழ்வில் இன்றைக்கும் மிக இயல்பாகப் பயன்படுத்திக் கொண்டிருக்கும் மொழி சார்ந்த பல விஷயங்களை

இலக்கியக் கோட்பாட்டுக்குள் கொண்டு வந்திருக்கிறார்கள். எனக்கு ஆடு மாடுகளுடன் பேசத் தெரியும். அவை பேசுவதைக் கேட்டுப் புரிந்துகொள்ளவும் முடியும். இன்னும் அஃறிணைப் பொருட்கள் பேசுமா, கேட்குமா? அப்படிப் பேசுவதாகவும் கேட்பதாகவும் எழுதுவது இலக்கியத்தில் அனுமதிக்கப்பட்ட விஷயம் என்கிறது தமிழின் இன்னொரு இலக்கண நூலான நன்னூல். இயங்காத பொருட்கள் இயங்குவதாகவும் செய்ய இயலாத ஒன்றைச் செய்வதாகவும் எழுதுவது இயல்பு என்கிறது நன்னூல்.

கேட்குந போலவும் கிளக்குந போலவும்
இயங்குந போலவும் இயற்றுந போலவும்
அஃறிணை மருங்கினும் அறையப் படுமே

என்பது நூற்பா. அய்யப்ப பணிக்கரின் 'குதிரை நடனம்' கவிதையை ஜெயமோகன் தமிழில் மொழிபெயர்த்திருக்கிறார். அக்கவிதையில் குதிரைகள் பேசுகின்றன. அவை அலங்கரித்துக் கொள்கின்றன. நடனமாடுகின்றன. இவற்றுக்கு நம் மரபு அனுமதிக்கிறது. பணிக்கர் எடுத்தாளும் தொல்காப்பியத்தில் 'இறைச்சி' என்பது ஓர் இலக்கிய உத்தியாகக் குறிப்பிடப்பட்டுள்ளது. இறைச்சி என்பது 'குறிப்புப் பொருள்' ஆகும். அதாவது ஒரு கவிதை வெளிப்படுத்தும் நேர்பொருள் ஒன்றாக இருக்கலாம். அதனுள் மறைந்திருக்கும் குறிப்புப் பொருள் வேறொன்றாக இருக்கலாம். அக்குறிப்புப் பொருளைக் கண்டறிவது இலக்கிய நுட்பத்தை ஆராய்ந்து அறிவதாகும்.

சுகுமாரனின் தொடக்க காலக் கவிதைகளுள் ஒன்று 'வளர்ப்பு மிருகம்.' இக்கவிதையில் வரும் வளர்ப்பு மிருகத்தை நாய் எனக் கொள்ளலாம். 'என் கால்களை முகர்ந்தது அது' போன்ற சிறுகுறிப்புகள் மூலம் அதை உணரலாம். பசியில் துடித்த அம்மிருகத்திற்கு இரங்கிய கவிதைசொல்லி அதற்கு உதவுகிறார். அதன்பின் அவரை நீங்காமல் தொடர்ந்து வருகிறது நாய். பற்கள் நீண்டு, நகங்கள் வளர்ந்து அது எப்படி அசுர வளர்ச்சி கொள்கிறது என விவரிக்கிறது கவிதை. அதற்குப் பயந்து நண்பர்கள் விலகுகிறார்கள்; குழந்தைகள் ஒளிந்துகொள்கிறார்கள். சங்கிலியால் கட்டி வைத்தும் உலாவப் போகையில் கூட இழுத்துச் சென்றும் அதைப் பராமரிக்கிறார். ஒருகட்டத்தில் அது அவரை இழுத்துச் செல்கிறது. அதனிடமிருந்து விடுபடத் தவிப்பதே விதியாகிறது. ஒருநாள் அது காணாமல் போகிறது. ஆனாலும் நிம்மதியாக இருக்க முடியவில்லை. அது எங்கோ இருக்கக் கூடும் என்னும் பயம் நிரந்தரமாகிறது.

இக்கவிதையில் நேர்பொருள் இப்போது சொன்னதுதான். ஒரு வளர்ப்பு நாய் எவ்விதம் புறத்தையும் அகத்தையும்

ஆக்கிரமித்துக்கொள்கிறது என நேரே வாசிக்கலாம். அதன் தொல்லைகள் பற்றிப் புலம்பும் கவிதையாக இதைக் கொள்வதில் எந்தப் பிரச்சினையும் இல்லை. ஆனால் அதைத் தாண்டிய நுட்பம் ஒன்று இக்கவிதைக்குள் இருக்கிறது. நாயின் பசியைப் போக்கக் கவிதைசொல்லி 'சில சொற்களை எறிந்தேன்' என்கிறார். 'நம்பிக்கைகளைக் கோர்த்துச் சங்கிலியாக்கிக் கட்டி வைத்தேன்' என்கிறார். இத்தகைய குறிப்புகளைத் தொடர்ந்து சென்றால் இது வளர்ப்பு மிருகத்தைத் தாண்டி வேறெதையோ பேசுகிறது எனப் புரிகிறது. இந்த வளர்ப்பு மிருகம் வெளியே பருண்மையாக இருக்கும் ஒன்றல்ல என்பதும் அது தனக்குள்ளேயே இருக்கக் கூடியது என்பதும் புலனாகிறது. என்ன அது? நண்பர்களையும் குழந்தைகளையும் விரட்டும் அது ஈகோ என்னும் தன்முனைப்பு என்பதைக் கவிதைச் சொற்கள் உணர்த்துகின்றன. தன்முனைப்பு ஒரு வளர்ப்பு மிருகமாக, நாயாகப் பருப்பொருளாகக் கவிதையில் வெளிப்படுகிறது. நேர்பொருளைக் கடந்து கவிதைக்குள் இருக்கும் இறைச்சிப் பொருள் இது. சங்கக் கவிதைகளில் இப்படி இறைச்சிப் பொருளைக் காணலாம்.

சரி, இப்போது 'குதிரை நடனம்' கவிதைக்கு மறுபடியும் வருவோம். அக்கவிதையின் நேர்பொருள் என்ன? நான்கு குதிரைகள் அலங்கரித்துக்கொண்டு வருகின்றன. அவை நான்குமே குதிரைதான் என்றாலும் ஒரே உடலியல்பு கொண்டவை அல்ல. ஒன்றுக்கு நான்கு கால். ஒன்றுக்கு மூன்று கால். ஒன்றுக்கு இரண்டு கால். இன்னொன்றுக்கோ ஒற்றைக் கால். அந்த ஒற்றைக்கால் குதிரைதான் அனைத்தையும் வழிநடத்துகிறது. அது சொல்கிறது: 'நாம் ஒற்றைக்கால் நடனம் ஆடுவோமாக.' நடனம் தொடங்குகிறது. மற்ற குதிரைகள் துவண்டு விழுகின்றன. ஒற்றைக்கால் குதிரை மட்டும் ஆடிக்கொண்டே இருக்கிறது.

இக்கவிதையின் நேர்பொருள் என்ன? இதில் நேர்பொருள் என்று ஒன்று இருக்கிறதா? இறைச்சிக் கோட்பாட்டின்படி ஒரு கவிதைக்கு நேர்பொருள் ஒன்று உண்டு. அதன்பின் மறைபொருள் அல்லது குறிப்புப்பொருள் ஒன்றிருக்கக்கூடும். சங்கக் கவிதைகளில் பலவற்றுக்கு நேர்பொருளை விவரித்துவிட்டுப் பின் 'இது இறைச்சிப் பொருள்' என உரையாசிரியர்கள் பொருள் தருவதைக் காண முடியும். ஆனால் நவீன கவிதையில் நேர்பொருள் இருக்க வேண்டியதில்லை. குறிப்புப் பொருள் மட்டுமே இருக்கலாம். 'குதிரை நடனம்' அப்படியான கவிதைதான். இதில் நேர்பொருள் என்று எடுத்தால் அது அபத்தமானதாக அல்லவா இருக்கிறது? அப்படியானால் இதன் இறைச்சிப் பொருள் என்ன?

நான்கு வகைக் குதிரைகளில் பலவீனமானது எனக் கருதத்தக்க ஒற்றைக் கால் குதிரைதான் எல்லாரையும் வழி நடத்துகிறது.

அக்குதிரையை விட மேம்பட்ட உருவத்தைக் கொண்ட பிற குதிரைகளுக்குச் சுய அறிவு கிடையாது. அல்லது ஒற்றைக்கால் குதிரை நம்மை என்ன செய்துவிட முடியும் என்னும் அதீத நம்பிக்கை கொண்டவையாகவும் இருக்க கூடும். ஒற்றைக்கால் நடனம் ஆட அவை ஒத்துக்கொள்கின்றன. ஆனால் நடப்பதோ வேறு. ஒற்றைக்காலில் பயிற்சி பெற்ற குதிரையோடு கூடுதல் கால்கள் இருப்பினும் பயிற்சியற்ற குதிரைகள் போட்டியிட முடியுமா? கூடுதல் கால்கள் இங்கு சுமையாகிவிடுகின்றன. இதை நான் சமூகநீதி என்னும் இட ஒதுக்கீட்டு விசயத்திற்குப் பொருத்திப் பார்க்கிறேன். நான்கு கால்களையும் கொண்டிருந் தாலும் ஒற்றைக்கால் குதிரைகளோடு போட்டியிடுவதுதானே நம் முன் இருக்கும் சவால். இன்றைக்கும் ஒற்றைக்கால் குதிரைகள் 'நாலு கால் இருந்தால் சவாரிக்குப் போ, மூன்று கால் இருந்தால் பொதி சுமக்கப் போ, இரண்டு கால் இருந்தால் காவல் காத்துக்கொண்டு கிட, ஒற்றைக்கால் இருந்தால் மட்டும் நடனத்திற்கு வா' என்றல்லவா சொல்லிக்கொண்டிருக்கின்றன. எத்தனை நுட்பமாகவெல்லாம் இந்தக் குரலை இன்றைக்கும் எதிர்கொள்ள நேர்கிறது?

இன்னும் வேறு வகையிலும் இதற்கு இறைச்சிப் பொருள் சொல்லலாம். ஒன்றுக்கு மேற்பட்ட இறைச்சிப் பொருள் கூறுவதை மரபு ஏற்கிறது. ஆனால் நேர்பொருள் என்று ஒன்றில்லாமல் இறைச்சிப் பொருள் மட்டும் இருப்பதைப் பற்றி ஏதும் பேசவில்லை. நேர்பொருள் இல்லாமல் இறைச்சிப் பொருள் மட்டும் ஒரு கவிதையில் இருக்கலாம் என இந்தக் கோட்பாட்டை இன்றைக்கு நாம் விரிவாக்கலாம். 'குதிரை நடனம்' குதிரை நடனத்தைப் பேசவில்லை. வேறொரு குறிப்புப்பொருளைப் பேசுகிறது.

எதிர்ப்பையே தன் ஆதாரமாகக் கொண்டிருக்கும் எழுத்து இக்காலத்தில் எப்படி வடிவம் கொள்ளும்? இனி நாம் படைக்கும் இலக்கியம் நேர்பொருளை மட்டும் கொண்டதாக அமைந்துவிடக் கூடாது; நேர்பொருளும் குறிப்புப்பொருளும் கொண்டதாகவும் அமையக் கூடாது. நேர்பொருள் அற்றதாக, குறிப்புப் பொருளாகிய இறைச்சிப் பொருளை மட்டுமே கொண்டதாகக் 'குதிரை நடனம்' போல அமைவதுதான் நல்லது. நன்றி.

●

(ஏப்ரல், 2017இல் கேரளம், திருவனந்தபுரத்தில் நடைபெற்ற அய்யப்ப பணிக்கர் கவிதைத் திருவிழாவில் பங்கேற்று ஆற்றிய உரை. இதை மலையாளத்தில் மொழிபெயர்த்தவர்: சுகுமாரன்)

காலச்சுவடு, ஜூன் 2017

3

சாதியச் சமூகத்தில் கருத்துரிமை

கருத்துரிமை தொடர்பான விவாதத்தை இன்று பல கோணங்களில் அணுக வேண்டியுள்ளது. தமிழகத்தை அல்லது இந்தியாவைப் பொருத்த வரையில் கருத்துரிமை எதிர்ப்புக்கும் சாதியப் பார்வைக்கும் உள்ள பிணைப்பு என்பது முக்கிய மான கோணம். அந்நோக்கில் பார்க்கும் சிறுமுயற்சி இது.

சாதியச் சமூகத்தில் தான் X பிறர் என்னும் கட்டமைப்புமிகப்பலமாகஏற்கனவேநிலைப்படுத்தப் பட்டுள்ளது. தான் என்பது தன்னையும் தன் சாதியினரையும் குறிக்கும். பிறர் என்பது மற்ற சாதியினரைக் குறிக்கும். தான் என்பது உயர்வு, பிறர் எப்போதும் தனக்குத் தாழ்வு என்னும் மனப்போக்கு இங்கு இயல்பானது. இந்த மனப்போக்கே தனக்கு மேலே உயர்வு என்று இன்னொரு பிரிவை ஒத்துக்கொள்ளவும் காரணமாகிறது. அன்றாட வழக்கில் இந்தப் பிரிப்பைச் சாதாரணமாக எதிர்கொள்ள நேர்கிறது.

சாதாரண உரையாடலில் 'நாங்கெல்லாம்' என்று ஒருவர் தொடங்கினால் தம் சாதியினரை உளப்படுத்திப் பேசுகிறார் என்று அர்த்தம். 'எங்களுதுல இப்படித்தான் வழக்கம்' என்றால் தம் சாதி வழக்கத்தைச் சுட்டுகிறார் என்று பொருள். 'நீங்க என்ன ஆளு?' என்னும் கேள்வியை எழுப்பிச் சாதியைத் தெரிந்துகொள்வதும் உண்டு. கிராமம் முதல் நகரம் வரை எங்கிருப்பினும் ஒற்றைச் சொல்லால் தம்மை வேறுபடுத்திக் காட்டிப்

பிறரை அந்நியமாக்கிவிட இயலும். தான் X பிறர் என்னும் இந்தப் பிரிப்பு கருத்துரிமை எதிர்ப்பு, சகிப்பின்மை ஆகியவற்றில் வெளிப்படையாகவும் நுட்பமாகவும் செயல்படுகின்றது.

ஒரு சாதியினர் இன்னொரு சாதியினரின் இயல்புகளைச் சகித்துக் கொள்வதில்லை. பிற சாதியினரின் சடங்குகள், பழக்க வழக்கங்கள் ஆகியவற்றைப் பற்றிய கேலிகள் சாதாரணம். என் திருமணத்தின்போது எங்கள் உறவினர் சிலரிடம் இருந்து வந்த முக்கியமான கேள்வி, 'நம்ம சாப்பாட்டு முறை வேற, அவுங்க சாப்பாட்டு முறை வேற. எப்படி ஒத்துப் போகும்?' என்பதுதான். 'நாம் X அவர்கள்' என்னும் சொற்களை இங்கு கவனிக்க வேண்டும். தமிழகத்தில் சாதி சார்ந்தும் வட்டாரம் சார்ந்தும் உணவுப் பழக்கங்களில் சிற்சில வேறுபாடுகள் இருக்கின்றன. அடிப்படை உணவாகிய சோறு, குழம்பு, ரசம் உள்ளிட்டவற்றில் பெரிய வேறுபாடு இல்லை. இன்று புரோட்டாவுக்குப் பழகாத தமிழர்களே இல்லை. அப்படிப் பொது உணவுகள் ஏராளம் வந்துவிட்டன. எனினும் பிற சாதியினரின் உணவுப் பழக்கத்தின்மீது அப்படி ஒரு ஒவ்வாமை. அதே போல உண்ணும் முறையைப் பற்றி ஏளனம் செய்வதுமுண்டு.

தமிழில் வட்டார மொழி வேறுபாடுகள் உள்ளன. ஆனால் ஒரே வட்டாரத்தில் வாழும் வெவ்வேறு சாதியினர் பயன்படுத்தும் மொழி வேறுபாடு கேலிக்குரியதாகிறது. பொதுவாக ஆதிக்க சாதியினர் திருத்தமான மொழியில் பேசுவதாகவும் ஒடுக்கப்பட்ட சாதியினர் கொச்சை மொழியில் பேசுவதாகவும் பொதுமனச் சித்திரிப்பு உண்டு. சமஸ்கிருத நாடகங்களில் இந்த வேறுபாடு காட்டப்பட்டுள்ளது. அதன் தொடர்ச்சியைப் பல தளங்களிலும் பார்க்க முடியும். நாட்டார் கலையாகிய தெருக்கூத்திலும் கட்டியங்காரன், கோமாளி, வேலைக்காரர், சேடியர் ஆகியோர் பேசும் மொழிக்கும் மையப் பாத்திரங்கள் பேசும் மொழிக்கும் பெரும் வேறுபாடு இருக்கிறது.

தொடக்க காலத் திரைப்படங்களில் நாயகப் பாத்திரங்கள் எழுத்து மொழியிலும் நகைச்சுவைப் பாத்திரங்கள் பேச்சு மொழியிலும் உரையாடுவதைக் காணலாம். அது இன்றைக்கு வரைக்கும் நுட்பமாகத் தொடர்ந்து வருகிறது. இன்றைய திரைப்படங்களிலும் நகைச்சுவைப் பாத்திரங்களின் மொழி வேறுதான். எல்லாப் பாத்திரங்களும் பேச்சு மொழியில் உரையாடினாலும் நகைச்சுவைப் பாத்திரங்கள் பயன்படுத்தும் சொற்கள் தனித்தவையாக இருக்கின்றன. ஒருவகையில் நாயகப் பாத்திரங்களுக்கு ஆதிக்க சாதி அடையாளமும் நகைச்சுவைப் பாத்திரங்களுக்கு ஒடுக்கப்பட்ட சாதி அடையாளமும் எளிதாகக்

கிடைத்துவிடுகின்றன. சாதிப் பெருமை பேசும் படங்களில் இந்த அடையாளம் வெளிப்படையாகவே இருப்பதைப் பார்க்கலாம்.

இப்படிப் பல தளங்களிலும் தான் X பிறர் என்னும் பிரிப்பு செயல்படுகிறது. தானும் பிறரும் சமமல்ல என்பது வெளிப்படை. சக மனிதனைச் சமம் எனக் கருதாத சாதிய மனம் பிறர் கருத்துக்களுக்கு உரிய இடத்தை எவ்விதம் வழங்கும்?

ஆதிக்க சாதியைச் சேர்ந்த ஒருவரிடம் ஒடுக்கப்பட்ட சாதியைச் சேர்ந்தவர் பேசுதல் என்பது சக மனிதர்களுக்கு இடையே நடக்கும் உரையாடலாக இருப்பதில்லை. அப்போதைய உடல்மொழி கவனத்திற்குரியது. பள்ளி வகுப்பறையில் பிள்ளைகள் சத்தத்தைத் தவிர்க்க ஆசிரியர்கள் கடைபிடிக்கும் முறைகளுள் ஒன்று, கை கட்டி வாய் மேல் விரல் வைத்தல். சத்தமாக இருக்கும் வகுப்பறைக்குள் நுழையும் ஆசிரியர் கோபத்தோடு சொல்வார், 'எல்லாரும் மொதல்ல கை கட்டி வாய் மேல வெரல வைங்க.' உடனே பிள்ளைகள் ஒரு கையை வயிற்றில் கட்டிக்கொண்டு இன்னொரு கையை வயிற்றிலிருந்து வாய்க்குக் கொண்டுபோய் பிற விரல்களை மடக்கியபடி ஆட்காட்டி விரலை உதடுகளின் மேல் வைத்துக் கொள்வர். இது தண்டனை அல்ல. வகுப்பில் ஒழுங்கை நிலைநாட்டக் கடைபிடிக்கும் முறை.

இது எங்கிருந்து எடுக்கப்பட்டது? ஆதிக்க சாதியார் ஒருவருக்கும் ஒடுக்கப்பட்ட சாதியார் ஒருவருக்கும் இடையே நடக்கும் உரையாடலில் ஒடுக்கப்பட்ட சாதியாரின் உடல்மொழியிலிருந்து எடுக்கப்பட்டது. கூனிய உடலுடன் ஒற்றைக் கையை வயிற்றில் கட்டி இன்னொரு கையால் வாயை மறைத்துக்கொண்டு பேசுவர். ஒடுக்கப்பட்ட சாதியாரின் எச்சில் தெறித்தால் தீட்டு என்பது நடைமுறை. அவ்வாறு கையால் வாயை மறைத்துக்கொண்டு பேசும்போது குரல் உயர்வதற்கு வாய்ப்பு இல்லை. அடங்கிய குரல் மட்டுமே ஒலிக்கும்.

உடல்மொழி மட்டுமல்ல, உரையாடல் மொழியிலும் மேல் கீழ் என்னும் சமமின்மையைக் காணலாம். உரையாடலில் பங்கேற்கும் ஆதிக்க சாதியார் தம் எதிரில் இருப்பவரை விளிக்கும்போது 'டா' என மரியாதையின்றி அழைக்கலாம். தம்மைவிட வயதில் எத்தனை மூத்தவராக இருப்பினும் 'டா' என்றும் பெயரைச் சொல்லியும் அழைப்பது இன்றைக்கும் இருக்கும் வழக்கம். ஒடுக்கப்பட்ட சாதியினர் 'சாமி', 'ஐயா' முதலிய மரியாதைச் சொற்களையே பயன்படுத்த வேண்டும். மேல் கீழ் என்னும் படிநிலையில் இருக்கும் இருவரின் உரையாடலில் மேலிருப்பவரின் மொழி அதிகார மொழியாக இருக்கும்.

குறிப்பாகச் சொன்னால் ஆணை மொழி, அறிவுறுத்தல் மொழி, விசாரணை மொழி என அதைக் காட்டலாம். தான் கொடுக்கும் வேலையைத் தெரிவிப்பது ஆணை மொழி. தான் கொடுத்த வேலையை எப்படிச் செய்ய வேண்டும், எப்படி நடந்துகொள்ள வேண்டும் எனத் தெரிவித்தல் அறிவுறுத்தும் மொழி. வேலையின் நிறைவேற்ற நிலையை அறிவது விசாரணை மொழி. இவை ஒடுக்கப்பட்ட சாதியாரின் அன்றாட வாழ்விலும் தனிப்பட்ட வாழ்விலும் தலையிடும்போதும் வெளிப்படுபவை ஆகும்.

மாறாக ஒடுக்கப்பட்ட சாதியார் ஏற்கும் மொழி, ஆமோதிக்கும் மொழி, பணியும் மொழி ஆகியவற்றைப் பயன்படுத்துவர். ஆணையை ஏற்பதற்கான 'சரிங்க', 'ஆகட்டும்' என்னும் சொற்களைக் கொண்டது ஏற்கும் மொழி. சொல்வதை அப்படியே ஒத்துக்கொண்டு 'ஆமாம்' என்பது ஆமோதிக்கும் மொழி. இன்றும் ஒருவர் சொல்வதை அப்படியே எதிரில் இருப்பவர் ஏற்றுக்கொண்டு ஆமோதிப்பதை 'ஆமாம் சாமி போடுதல்' என்று கேலி செய்வதுண்டு. இவ்வழக்கு மேல் கீழ் என்னும் சாதிப் படிநிலை உரையாடலில் இருந்து வந்த மரபுத்தொடர் ஆகும். ஆதிக்க சாதியைச் சேர்ந்தவர் எத்தனை தவறாக, அபத்தமாகப் பேசினாலும் அதைச் சுட்டிக் காட்டாமல் சொல்வதை எல்லாம் ஆமோதிக்கும் வார்த்தை 'ஆமாஞ் சாமி' என்பதாகும். ஆதிக்க சாதிக்காரர் இடும் ஆணைகளுக்கு அல்லது அதிகாரப் பிரயோகங்களுக்கு உடனடியாகப் பணிவது இன்னொரு வகை மொழி. 'செஞ்சர்றங்க சாமி' முதலிய சொற்கள் இத்தகையவை.

இத்தகைய பிரிப்பு இருக்கும் நிலையில் உரையாடலில் சமத்தன்மை என்பதே இருப்பதில்லை. ஒருவர் சொல்பவராகவும் இன்னொருவர் கேட்டுக் கொள்பவராகவும் பங்கு வகிக்கின்றனர். ஏதாவது சந்தர்ப்பத்தில் சொல்பவரின் கருத்தில் தனக்குள்ள ஏற்பின்மையைக் கேட்பவர் தெரிவித்துவிட்டால் அது மிகப் பெரிய விஷயமாகக் கருதப்படுகிறது. அதற்கு 'எதிர்த்துப் பேசுதல்' என்று பெயர். 'என்னயவே எதுத்துப் பேசறான்' என்பதும் இங்கு சாதாரண வழக்கு. 'என்னயவே' என்பதில் வரும் 'ஏகாரம்' ஆதிக்க சாதியாகிய 'என்னை' என்னும் குறிப்பைக் கொண்டதாகும்.

ஒரு கருத்துக்கு மாற்றுக் கருத்தை முன்வைப்பது என்பது எதிர்த்துப் பேசுதலாக அர்த்தப்படுகிறது. அவ்வாறு மாற்றுக் கருத்தை முன்வைத்து 'எதிர்த்துப் பேசியவருக்கு' அடி உதை எல்லாம் சாதாரணம். கருத்து வெளிப்பாடு என்பதே எதிர்த்துப் பேசுதலாகக் கட்டமைக்கப்படும் இடத்தில் கருத்துச் சமநிலை எங்கிருந்து வரும்? டீக்கடை உரையாடலைக் கவனித்துப்

பார்த்தாலும்கூட அதில் நிலவும் சமநிலையின்மையை உணர முடியும். சாதாரணமாகத் தொடங்கும் உரையாடல் திடுமெனக் காரசாரமாக மாறிவிடும். அதற்குக் காரணம் ஒருவரின் கருத்தை இன்னொருவர் மறுத்துப் பேசுவதுதான். அது உடனே எதிர்த்துப் பேசுவதாக மாறிக் கருத்தை விடவும் பேசுபவர்கள் யார், என்ன என்னும் கேள்வியை நோக்கிப் போய்விடும்.

அதே போல 'சொல் பேச்சுக் கேட்டல்' என்பதும் மக்கள் வழக்கு. குழந்தைகளைப் பற்றிப் பெற்றோர் சொல்லும் குற்றச்சாட்டுக்களில் முதன்மையானது 'சொல் பேச்சுக்' கேட்பதில்லை என்பதுதான். பள்ளிகளில் ஆசிரியர்கள் சொல்லும் புகார்களில் முதன்மையானதும் இதுதான். 'இந்தப் பிள்ளைங்க சொல்பேச்சுக் கேக்கவே மாட்டீங்குதுங்க' என்று சொல்லாத ஆசிரியர் கிடையாது. இந்த வழக்கும் சாதியம் படிந்ததுதான். மேலிருப்பவர் சொல்வதை எந்த ஆட்சேபனையும் இல்லாமல் எந்தக் கேள்வியும் இல்லாமல் அப்படியே கேட்டு நடப்பதற்குப் பெயர் 'சொல்பேச்சுக் கேட்டு நடத்தல்.' சிறு ஆட்சேபனையைத் தெரிவித்துவிட்டாலும் 'சொல்பேச்சு கேட்பதில்லை' என்னும் புகாராக மாறிவிடும்.

சாதியம் சமநிலைக்கு எதிரானது என்பதற்கு இத்தகைய சான்றுகள் பலவுண்டு. எங்கள் பகுதிப் பழமொழி இது: 'பண்ணயக்காரன் குசுவுட்டா அரகரா அரகரா, ஆளுக்காரன் குசுவுட்டா அடிடா புடிடா.' இருவரும் செய்யும் செயல் ஒன்றுதான். ஆனால் ஒருவர் செய்யும்போது அது புனிதமாகிறது. அதையே இன்னொருவர் செய்யும்போது குற்றமாகிறது. காரணம் சாதிய ஏற்றத்தாழ்வு தான்.

தனக்கெனக் கருத்து ஏதும் இருக்கக் கூடாது, அப்படிக் கருத்து இருந்தாலும் அதை ஒளித்து வைத்துக்கொள்ள வேண்டும், மேலிருந்து சொல்லப்படும் கருத்தை அப்படியே ஏற்று நடக்கப் பழக வேண்டும். இதுதான் சாதிய சமூகத்தின் நடைமுறை. இந்த நடைமுறை நம் சமூகத்தின் அதிகாரப் படிநிலைகள் உட்பட எல்லாத் தளத்திலும் பிரதிபலித்துக் கொண்டிருக்கின்றது.

இந்நிலையில் நம் சமூகத்தைப் பொருத்த வரையில் கருத்துரிமை, பேச்சுரிமை என்பனவெல்லாம் நவீனக் கருத்தாக்கம்தான். இக்கருத்தாக்கம் இன்னும் சாதிய சமூகத்தின் மனநிலைக்குள் புகுந்து செல்வாக்குச் செலுத்தும் அளவுக்கு வலுப் பெறவில்லை. அதற்கு இரண்டு காரணங்கள். முதற்காரணம் போதுமான கல்வியறிவின்மை. கையொப்பம் போடத் தெரிந்தவர்களை எல்லாம் கல்வியறிவு பெற்றவர்களாகக் கணக்கில் கொண்டு வந்திருக்கிறோம். தொடக்கக் கல்வியோடு

நின்றுவிட்டவர்கள், நடுநிலைக் கல்வியோடு நின்றவர்கள் என இடைநிற்றலின் விழுக்காடு மிகுதி. இன்றைக்கும் கல்வியை அத்தியாவசியமானதாகக் கருதாத மனநிலையில் பெரும்பாலான மக்கள் வாழ்கின்றனர்.

இரண்டாவது காரணம், நமக்குக் கிடைத்திருக்கும் கல்வியறிவின் தரம். பொதுவாக எழுத்தறிவே கல்வியறிவு எனக் கருதப்படுகிறது. கற்றவர் எனினும் அவர் சாதியப் படிநிலையை மீறி ஏதும் பேசிவிட்டால் 'படிச்ச திமிர்' என்னும் வசைக்கு ஆளாகிறார். மேலும் நம் கல்வி முறையில் சாதி குறித்த புரிதலை ஏற்படுத்தும் வகையிலான கல்வி எந்தக் கட்டத்திலும் வழங்கப் படுவதில்லை. சாதிய மனநிலையில் சிறு தாக்கத்தையும் ஏற்படுத்திக் கொள்ளாமலே உயர்கல்வி வரைக்கும் கற்க முடியும். உயர் பதவியில் அமர்ந்து அதே சாதிய மனநிலையோடு தம் பணியை ஆற்ற முடியும். மருத்துவர், பொறியாளர், ஆட்சியர் என எத்தகைய பணியாக இருப்பினும் அவர்கள் சாதியைக் கடக்க சிறு முயற்சியும் செய்ய வேண்டியதில்லை. வேண்டுமானால் தம் சாதியப் பற்றைக் கொஞ்சம் மறைத்து வைத்துக்கொள்ளலாம். வெளிப்படுத்தாமல் இருக்கலாம். வெளிப்படையாகக் காட்டினாலும் ஏதும் பிரச்சினையில்லை.

படித்தவர்கள் எல்லாம் கற்றவர்கள் அல்ல. படிப்பு, கல்வி ஆகியவற்றுக்கான தெளிவான வேறுபாடு கொண்டது நம் கல்விமுறை. இங்கு கல்வி என்பதன் பொருள் படிப்புத்தான். இந்நிலையில் எத்தனை உயர்கல்வி கற்றவராக இருப்பினும் எம்மாநிலத்தில் சென்று வாழினும் வெளிநாடு சென்று பணிபுரியினும் தம் சாதிய அடையாளத்தை, சாதியப் பற்றை விடுவதில்லை. விட வேண்டிய அவசியமும் இல்லை. சாதியம் பற்றிப் புரிதலற்று அந்த மனநிலையில் உடைவு ஏதுமின்றி வாழும் ஒரு சமூகத்தில் 'கருத்துரிமை' என்னும் நவீனக் கருத்தாக்கம் பற்றிய புரிதலை எவ்வாறு எதிர்பார்க்க முடியும்? அதன் நுட்பங்களை எவ்விதம் விவாதிக்க இயலும்?

●

(28–04–17 பெங்களூர் 'பெண்' அமைப்பு நிகழ்வில் ஆற்றிய உரை.)

***காலச்சுவடு*, ஆகஸ்ட் 2017.**

4

எழுத்துச் சுதந்திரம்;
வாசகச் சுதந்திரம்

The choice to read is always with the reader. If you do not like a book, throw it away. There is no compulsion to a book. Literary tastes may vary – what is right and acceptable to one may not be so it others. Yet, the right to write unhindered.

— *Madras High court judgement,* 05-07-2016

இன்று எழுத்து அல்லது எழுத்தாளரின் சுதந்திரம் பெரும் வாசகத் திரளின் கையிலிருக்கிறது. அதாவது எழுத்துச் சுதந்திரம் என்பது வாசகச் சுதந்திரத்தைச் சார்ந்திருக்கிறது. எழுத்துக்கு எதிர்வினை புரியும் எவரும் வாசகரே. எந்த நோக்கத்தோடு வாசிப்பவராக இருப்பினும் பரந்த பார்வையில் அனைவரையும் வாசகர் என்பதற்குள் அடக்கலாம்.

எல்லாக் காலத்திலும் எழுத்துக்கு எதிர்ப்பும் அடக்குமுறையும் இருந்திருக்கின்றன. அரசு அடக்கு முறை, நிறுவன அடக்குமுறை, சமூக அடக்குமுறை எனப் பலவகை. ஒவ்வொன்றைப் பற்றியும் காலம் சார்ந்தும் சூழல் சார்ந்தும் பேசலாம். பெரும் வாசகத் திரளும் ஜனநாயக அரசியலும் இணைந்துள்ள இக்காலத்தில், குறிப்பாக எழுத்துக்கு வன்முறை சார்ந்த எதிர்வினைகள் நிகழும் இன்றைய சூழலில் பல கோணங்களில் எழுத்துச் சுதந்திரம் பற்றிப் பேச

வேண்டியுள்ளது. அதில் முக்கியமானது வாசகச் சுதந்திரத்திற்கும் எழுத்துச் சுதந்திரத்திற்கும் உள்ள தொடர்பு.

இலக்கியத்தின் அடிப்படையைப் பற்றிய மிக எளிமையான ஒரு வரையறை, அது தம் காலத்து வாழ்க்கையின் மீது விமர்சனங்களை முன்வைக்கும் என்பதாகும். இலக்கியம் வாழ்வியல் விழுமியங்களைக் கேள்வி கேட்கும். அவற்றின் போதாமையை வெளிப்படுத்தும். காலத்திற்கொவ்வாத அதன் பழமையை எடுத்துக் காட்டும். விழுமியங்கள் எப்போதும் மீறப்பட்டுக் கொண்டே இருப்பதை இலக்கியம்தான் பொருட்படுத்துகிறது. ஆகவே விதிகளைப் புறக்கணிக்கும் விதிவிலக்குகள் மீது இலக்கியம் பெரிதும் அக்கறை காட்டுகிறது.

அவ்வகையில் 'நமக்குத் தெரிந்த வாழ்க்கைதானே' என்னும் கர்வத்திற்கு அடி கொடுத்து அதன் தெரியாத பகுதிகளை முன்னால் கொண்டு வந்து காட்டுகிறது. தெரிந்த வாழ்க்கையின் மீது புதிய ஒளியைப் பாய்ச்சுகிறது. நமக்குத் தெரியாதவை ஏராளம் என்னும் உணர்வைத் தருகிறது. நமக்குக் கிடைக்கும் வாழ்க்கைத் தரவுகள் முழுமையானவை அல்ல என்னும் உணர்வை ஊட்டுகிறது. புதிய புதிய வாழ்க்கைச் சூழல்களை முன்னிறுத்திச் சிந்தனையையும் பார்வையையும் விரிவாக்குகிறது. தம் சூழலுக்குள் குறுகி உழன்று கிடக்கும் வாழ்க்கையைப் பற்றிய வேறொரு பார்வையை வழங்குகிறது. பல்வேறு கேள்விகளை எழுப்பிச் சிந்தனையைத் தூண்டி வாழ்க்கை பற்றிய பரிசீலனையைக் கோருகிறது இலக்கியம்.

இலக்கியத்தின் இந்த இயல்பை உணரும் வாசகர் புதிய காற்றை நுகரும் வேட்கையுடன் இலக்கியத்தை அணுகுவர். அல்லது தொடர் இலக்கிய வாசிப்பு இவ்வேட்கையை வழங்கும். இலக்கிய வாசிப்பால் வாசகர் பெறும் அனுபவம் பல வகையில் அமையலாம். புதிய காற்று தென்றலாக வந்து தழுவிச் செல்லவும் கூடும். எதிர்பார்க்காத அளவில் புயல் வீசி எங்கோ தூக்கித் தள்ளவும் செய்யலாம். ஒன்றுமே நடக்காமல் சுவராக இறுகி நிற்கலாம். இத்தகைய அனுபவம் எதற்கும் வாசக மனம் தயாராக இருக்க வேண்டும்.

திறந்திருக்கும் வெளியாக வாசக மனம் இருந்தால் எத்தனையோ அனுபவம் சித்திக்கும். எல்லாவற்றையும் மூடிவிட்டுக் கதவைத் திறந்து வைத்திருந்தால் கூடப் போதும். அல்லது சின்ன ஜன்னலையாவது திறந்து வைத்திருக்க வேண்டும். சுற்றிலும் சுவர்கள் அடைத்து இருளடர்ந்த குகையாக மனம் இருந்தால் எந்த அனுபவமும் உள்ளே நுழைய வழி கிடைப்பதில்லை. புதியவற்றை வரவேற்கும் உற்சாக மனநிலையைப்

பெற்றிருந்தால் எவ்வளவோ பெறலாம். விருந்தினர் எப்போதும் புதுப்புது அனுபவங்களோடு வருவது இயல்புதானே. விருந்தினரோடு உரையாடுவது போலத்தான் இலக்கியத்தை அணுகுவதும். வரவேற்பு, உற்சாகம், அளவளாவல், பரிமாற்றம்.

இன்றைக்கு எழுதப்படும் வெகுஜன இலக்கியம் விழுமியங்களைக் கேள்வி கேட்காத வகையில் இருக்கின்றது. ஆனால் அதுவும்கூடக் குறைந்தபட்ச வாழ்க்கை மாற்றங்களை முன்வைத்துத்தான் பேசுகிறது. புற அளவிலான மாற்றங்களை அது கணக்கில் எடுத்துக் கொள்கிறது. ஆனால் பண்பாடு, நாகரிகம் ஆகியவற்றைப் பேணும் பாவனையில் பழைய விழுமியங்களைப் போற்றுகின்றது. ஆகவே தம்மைத் தொந்தரவு செய்யாத எழுத்தை வாசிக்க விரும்புவோருக்கு இது உகந்ததாக இருக்கின்றது. தாம் போற்றும் விழுமியங்களைக் காத்துத் தம் மனத்திற்கு உகந்த எழுத்தை வாசிக்க விரும்புவோர் இத்தகைய நூல்களோடு நின்றுவிடலாம்.

பெரும்பாலானோர் தம் வாழ்க்கைச் சூழல் கற்றுக் கொடுத்திருக்கும் விழுமியங்களே உயர்ந்தவை என்று நினைக்கின்றனர். தம் முன்னோர் உருவாக்கிக் கொடுத்தவையே சிறந்தவை என்பதற்குள் தம்மை முடக்கிக் கொள்கின்றனர். அவற்றைப் பாதுகாப்பதே தம் கடமை எனக் கருதுகின்றனர். அவற்றில் சிறு சலனம் ஏற்பட்டாலும் அதைத் தாங்கிக்கொள்ள இயலாத மனம் கொண்டவர்களாக இருக்கின்றனர். சலனத்தை எதிர்கொள்ள முடியாத இயலாமை அவர்களைப் பதற்றம் கொள்ள வைக்கிறது. அறச்சீற்றம் கொண்டவர்களைப் போலப் பாவனை செய்து கோபம் கொள்கிறார்கள். தாம் நம்பும் விழுமியங்களைக் காப்பாற்றக் கருத்து ரீதியான விவாத வலுவற்ற நிலையில் கையற்று நிற்கின்றனர். ஆனால் தம்மைப் போன்ற பலர் திரண்டு கும்பலாகும் வாய்ப்புக் கிடைக்கும் என்றால் அக்கும்பலில் ஒருவராகத் தம்மை வெளிப்படுத்திக் கொள்ளத் தயங்குவதில்லை.

இந்நிலையில் வாசகச் சுதந்திரம் பற்றியும் ஜனநாயக வழிமுறைகளில் அதை அவர்கள் வெளிப்படுத்த உள்ள வாய்ப்புகள் குறித்தும் விரிவாகவும் திரும்பத் திரும்பவும் பேச வேண்டியுள்ளது. ஏனென்றால் இன்று எழுத்தின் அல்லது எழுத்தாளரின் சுதந்திரம் என்பது பெரும் வாசகத் திரளின் கையிலிருக்கிறது.

வாசகருக்கு இருக்கும் சுதந்திரம் பல. ஒரு நூலை வாங்கலாம், வாங்காமல் இருக்கலாம். வாசிக்கலாம், வாசிக்காமல் இருக்க லாம். ஓரிரு பக்கத்தை வாசித்ததும் பிடிக்காமல் போகலாம்,

உடனே படிக்க வேண்டும் என்னும் உத்வேகமும் தோன்றலாம். பிடித்த நூலைப் பாதுகாப்பாக வைத்துக்கொள்ளலாம். மீண்டும் மீண்டும் வாசிக்கலாம். பிறருக்கு இரவல் கொடுத்துப் படிக்கச் செய்யலாம். ஞாபகமாக அவர்களை நச்சரித்துக் கேட்டுத் திரும்ப வாங்கிக் கொள்ளலாம். அந்நூலைப் பாராட்டிப் பேசலாம். திறனிருந்தால் அதைப் பற்றி எழுதலாம். அந்நூலுக்குப் பரிசோ விருதோ கிடைத்தால் மகிழலாம். தான் அந்நூலைப் படித்திருக்கிறேன் எனப் பீற்றிக் கொள்ளலாம். எழுத்தாளருக்கு வாசகர் கடிதம் எழுதலாம். இயன்ற வகையில் எல்லாம் கொண்டாடலாம்.

அதே போலவே நூல் பிடிக்கவில்லை என்றாலும் அதை வெளிப்படுத்தப் பல்வேறு வழிகள் இருக்கின்றன. நூல் பிடிக்கவில்லை என்றால் மூடி வைத்துவிடலாம்; தூக்கி வீசலாம். என் மகள் குழந்தையாக இருந்தபோது புத்தகங்களைக் கிழிப்பதில் அவளுக்குப் பெரும் ஆர்வம். அவளிடமிருந்து நூல்களைக் காப்பாற்றுவது கடினம். அப்போது ஒரு உத்தியைக் கையாண்டோம். எங்களுக்குப் பிடிக்காத புத்தகங்கள் சிலவற்றை அவளுக்கென்று ஒதுக்கி வைத்துவிட்டோம். அவற்றைப் 'பாப்பா புத்தகம்' என்றழைப்போம். அவள் வேண்டும் போதெல்லாம் அந்நூல்களை அவளிடம் கொடுத்து விடுவோம். அவளும் அழகாகக் கிழிப்பாள். பிடிக்காத புத்தகங் களுக்கு இப்படியும் பயன்பாடுண்டு.

பிடிக்காத புத்தகங்களை நண்பர்களுக்கு இலவசமாகக் கொடுத்து அவர்கள் தலையில் கட்டிவிடலாம். அதன் மூலம் நல்ல பெயர் கிடைக்கும். எப்போதும் இலவசத்தை விரும்புபவர்கள் அல்லவா நாம்? அழகான காகிதத்தில் சுற்றி ஏதேனும் சுபநிகழ்வுக்கு அன்பளிப்பாகவும் வழங்கலாம். அன்பளிப்பாக வரும் நூல்களைப் பலர் பிரித்தே பார்ப்பதில்லை என்பது உண்மை. ஆனால் சுப நிகழ்வுக்கு வெறும் கையோடு போகக் கூடாதல்லவா?

பிடிக்காத புத்தகங்களைப் பழைய புத்தகக் கடையில் விற்றுவிடலாம். புத்தக விலையில் கால் பங்கு விலைக்கு வாங்கிக் கொள்ளும் கடைகள் உண்டு. எடைக்குப் போடுவதை விடவும் இது லாபம். பிடிக்காத நூலைப் பற்றியும் எழுத்தாளரைப் பற்றியும் காட்டமாகக் கருத்துத் தெரிவிக்கலாம். விவாதம் புரியலாம். மீம்ஸ் போடலாம். இந்த நூலை யாரும் படிக்க வேண்டாம் எனப் பிரச்சாரம் செய்யலாம். இன்றைக்கு சமூக ஊடகங்களில் தம் கருத்தை வெளியிட எத்தனையோ வழிகள் இருக்கின்றன. அவற்றை முழுமையாகப் பயன்படுத்தலாம். கொஞ்சம் முயன்றால்

விமர்சனப் போர்வையைப் போர்த்திக்கொண்டு 'இது இலக்கியமே அல்ல' என்று நிரூபிக்க முயலலாம். ஒவ்வோர் ஆண்டும் வெளிவரும் நூல்களில் 'மிகவும் மோசமாக எழுதப்பட்டது இது' எனத் தேர்ந்தெடுத்து விருது வழங்கும் முறையும் சில இடங்களில் இருக்கிறது.

இவையெல்லாம் பிடிக்காத எழுத்துக்கு வாசகர் வழங்கும் தண்டனைதான். இவற்றை விடவும் மேலான தண்டனை ஒன்று இருக்கிறது. எங்கேனும் இலக்கியக் கூட்டத்தில் ஓர் எழுத்தாளரைச் சந்தித்தால் 'உங்களுடைய இந்த நூலைப் படித்திருக்கிறேன்' என்று சொல்லி மேலே பேசாமல் நிறுத்திவிடுவது அது.

யோசித்துப் பார்த்தால் வாசகச் சுதந்திரத்தின் எல்லை அளவற்றது. இத்தகைய சுதந்திரத்தையும் ஜனநாயக வழிமுறை களையும் வாசகர்கள் தாராளமாகப் பயன்படுத்த வேண்டும். இப்படிப் பயன்படுத்தும்போது, எதை வேண்டுமானாலும் எழுதலாம், எப்படி வேண்டுமானாலும் எழுதலாம் என்னும் எழுத்துச் சுதந்திரம் பெரிதும் பாதுகாக்கப்படும்.

●

(*The Times of India* இதழில் 2017, நவம்பர் 12இல் வெளியான கட்டுரை. ஆங்கிலத்தில் மொழிபெயர்த்தவர்: Jackson Boaz)

5

ஜனநாயகத்தில் மாற்றுக் கருத்துக்கள்

அரசாட்சி, சர்வாதிகாரம், பாட்டாளி வர்க்க சர்வாதிகாரம் ஆகிய எல்லா வகை ஆட்சி முறைகளிலும் இல்லாத சிறப்பு, ஜனநாயகம் என்னும் மக்களாட்சி முறையில் இருக்கிறது. அது மாற்றுக் கருத்துக்கள் நிலவுவதற்கான உரிமை யாகும். ஜனநாயகத்தில் பெரும்பான்மைக் கருத்தை ஒட்டியே முடிவு எடுக்கப்படுகிறது. ஆட்சி அதிகாரத்தைத் தீர்மானிக்கும் வாக்களிப்பு முறை தொடங்கிஎல்லாநிலைகளிலும்பெரும்பான்மைதான் செயல் வடிவம் பெறுகிறது. பெரும்பான்மைக் கருத்தில் உடன்படாது, அதை மறுத்து, அதற்கு எதிராக வழங்குவதே மாற்றுக் கருத்தாகும். ஆனால் மாற்றுக் கருத்து என்பது தவறான கருத்தல்ல.

பெரும்பான்மையின் ஏற்பில்லாத காரணத் தால் மாற்றுக் கருத்து சிறுபான்மையாகிறது. அவ்வளவுதான். பெரும்பான்மையின் ஏற்பின்மை யால் மாற்றுக் கருத்து செயல் வடிவத்திற்குச் செல்வதில்லை. அதற்காக மாற்றுக் கருத்து முற்றாக அழிக்கப்படுவதில்லை. அதற்குரிய இடம் வழங்கிப் பாதுகாக்கப்படுகிறது. ஏனென்றால் மாற்றுக் கருத்து இன்னொரு சந்தர்ப்பத்தில் மையத்திற்கு வரலாம். அதாவது ஒரு சமயத்தில் மாற்றுக் கருத்தாக, சிறுபான்மையாக இருக்கும் ஒன்று இன்னொரு சந்தர்ப்பத்தில் பெரும்பான்மை அந்தஸ்தைப் பெறலாம்.

இந்த அடிப்படையில் ஜனநாயகத்தில் மாற்றுக் கருத்துக்களை வெளிப்படுத்த உரிமை

இருக்கிறது. அத்துடன் அவற்றைப் பதிவு செய்வதற்கு வாய்ப்பு கிடைக்கிறது. மேலும் வெளிப்படும் மாற்றுக் கருத்துக்களுக்கு அங்கீகாரமும் பாதுகாப்பும் இருக்கின்றன. இதற்கு நிறையச் சான்றுகளைச் சொல்ல முடியும். சட்ட மன்றத்திலோ பாராளுமன்றத்திலோ மாற்றுக் கருத்துக்கள் பேசப்படுகின்றன. அவை ஏற்றுக்கொள்ளப்படவில்லை என்றாலும் பதிவு செய்யப்படுகின்றன. அத்தகைய உரைகள் பல இன்று அச்சேறி நூல்களாக வெளிவந்திருக்கின்றன. தமது பிரதிநிதியாகச் செல்லும் ஒருவர் எடுத்து வைக்கும் கருத்துக்களை மக்கள் அறிந்துகொள்வதற்கு இதன் மூலம் வாய்ப்புக் கிடைக்கிறது. பிற்காலத்தில் ஏற்புப் பெறும் ஒரு கருத்தை இவர் 'அப்போதே கூறினார்' என்று சொல்வதைக் கேட்கிறோம். இந்த 'அப்போதே' என்பது மாற்றுக் கருத்துக்கு உரிய இடத்தைக் குறிக்கிறது.

நீதிமன்றத்தில் சில முக்கிய வழக்குகளை விசாரிக்க ஒன்றுக்கு மேற்பட்ட நீதிபதிகள் அடங்கிய 'அமர்வு' அமைக்கப்படுகிறது. இத்தகைய அமர்வில் இடம்பெறும் நீதிபதிகளின் எண்ணிக்கை ஒற்றைப்படையில் அமைகிறது. ஒரு வழக்கை ஐந்து நீதிபதிகள் அடங்கிய அமர்வு விசாரிக்கிறது என்றால் தீர்ப்பின்போது ஐவரின் கருத்தும் ஒருமித்து இருக்க வேண்டும் என்பது அவசிய மில்லை. மூவர் கருத்து ஒருமித்து இருக்குமானால் அது பெரும்பான்மை என்னும் அடிப்படையில் ஏற்றுக்கொள்ளப் பட்டுத் தீர்ப்பு வழங்கப்படுகிறது. அதே சமயம் மாற்றுக் கருத்து என்னும் வகையில் மற்ற இரண்டு நீதிபதிகளின் கருத்துக்களை வெளிப்படுத்தவும் வாய்ப்பு வழங்கப்படுகின்றது. அக்கருத்துக்கள் 'Dissent note' எனப் பதிவு செய்து பாதுகாக்கப்படுகின்றன. அதிகாரப் படிநிலையிலும் மேலதிகாரியின் முடிவை ஏற்றுக்கொள்ள இயலாத பட்சத்தில் தம் கருத்தைப் பதிவு செய்து வைக்கக் கீழ்நிலை அதிகாரிக்கு உரிமை உண்டு.

பெரும்பான்மைக் கருத்து முடிவுக்கு இட்டுச் செல்வதாக இருப்பினும் அது விமர்சனத்திற்கு அப்பாற்பட்டதல்ல. பெரும்பான்மை ஏற்பைப் பெற்ற கருத்தின் அடிப்படையிலான முடிவுக்கு எதிர்ப்புத் தெரிவிக்கவும் வழி வகைகள் இருக்கின்றன. சட்ட மன்றத்தில், பாராளுமன்றத்தில் 'வெளிநடப்பு' என்பது அவ்வாறான ஒரு வழிமுறையாகும். பெரும்பான்மைக் கருத்தை விமர்சித்து விவாதிக்கப் பத்திரிகை உள்ளிட்ட பல்வேறு தளங்களும் இருக்கின்றன. ஆகவே மாற்றுக் கருத்து ஒருபோதும் மறைந்து போவதில்லை. பல வகைகளில் அதற்குப் பாதுகாப்பு அளிக்கிறது ஜனநாயகம்.

ஏன் இவ்விதம் ஒரு கருத்து பாதுக்காக்கப்பட வேண்டும்? கருத்துக்கள் செயல் வடிவம் பெறும்போது ஏற்படும் அனுபவம்

அக்கருத்தை மறுபரிசீலனைக்கு உட்படுத்தத் தூண்டும். மாற்றுக் கருத்துக்குச் செயல் வடிவம் கொடுக்க நேரும். ஆகவே மாற்றுக் கருத்துக்களை வெளிப்படுத்தவும் பதிவாக்கவும் அங்கீகரிக்கவும் விவாதிக்கவும் ஜனநாயகத்தில் வழிமுறைகள் வகுக்கப்பட்டிருக்கின்றன.

மாற்றுக் கருத்தை வெளிப்படுத்தும் ஒருவரை எதிரியாகக் கருதும் போக்கு சரியானதல்ல. கருத்தைக் கருத்தால் எதிர்கொள்வதே ஜனநாயக வழிமுறையாகும். மகாத்மா காந்திக்கும் பாபாசாகேப் அம்பேத்காருக்கும் இடையே நடைபெற்ற கருத்து விவாதங்கள் முக்கியமானவை. ஒருவரை ஒருவர் அங்கீகரித்தும் நட்புணர்வுடனும் நடைபெற்ற விவாதங்கள் அவை. அதே போலத் தமிழ்நாட்டின் மிகப் பிரபலமான உதாரணம் ஒன்றையும் சொல்ல முடியும். பெரியாருக்கும் ராஜாஜிக்கும் இடையே தொடர்ந்து கருத்து வேறுபாடுகளும் விவாதங்களும் கருத்து மோதல்களும் நடைபெற்று வந்திருக் கின்றன. மிகக் கடுமையாகப் பெரியாரால் விமர்சிக்கப்பட்டவர் ராஜாஜி. ஆனால் கருத்து மாறுபாடுகளைக் கடந்து இருவருக்கும் இடையே நிலவிய நட்புணர்வு மிக முக்கியமானது.

தமது கருத்துக்கு மாறான கருத்தின் பிரதிநிதி இவர் என்னும் உணர்வு இருவருக்கும் இருந்திருக்கிறது. ஆகவே தான் நட்பைப் பேண முடிந்திருக்கிறது. சேலம் நகராட்சித் தலைவராக ராஜாஜியும் ஈரோடு நகராட்சித் தலைவராகப் பெரியாரும் ஒரே காலத்தில் பொறுப்பேற்றிருந்த போது திட்டங்களை உருவாக்குவதிலும் செயல்படுத்துவதிலும் ஒருவருக்கொருவர் கருத்துப் பரிமாற்றம் செய்துள்ளனர். இட ஒதுக்கீடு, குலக்கல்வி முறை ஆகியவற்றில் பெரும் கருத்து வேறுபாடுகள் கொண்டவர்கள் இருவரும். ராமாயணம், மகாபாரதம் ஆகியவற்றை எளிய தமிழில் நூலாக எழுதியவர் ராஜாஜி. ராமாயணத்தையும் மகாபாரதத்தையும் கடுமையாக விமர்சித்தவர் பெரியார். கருத்தின் அடிப்படையில் இருவருக்கும் குறைந்தபட்ச ஒத்திசைவு ஒருபோதும் இருந்ததில்லை. ஆனால் அது அவர்களுக்கிடையே யான நட்பைப் பாதிக்கவில்லை. ஜனநாயகத்தில்தான் இத்தகைய உதாரணங்களைக் காண முடியும். இவை இன்றைக்கு அருகி வருவது வருத்தத்திற்குரியதாகும். இத்தகைய உதாரணங்களை நாம் எடுத்துக் காட்டுவதும் பின்பற்றத் தூண்டுவதும் இன்றைய காலத்தின் தேவையாகும்.

●

25-11-17

6

‘மூத்தோர் சொல் அமிழ்தம்’

சாதியப் பாகுபாடுகளால் கட்டமைக்கப் பட்ட தமிழ்ச் சமூகத்தில், கொஞ்சம் விரிந்த பார்வையில் சொன்னால் இந்தியச் சமூக மரபில் கட்டமைக்கப்பட்டுள்ள விழுமியங்களுக்கும் கருத்துச் சுதந்திரத்திற்கும் உள்ள தொடர்பைப் பற்றிச் சில கருத்துக்களை அனுபவ அடிப்படையில் இக்கட்டுரை விவாதிக்க முனைகிறது.

விழுமியங்கள் மீது எனக்கு இளவயது முதலே தொடர்ந்து கேள்விகள் இருந்து வருகின்றன. விழுமியம் என்றால் என்ன என்று கூட அப்போது தெரியாது. விழுமியக் கோட்பாடுகள், ஆராய்ச்சிகள், விளக்கங்கள் பற்றிய அறிவு இப்போதும் பெரிதாக எனக்கு இல்லை. விழுமியம் என்பதை உணர முடிகிறதே தவிர விளக்கம் தர இயலவில்லை. ஏற்கனவே கொடுக்கப்பட்டுள்ள வரையறைகளைத் தேடினால் “விழுமியம் என்பது தனிநபர், சமூகம், வாழ்க்கை என்பவற்றை வளப்படுத்துகின்ற, அர்த்தமுள்ளதாக்குகின்ற மனித குணப்பண்பாகும்” என்பதே பொதுவான விளக்கமாக இருக்கிறது.

எவையெல்லாம் விழுமியங்கள் எனக் கேட்டால் இப்படி ஒரு பண்புப் பட்டியல் கொடுக்கப்படு கின்றது:

‘அன்பு, தைரியம், உண்மை, சாந்தம், சமாதானம், அறிவு, களிப்பு, காருண்யம், கெட்டிகாரத்தனம், கேட்டறிதல், நினைவு, சுயகற்றல், அஹிம்சை, ஒழுங்குமுறை, சமத்துவம், இன்சொல், சிநேகபூர்வம், நேர்மை.’

வரையறையும் சரி, பண்புப் பட்டியலும் சரி பல கேள்விகளை எழுப்புகின்றன. மனித வாழ்க்கையை அர்த்தப்படுத்தும் பண்பு என்பதை எவ்விதம் கண்டறிவது? பண்புகளை எப்படி வரையறுப்பது? 'அன்பு' என்பது ஒரு விழுமியம் என்றால் அதைப் பற்றிப் பலவிதக் கருத்துருவாக்கங்கள் இருக்கின்றனவே என்னும் கேள்வி வருகிறது. அன்பைப் பற்றி ஒன்றுக்கொன்று முரண்பட்ட கருத்துக்களும் உள்ளன; அவற்றில் எது விழுமியத் தன்மையைப் பெறும்? அன்பு என்னும் குணத்தைப் பற்றி உருவாகி யுள்ள கருத்துக்கள்தான் விழுமியங்கள் என்று சொல்லலாமா? ஆம், பண்புகள் அல்ல, பண்புகளைப் பற்றி உருவாக்கப்படும் கருத்துக்களே விழுமியங்கள் என்பதே சரியாகப் படுகிறது.

சரி, நம்பிக்கைகள், பழமொழிகள், சடங்குகள் ஆகியவை யும் விழுமியங்களும் ஒன்றா வேறுவேறா எனக் கேட்டால் பதில் சொல்வது கொஞ்சம் கடினம். நம்பிக்கைகளும் பழமொழிகளும் கருத்துக்களே. சடங்குகள் என்பவை கருத்துக்களின் செயல் வடிவம் என்று சொல்லலாம். அப்படியானால் இவையெல்லாமும் விழுமியங்களே என்று சொல்லி விடலாம். விழுமியங்கள் இறுகிய, உறைந்த, செறிவான தொடர்களால் மொழியில் வெளிப்படுகின்றன. நம்பிக்கைகள், பழமொழிகள், சடங்குகளும் அப்படியானவையே. இவற்றை முழுமையாக விழுமியம் என்று கொள்வதில் பிரச்சினை இருப்பினும் இவற்றிலெல்லாம் விழுமியத்தின் அம்சங்கள் இருக்கின்றன என்பதை உறுதியாகச் சொல்வேன். எந்த விமர்சனமும் இல்லாமல், குறையேதும் சொல்லாமல் முன்னோர் பாதங்களைத் தொடர்ந்து நடக்கக் கோரும் எதிலும் விழுமியத்தின் அம்சம் இருக்கவே செய்யும்.

விழுமியம் என்பதைத் தெளிவாக வரையறுப்பது கடினம். தமிழில் முக்கியமான அகராதியாக விளங்கும் க்ரியா அகராதி 'சரியானவை, முறையானவை அல்லது சரியற்றவை, முறையற்றவை என்ற ரீதியில் சமூகமும் தனிநபர்களும் உருவாக்கிக் கொள்ளும் நம்பிக்கை' (ப.1071) என வரையறுக்கிறது. இதில் 'நம்பிக்கை' என்றுதான் குறிப்பிடப்படுகிறது. நல்லவை என்று ஒரு சமூகத்தில் கருதப்படுபவை மட்டுமே விழுமியம் எனச் சிலர் கூறுகின்றனர். இந்த அகராதி விளக்கத்தைப் போலச் 'சரியற்றவை, முறையற்றவை' என்பவையும் விழுமியங்கள் என்றும் கருதப்படுகின்றன.

மேலும் பெற்றோர் அல்லது முன்னோர் மூலமாக அடுத்த தலைமுறைக்குக் கடத்தப்படுவது விழுமியம் என்றும் சொல்வர். இது விழுமியம் எப்படிக் காப்பாற்றப்படுகிறது எனக் குறிப்பிடுவதே தவிர, விழுமியத்திற்கான வரையறை அல்ல. என்னால் தெளிவாக வரையறுக்க முடியாவிடினும் என் வசதிக்கேற்ப புரிந்து வைத்திருக்கிறேன் என்று வேண்டுமானால்

சொல்லலாம். 'எதைப் பற்றியெல்லாம் கேள்வி எழுப்பக் கூடாது என்று சொல்லப்படுகிறதோ அதுவெல்லாம் விழுமியம்' என்பது என் எளிய புரிதல். கேள்வியைத் தடுக்கும் எதற்குள்ளும் விழுமியக் கூறு சிறிதளவாவது இருக்கும் என்பது என் நம்பிக்கை. தம் வாழ்வை நடத்துவதற்கு (செம்மையாக நடத்துவதற்கு என்று சொல்ல முடியாது) வரித்துக்கொள்ளும் கருத்துக்களை வன்மை யாக நம்புவது மனிதர்களின் இயல்பு. ஒருவரின் தனிப்பட்ட வாழ்வில் அவற்றை முழுமையாகக் கடைபிடிக்க முடிகிறதோ இல்லையோ அது வேறு. ஆனால் அக்கருத்துக்களின் மேல் பெருநம்பிக்கை கொண்டிருப்பதும் அவற்றை வலியுறுத்துவதும் கடைபிடிக்க வேண்டும் எனக் கோருவதும் கடைபிடிக்க இயலாதவர்களை இழிவுபடுத்துவதும் நடக்கும். இத்தகைய நடைமுறைகள் எந்தக் கருத்தின் மேல் செலுத்தப்படுகிறதோ அதையெல்லாம் விழுமியம் என்று அறிந்துகொள்வதில் குழப்பமில்லை.

கடவுள் நம்பிக்கை என்பது ஒரு விழுமியம்தான். கடவுள் பற்றிப் பலவிதமான கருத்துக்கள் இருக்கின்றன. 'கடவுளே எல்லாவற்றையும் படைத்தார்' என்பது ஒரு கருத்து. ஆனால் இந்தக் கருத்தைக் கேள்விக்கு உட்படுத்த இயலாது. கேள்விக்கு உட்படுத்தியவர்கள் நிலை என்னவானது என்பதை வரலாறு சொல்லும். அவர்கள் பட்ட பாடுகள் பெரிது. கடவுள் நம்பிக்கைக்கு எதிராகக் கேள்விகளை வைப்பவர்களின் நிலை இன்றும் கஷ்டமானதுதான். ஆம், எந்த ஒரு விழுமியத்தைக் கேள்வி கேட்டாலும் அதற்குச் சமூகத்தின் ஏற்பு இருக்காது. கேள்வி கேட்பதற்குத் தடை போடும் அல்லது தடைக்கூறு களைக் கொண்ட எதையும் விழுமியம் என வரையறுப்பது நெகிழ்வானது தான் எனினும் அதுதான் வசதி.

கோட்பாட்டாளர்கள் விழுமியத்தைத் தனிநபர் சார்ந்தது, பண்பாடு சார்ந்தது என இருவகையாகப் பிரிக்கின்றனர். அதிலும் எனக்கு முழுமையாக உடன்பாடில்லை. தனிமனிதன் சமூகத்தின் அங்கமல்லவா? அப்புறம் தனிமனிதன், சமூகம் எனப் பிரிப்பது சரியாகுமா? தனிமனிதர் தொடர்புடைய விழுமியங்களை உருவாக்குவதும் சமூகமே. சமூகத்தில் இருக்கும் ஒவ்வொரு தனிமனிதருக்கும் உரியவை என்றான பிறகு அதைத் தனிப்படுத்தி எவ்விதம் பார்ப்பது? எனினும் எப்படியேனும் வகைப்படுத்தினால்தான் விளக்குவதற்கு எளிதாகும். ஆகவே இயற்கை சார்ந்தது, செயற்கையானது எனப் பிரித்துக்கொள்வது என் நோக்கத்திற்குப் பொருந்தும்.

இயற்கையின் கூறுகளுக்கும் மனித வாழ்க்கைக்கும் உள்ள உறவை மையப்படுத்தியவை இயற்கை சார்ந்த விழுமியங்கள்.

'பொழுதைப் பழிக்கக் கூடாது' என்பது மக்கள் வழக்கில் இருக்கும் விழுமியம். அதாவது உயிர்களுக்கு ஆதாரமாக இருக்கும் சூரியனைப் பழித்துப் பேசக் கூடாது என்பது பொருள். பொழுதைக் கடவுளாக வழிபடும் மரபு எல்லாப் பகுதி மக்களிடமும் இருக்கிறது. என் பாட்டி அன்றாடம் காலையில் எழுந்ததும் பொழுதை நோக்கி ஒரு கும்பிடு போட்டு விட்டுத்தான் வேலைகளைத் தொடங்குவார். கடவுளை வழிபட அவருக்குக் கோயிலுக்குப் போகவும் தேவையில்லை. பொழுதை வழிபடும் வழக்கம் மிகவும் பழமையானது. இப்போதும் இரவில் விளக்கை ஏற்றியதும் (மின்விளக்கு ஸ்விட்சைப் போட்டதும்) பலர் தம் கன்னத்தில் போட்டுக்கொண்டு வெளிச்சத்தைக் கும்பிடு கின்றனர். இது பழைய வழிபாட்டு வழக்கத்தின் எச்சம். பொழுது கிளம்பி வந்து வெளிச்சம் கொடுத்தால் தான் உயிர்கள் இயங்க முடியும் என்னும் இயற்கையின் இயல்பிலிருந்து உருவான இது காலகாலமாக நிலவிவரும் விழுமியம். தமிழின் பழமையான சங்க இலக்கியத்தில் ஒரு பாடல் இருக்கிறது. காதலனோடு இரவில் கூடிக் கலந்திருக்கும் தலைவி இரவு முடிந்து பொழுது புலர்வதை விரும்பவில்லை. ஆகவே 'காதலரை என்னிடம் இருந்து பிரிக்கும் வாளைப் போல விடியல் வருகின்றது' என்று தலைவி சொல்கிறாள்.

குக்கூ என்றது கோழி; அதன்எதிர்
துட்கென் றன்றுஎன் தூய நெஞ்சம் –
தோள்தோய் காதலர் பிரிக்கும்
வாள்போல் வைகறை வந்தென்றால் எனவே.

(குறுந்தொகை, 157)

இது ஒருவகையில் 'பொழுதைப் பழிப்பது'தான். இப்படி எத்தனையோ பழிப்புகள் இலக்கியத்தில் வருகின்றன. ஒரு விழுமியப் பழிப்பு இலக்கியத்தில் நிகழும்போது அது நயமானதாக வும் இலக்கியச் சுவையைக் கூட்டுவதாகவும் இருக்கிறது.

வீட்டுத் தாழ்வாரத்தில் சிட்டுக்குருவி வந்து கூடு கட்டுகிறது. வீட்டார் அதைச் சந்தோசமாக வரவேற்பார்கள். குருவியை விரட்டுவதில்லை. அது குச்சி, கோல்களை, சருகு செத்தைகளைக் கொண்டு வந்து போடும். அக்குப்பையைச் சந்தோசமாகவே தூய்மைப் படுத்துவார்கள். குஞ்சு பொரித்து அது பறந்து செல்லும் வரை குருவிக் குடும்பம் எந்தப் பிரச்சினையும் இல்லாமல் பாதுகாப்புடன் அங்கே வசிக்கும். எப்படி மக்கள் இதை அனுமதிக்கிறார்கள்? குருவி வந்து கூடு கட்டினால் வீட்டிலும் வாரிசு உருவாகும் என்பது நம்பிக்கை. மேலும் குருவிக் கூட்டைப் பிரித்தால் குடும்பமும் பிரிந்து போய்விடும் என்பதும் ஓர் நம்பிக்கை.

காக்கை வீட்டருகே வந்து கரைந்தால் வீட்டுக்கு விருந்தினர் வருவர் என்பது இரண்டாயிரம் வருசமாகத் தமிழர்களின் நம்பிக்கை. கணவனைப் பிரிந்த தலைவி காக்கையை அழைத்து 'நீ என் வீட்டருகே வந்து கரைந்தால் நான் உனக்கு மாமிசம் கலந்து உணவைத் தருவேன்' என்று அழைக்கிறாள். காக்கை வந்து கத்தினாலேனும் தன் தலைவன் திரும்பி வருவான் என்னும் நம்பிக்கையைப் பெறலாம் என நினைக்கிறாள். பறவைகளிலேயே மனிதர்களோடு மிகவும் நெருங்கி இருப்பது காக்கைதான். காக்கையைக் கண்ணால் காணாமல் ஒரு நாளும் கழிவதில்லை. காக்கையின் குரலைக் கேட்காமல் ஒரு நாளும் நாம் படுக்கைக்குச் செல்ல முடியாது. காக்கையை முன்னோரின் அம்சமாகக் கருதுவதும் உண்டு. இறந்தோர் காக்கையின் வடிவில் வந்து நாம் வைக்கும் பிண்டச் சோற்றை எடுத்துச் செல்வர் என்பதும் ஒரு நம்பிக்கை. இந்நம்பிக்கையைப் பயன்படுத்தித் தமிழில் பல கவிதைகள் இருக்கின்றன. நம்மோடு அத்தனை நெருக்கமான காக்கையைப் பற்றி மனித வாழ்க்கையோடு தொடர்புறுத்தி இப்படி விழுமியங்கள் நிலவுகின்றன.

இத்தகைய நம்பிக்கை சார்ந்த விழுமியங்கள் குருவிக்குப் பாதுகாப்பை வழங்குகின்றன; காக்கையோடு உறவாடுகின்றன. சில இடங்களில் மரங்களைத் தெய்வமாக வழிபடுவதுண்டு. அம்மரத்தின் சிறுகிளையையும் வெட்ட மாட்டார்கள். தானாக அது விழுந்தால்தான் உண்டு. பெருமரங்கள் விழுந்துவிட்டால் சாவு நடந்தது போலக் கூடி அழுவார்கள். வீட்டில் வளர்க்கும் மாடோ எருமையோ இறந்துவிட்டால் சாவு வீடு போலவே ஆகிவிடும். உறவினர்கள் எல்லாம் துக்கம் கேட்க வருவார்கள். இத்தகைய விஷயங்களின் பின்னால் இயற்கைக்கும் மனிதனுக்கும் உள்ள உறவு சார்ந்த விழுமியங்கள் செயல்படுகின்றன.

நிலம், நீர், காற்று, தீ, வானம் ஆகிய ஐம்பெரும் பூதங்களை அடிப்படையாகக் கொண்ட விழுமியங்கள் பல. இத்தகைய விழுமியங்களில் மீறல், மாற்றம், அழிவு, புதியது தோன்றல் ஆகியவையும் உண்டு. எனினும் அவை மனித சமூக உறவுகளைப் பெரிதும் பாதிப்பதில்லை. கால மாற்றம் என்னும் சமாதானத் திற்குள் மிக எளிதாக அடைபட்டு ஏற்புக்கு உள்ளாகிவிடுகின்றன. ஆனால் மனிதன் சமூகமாக வாழ்வதற்கென உருவாக்கிக் கொண்ட விழுமியங்களின் தன்மையே வேறு. அவற்றில் சிறு மீறல் ஏற்பட்டாலும் தொடர்புடையவர்களுக்குப் பெரும் பதற்றம் உருவாகிவிடுகிறது. அவற்றின் மீது எழுப்பப்படும் கேள்விகள் வன்மையாக எதிர்கொள்ளப்படுகின்றன. மனிதர்களை விடவும் விழுமியங்களே முதன்மை பெறுகின்றன; முக்கியத்துவம் உடையவை ஆகின்றன. ஆகவே விழுமியங்களைப் பொருத்த

வரையில் கேள்விக்கே இடமில்லை. கேள்விக்கு இடமில்லாத போது அங்கே கருத்துச் சுதந்திரம் என்பதற்குத் துளியும் இடம் கிடையாது.

தாயைப் பற்றி எத்தனையோ விழுமியங்கள் நிலவுகின்றன. தமிழில் தாயை முன்னிறுத்தி உருவாக்கப்பட்டுள்ள திரைப்படங் களும் திரைப்பாடல்களுமே இந்த விழுமியங்களை உணரப் போதுமானவை. 'தாய்', 'தாய்ப் பாசம்', 'தாய் சொல்லைத் தட்டாதே', 'தாயின் மடியில்', 'தாய்மீது சத்தியம்', 'தாய்க்குத் தலைமகன்', 'தாயைக் காத்த தனயன்', 'அன்னை', 'அன்னை ஓர் ஆலயம்' – எனப் பல படங்கள். தாயே தெய்வம் என்னும் பொருளில் அமைந்த திரைப்பாடல்களும் நூற்றுக்கணக்கானவை. 'அன்னையைப் போலொரு தெய்வமில்லை அவள் அடிதொழ மறப்பவர் மனிதரில்லை' (அன்னையின் ஆணை, 1958) என்னும் பிரபலமான பாடலின் நகல்கள் பெருகிக் கிடக்கின்றன. 'அம்மா என்றழைக்காத உயிரில்லையே' என்னும் பிரபலமான பாடல் 'நேரில் நின்று பேசும் தெய்வம் தாய்' என்கிறது. இப்படிப் பல பாடல்கள். இவை அனைத்துமே தாயைத் தெய்வமாகக் காண்பவை.

தாய் தெய்வம் என்பதால் தியாகம், பாசம் ஆகியவற்றின் உருவமாகச் சித்திரிக்கப்படுகிறாள். தனக்கென எதையும் செய்துகொள்ளாமல், தன்னுணர்வுகளுக்குச் சிறிதும் கவனம் கொடுக்காமல் தன் சிந்தனை, செயல், வாழ்க்கை எல்லாவற்றையும் பிள்ளைகளுக்காக அர்ப்பணிப்பதால் தெய்வம் எனக் கொண்டாடபடுகிறாள். தமிழ்நாடு தவிர இந்தியாவில் பிற மாநிலங்களில்கூட இத்தகைய தாய் பிம்பம் திரைப்படத்தால் உருவாக்கப்பட்டிருக்கிறதா என்பது சந்தேகம்தான். தாய் ஏன் தெய்வமாக இருக்க வேண்டும்? மனுசியாகத் தனக்குரிய ஆசாபாசங்கள், விருப்பங்கள் ஆகியவற்றை நிறைவேற்றிக் கொள்பவளாக இருந்தால் என்ன? இது பெண் இப்படித்தான் இருக்க வேண்டும் என்று நிர்ப்பந்திப்பதாகாதா? இத்தகைய கேள்விகளைக் கேட்பவர்கள் இழிவானவர்களாகவும் தாயை மதிக்கத் தெரியாதவர்களாகவும் கருதப்படுகிறார்கள். என் மாணவர்கள் எழுதிக் கொண்டு வரும் கவிதைகளில் காதலுக்கு நிகராகத் தாய்ப்பாசக் கவிதைகளும் இருக்கும். தாயைப் பற்றி இப்படி அதீத சக்தியுடன் கட்டமைக்கும் பிம்பம் அவளை நடைமுறையில் ஒரு வேலைக்காரியாக வைத்திருக்க உதவுவதுதான் என்று சொல்வோர் தாக்குப் பிடிப்பது மெத்தக் கடினம்.

தெய்வம் என்னும் அடிப்படையில் தாயின் சொல் 'தெய்வ வாக்கு' எனக் கருதப்படுகிறது. தமிழ் விழுமியங்களைத் தொகுத்துச் சொல்லக் கூடிய 'கொன்றை வேந்தன்' என்னும் சிறுநூலின் முதல் கருத்து 'அன்னையும் பிதாவும் முன்னறி

தெய்வம்' என்பதாகும். அந்நூலுக்குள்ளேயே 'தாயிற் சிறந்த கோயிலுமில்லை', 'தந்தை சொல் மிக்க மந்திரமில்லை' எனவும் கூறும் தொடர்கள் 'தெய்வம்' என்னும் நோக்கிலிருந்தே வந்தவை. 'தாயைப் பழித்தாலும் தண்ணீரைப் பழிக்காதே' என்னும் தொடர் தண்ணீரின் முக்கியத்துவத்தைக் கூறுவது எனினும் 'தாயைப் பழிப்பது கூடாது' என்னும் கருத்தை உட்கொண்டதாகும். யார் யாரை மதிக்க வேண்டும் என்பதற்கு 'மாதா பிதா குரு தெய்வம்' என்னும் வரிசையைச் சொல்வது தமிழ் மரபு. தாயும் தந்தையும் முதல் தெய்வம். ஆசிரியருக்கு மூன்றாம் இடம். தெய்வத்திற்கு நான்காம் இடம்தான்.

தாய் தந்தையரின் பேச்சைத் தட்டாமல் கேட்டு நடக்க வேண்டும். அவர்கள் நம்மைப் பெற்றவர்கள். இந்த உலகத்திற்கு நாம் வரக் காரணமானவர்கள் அவர்களே. நம்மைக் கஷ்டப்பட்டு வளர்த்தவர்கள், ஆளாக்கியவர்கள் அவர்களே. ஆகவே நமக்கு வழிகாட்டவும் நம் மேல் அதிகாரம் செய்யவும் உரிமை உடையவர்கள். அவர்களை எதிர்த்துப் பேசக் கூடாது. முரடனாக இருக்கும் கதாநாயகன் எதற்கெடுத்தாலும் கோபப்பட்டுப் பலரை அடிப்பதாகவும் ஒரு சந்தர்ப்பத்தில் அவன் தாய் 'இனிமேல் யாரையும் அடிக்க மாட்டேன்' என்று சத்தியம் செய்து கொடுக்கச் சொல்வதும் அவனும் சத்தியம் செய்து தருவதும் இக்கட்டான தருணத்தில் ஒருவனை அடிக்க வேண்டி வந்தாலும் தாய்க்குச் செய்து கொடுத்த சத்தியத்தை மீறாமல் கதாநாயகனே அடிவாங்குவதும் அவன் அடிவாங்குவதைப் பொறுக்காமல் தாயே 'அடி' என்று ஆணையிடுவதும் அதன் பிறகே அவன் அடிப்பதுமாகிய காட்சிகள் பல திரைப்படங்களில் பார்த்து அலுத்தவை. எனினும் மக்களிடம் தாயைப் பற்றிய விழுமியம் அழுத்தமாகப் பதிந்திருப்பதால் இத்தகைய காட்சிகள் திரும்பத் திரும்ப வந்தாலும் மிகவும் உணர்ச்சிப்பூர்வமாக ரசிக்கப்படு கின்றன. தாயோடு ஒப்பிடும்போது தந்தைக்கு இரண்டாம் இடம்தான். பெரும்பாலான திரைப்படங்களில் கதாநாயகனுக்குத் தந்தை இருப்பதில்லை; தாய் மட்டும்தான். தந்தை இருந்தால் அவரும் தியாக சொரூபம்தான். 'அன்னையும் பிதாவும் முன்னறி தெய்வம்' என்னும் விழுமியத்தை இப்படிப் பல கூறுகளைக் கொண்டதாக விரித்துச் செல்ல முடியும்.

நான் இந்த விழுமியத்தின் மீது மிகச் சாதாரணமாக ஒரு கேள்வியை முன்வைக்கிறேன். என் தாத்தா பாட்டியின் உலகம் பத்துக் கல் தொலைவுச் சுற்றளவுக்குள் முடிந்து போயிற்று. ஐந்து கல் தொலைவில் உள்ள ஊரில் என் அத்தையைக் கட்டிக் கொடுத்திருந்தார்கள். அந்த ஊருக்குப் போவதற்கு என் பாட்டி செய்யும் ஆயத்தங்கள் பல. சொந்த ஊரைத் தவிர வெளியுலகம்

என்றால் என் பாட்டிக்கு அந்த ஊர்தான். அதுவல்லாமல் அருகில் உள்ள சிறுநகரத்துச் சந்தைக்கும் திருவிழாவுக்கும் போவதுதான் பெரிய பயணம். எல்லாம் அதிகபட்சம் பத்துக் கல் தொலைவுக்குள்தான்.

என் தாய் தந்தையின் உலகம் கிட்டத்தட்ட இருபது முப்பது கல் தொலைவுக்குள் ஆனது. அதுவும் என் தந்தை வியாபாரத்தின் பொருட்டு அவ்வளவு தூரம் சென்றவர். என் தாய்க்கு அதுகூட அதிகம்தான். பதினைந்து கல் தொலைவில் இருந்த நகரத்திற்குப் பலமுறை சென்றிருப்பார். என் தந்தை மருத்துவமனையில் தங்கி சிகிச்சை பெற்ற காலத்தில் உடனிருக்க வேண்டிய நிர்ப்பந்தம். ஆனால் என் கல்வியின் பொருட்டு முதல் தலைமுறையாக முந்நூறு, நானூறு கல் தொலைவைக் கடந்து செல்ல வேண்டியவனாக நானிருந்தேன்.

அப்படி வெளிச் செல்ல என் தாயிடமிருந்து ஏற்பட்ட தடைகள் ஏராளம். வெளியுலகம் பற்றிய அச்சமும் புரியாமையும் கொண்டவர் என் தாய். வெளியே போனால் மகனுக்கு ஏதாவது ஆகிவிடும், திரும்பவும் ஊருக்கு வர மாட்டான், தன் பேச்சைக் கேட்காமல் ஏதாவது பெண்ணைக் காதலித்துத் திருமணம் செய்துகொள்வான் என்றெல்லாம் பயம். என் தாய் பயந்தது போலத்தான் என் திருமணம் நடந்தது என்பது வேறு விஷயம். தமக்கிருக்கும் சிறிய நிலத்தில் விவசாயம் செய்துகொண்டு தன் கண் முன்னாலேயே மகன் வாழ வேண்டும் என எண்ணம். புதியதாக எதைக் கண்டாலும் அம்மாவுக்குப் பயம் வந்துவிடும். அது தங்கள் வாழ்க்கையைச் சிதைத்துவிடும் என நம்பிக்கை. பழகிய தடத்தில் திரும்பத் திரும்ப நடப்பதிலேயே திருப்தி.

என் காலத்தில் பள்ளிக்கூடங்கள் ஏராளம் உருவாகி ஒடுக்கப்பட்ட மக்கள் எல்லோருக்கும் எழுத்தைக் கற்றுக் கொள்ளும் வாய்ப்பு ஏற்பட்டது. பல நூற்றாண்டுகளாக எழுத்து வாசனையே இல்லாத பரம்பரையின் இளம் கொழுந்து களுக்கு இவ்வாய்ப்பு கிடைத்தது. ஆனால் பெற்றோர் எவருக்கும் படிக்க வைக்க வேண்டும் என்னும் விருப்பமே கிடையாது. மண்ணில் உழன்று கிடப்பவர்களுக்குப் படிப்பு எதற்கு உதவும் என்னும் அலட்சியம். 'என்ன படிச்சுக் கலெக்டர் ஆவப் போறியா?' என்பது பல பெற்றோர் கேட்கும் கேள்வி. தம் சந்ததியினருக்குக் கலெக்டர் வேலையெல்லாம் உரியதல்ல என்னும் அவநம்பிக்கை. உடல் உழைப்பின் மேல் கொண்ட நம்பிக்கை படிப்பின் மேல் இல்லை.

எல்லாவற்றையும் விடப் 'படித்த பிள்ளை சொல்பேச்சு கேட்காது' என்னும் பயம். இத்தகைய கருத்தோட்டத்தில் 1950,

60களில் பல திரைப்படங்களும் வெளியாகியுள்ளன. 'படிக்காத மேதை' என்னும் பிரபலமான திரைப்படத்தில் படித்த பிள்ளைகள் அனைவரும் அகம்பாவம் கொண்டவர்களாக, பாசம் அற்றவர்களாக, சுயநலம் ஒன்றேயே கருதுபவர்களாக, தாய் தந்தையை மதிக்காதவர்களாக, அவர்களின் பேச்சைக் கேட்காதவர்களாகச் சித்திரிக்கப்படுவார்கள். அவர்கள் வீட்டில் வேலை செய்யும் ஒருவன் படிப்பறிவற்றவன். ஆனால் பாசம் மிக்கவன்; பெரியவர்கள் பேச்சை மதித்து நடப்பவன்; அவர்களைக் காப்பவன். இந்தப் படத்திற்குப் 'படிக்காத மேதை' என்னும் தலைப்பு. வெளிநாட்டுக்குப் போய்ப் படித்து வரும் பாத்திரம் பெரும்பாலும் வில்லனாகவே காட்டப்படுவார். படித்த பெண்களைப் பற்றியும் இப்படிப் பல்வேறு எதிர்நிலைச் சித்திரிப்புகள் தமிழ் நாவல்களிலும் திரைப்படங்களிலும் உள்ளன. படிப்பறிவுடைய பிள்ளைகளைப் பற்றிய எதிர் சித்திரிப்பு இப்படிப் பல.

வெளியுலகம் அறியாத, கல்வியின் முக்கியத்துவம் புரியாத, புதியவற்றைக் கண்டு அச்சமுறும் இயல்பு கொண்ட தாயின் பேச்சைக் கேட்டு நடக்க வேண்டும் என ஒரு விழுமியம் வலியுறுத்தும் என்றால் அதன் மேல் கேள்வி எழுவது இயல்புதானே. நான் கேள்விகள் கேட்டேன். மிகக் கடுமையான கேள்விகள் கேட்டேன். 'நாலு எழுத்துப் படிக்க வெச்சிட்டதால இந்தக் கேள்வியெல்லாம் கேக்கறான்' என்றுதான் என் கேள்விகளை எதிர்கொண்டாரே தவிரக் கேள்விகளில் இருக்கும் நியாயம், தர்க்கம் பற்றிப் பொருட்படுத்தலே இல்லை. படித்தவன் இப்படி ஏடாகூடாமான கேள்விகளைக் கேட்பான் என்று நினைப்பது இன்றைக்கு வரைக்கும் மாறவில்லை. ஊரிலும் இதற்குத் தூபம் போட்டவர்கள் பலர். படித்த பிறகு பிள்ளை நம்முடையது இல்லை என்பது மனதில் ஊறிப் போன கருத்தாகவே இருந்தது. ஆகவே என் கேள்விகளால் எனக்கும் என் அம்மாவுக்கும் பெரும் மனஸ்தாபம் ஏற்பட்ட நாட்கள் பல. இடைவிடாத ஏச்சுக்களாலும் அழுகையாலும் என்னைத் தன் ஆளுகைக்குள் இருத்திக் கொள்ள முயன்றார் அம்மா. அப்போதைய என் அம்மாவின் நிலை மிகவும் பரிதாபமானது தான். அம்மாவை எதிர்கொள்ள எவ்வளவோ சிரமங்கள் பட்ட என் நிலையும் பரிதாபமானது தான்.

பள்ளிக் காலத்தில் தின்பண்டம் வாங்குவதற்காகக் கொடுக்கும் காசுகளையும் சிறுசிறு வேலைகள் செய்வதால் கிடைக்கும் என் சேமிப்புப் பணத்தையும் தேர்த்திருவிழாவின் போது உறவினர்கள் கொடுக்கும் 'தேர்க்காசு' என்னும் அன்பளிப்புத் தொகையையும் பத்திரமாகச் சேகரித்து வைத்து அஞ்சல் வழியாகப் புத்தகங்கள் வாங்கத் தொடங்கினேன். புத்தகம்

வாங்க என் அம்மாவிடமிருந்து கடும் எதிர்ப்பு. உறவினர்களிடம் இருந்தும் ஊராரிடமிருந்தும் பலவித எச்சரிக்கைகள் என் அம்மாவுக்கு வந்தன. 'நிறையப் படித்தால் கெட்டுப் போய் விடுவான்' என்றும் 'படித்துக் கொண்டேயிருந்தால் பைத்தியம் பிடித்துவிடும்' என்றும் எச்சரிக்கைகள். என்னை வழிக்குக் கொண்டு வர என் அம்மா அடிக்கடி கையாளும் ஒரு உத்தி 'அந்தப் புத்தகத்தயெல்லாம் அள்ளிப் போட்டுத் தீ வெச்சர்றன்' என்று சொல்வது தான்.

விவசாய வேலை செய்யாமல் தப்பிக்கப் புத்தகத்தை எடுத்துக் கொள்கிறேன் என்றும் ஒரு புகார். தெரியாமல் புத்தகம் வாங்கியும் வாங்கிய புத்தகத்தை மறைத்து வைத்தும் நான் பட்ட பாடு சாதாரணமல்ல. என் புத்தகங்களுக்கு வீட்டில் ஓரிடத்தைப் பெற முடிந்ததேயில்லை. எந்த நேரத்திலும் தூக்கி வீசிவிடலாம், பழைய பேப்பர்காரருக்கு எடைக்குப் போட்டுவிடலாம், தீயில் போட்டு எரித்துவிடலாம் என்னும் நிலைமைதான். கல்லூரிக்குப் போய் வந்ததும் மாலையில் என் நூல்கள் பத்திரமாக இருக்கின்றனவா என்று பார்ப்பதுதான் முதல் வேலை. இந்நிலையில் 'தாய் சொல்லைத் தட்டாதே' என்றால் நான் என்ன செய்வேன்? ஒரு கட்டத்திற்குப் பிறகு இவனை எதுவும் செய்ய முடியாது என்று கருதி என் வழியை மனமில்லாமல் அங்கீகரித்துக் கொண்டார் என் அம்மா.

என் கல்வியைப் பற்றியோ கல்லூரியைப் பற்றியோ நான் தங்கியிருந்த நகரத்தைப் பற்றியோ அம்மாவுக்கு எதுவும் தெரியாது. ஆகவே அவற்றைப் பற்றி நான் சொல்பவற்றைத்தான் அம்மா கேட்டாக வேண்டும். ஒன்றைப் பற்றித் தெரிந்தவர்தான் தெரியாதவருக்குச் சொல்ல முடியும். அதுதான் இயல்பு. இது எல்லா வகை உறவுக்கும் பொருந்தும். ஆனால் நம் விழுமியக் காவலர்கள் 'அன்னையும் பிதாவும் முன்னறி தெய்வம்' என்று சொல்லி அவர்கள் என்ன சொன்னாலும் தப்பாமல் கேட்க வேண்டும் என வலியுறுத்தினால் எப்படி? என் தந்தை இறந்த பிறகு அம்மாவுக்கும் எனக்கும் கொஞ்ச நாள் பெரும் போராட்டமாக இருந்தது. படிப்பு, புத்தகம் என்று சொல்லிப் பணத்தை விரயமாக்குகிறேன் என்பது அம்மாவின் எண்ணம். கல்லூரிக் காலத்தில் நான் பெற்ற மதிப்பெண்களைப் பற்றியோ கவிதை, பேச்சு, கட்டுரைப் போட்டிகளில் பங்கேற்று நான் பெற்ற பரிசுகளைப் பற்றியோ சொன்னால் என் அம்மாவுக்கு அவை வெறும் செய்தியாகக்கூட இருக்காது. பரிசு என்று சொல்லிப் புத்தகங்களையே கொடுப்பார்கள். புத்தகத்தை வாங்கிப் பார்க்கவும் என் வீட்டில் கை கிடையாது. இப்படித்தான்

என் முன்னேற்றங்களைப் பற்றிப் பகிர்ந்துகொள்ளவும் ஆள் இல்லாமல் என் பதின் பருவம் ஏக்கத்தில் கழிந்தது. தாய் சொல்லைக் கேட்டிருந்தால் கல்வியற்று, விருப்பத்திற்கு மாறான வாழ்க்கை வாழ நேர்ந்திருக்கும். அம்மாவை நோக்கித் தயவில்லாமல் கேட்ட கேள்விகளே என்னை முன்னெடுத்துச் சென்றன.

சமீபமாகத் தமிழகத்தின் தனியார் பள்ளிக்கூடங்களிலும் கல்லூரிகளிலும் 'பெற்றோரே தெய்வம். ஆகவே பெற்றோருக்கு மரியாதை செய்கிறோம்' என்னும் பெயரில் அவர்களை நிற்கவும் உட்காரவும் வைத்து அவர்களின் கால்களைச் சிறு குழந்தை களையும் பதின்வயதுப் பிள்ளைகளையும் விட்டுக் கழுவச் சொல்கிறார்கள். இதை ஒரு விழாவாகவே நடத்துகிறார்கள். இதற்குப் 'பாதபூஜை' என்று பெயர். சில சாதியினரின் திருமணத்தில் பெற்றோருக்குப் 'பாதபூஜை' செய்யும் சடங்கு உண்டு. அந்தச் சடங்கைப் பெரும் விழுமியமாக்கிக் கல்வி நிறுவனங்களுக்குள் கொண்டு வந்துவிட்டனர். எந்தக் காலத்தில் இருக்கிறோம் நாம்? பெற்றோருக்கு மரியாதை செய்வது என்பது கால்களைக் கழுவுவதா? இந்தச் சடங்கைக் கல்வி நிறுவனத்திற்குள் கொண்டு வருவதில் பல பயன்கள் இருக்கின்றன. முக்கியமானது பள்ளியைப் பற்றிய நம்பிக்கையைப் பெற்றோர் மனத்தில் விதைப்பதாகும். 'காலைத் தொட்டுக் கும்பிடுதல்' மரியாதை என்று கருதப்படும் சமூகத்தில், பாதபூஜையைச் சடங்காகக் கொண்டுள்ள சூழலில் அதைக் குழந்தைகளைச் செயல்பூர்வமாகச் செய்ய வைக்கும்போது நம் பிள்ளையை இப்பள்ளி நல்ல வழியில் நடத்தும் என்னும் நம்பிக்கை பெற்றோருக்கு வருகிறது. பெற்றோர் சொல்லைக் கேட்டு நடக்கும் பிள்ளையே நல்ல பிள்ளை என்னும் கருத்தோட்டம் கொண்டவரே பெரும்பான்மைப் பெற்றோர்கள்.

மகளிர் கல்லூரி ஒன்றில் நடைபெற்ற பாதபூஜை நிகழ்ச்சியை நாளிதழ் செய்தி ஒன்று (தினகரன், நெல்லை, 10-03-2018) கீழ்க்கண்டவாறு தெரிவிக்கிறது:

'இந்த உலகம் தாய் தந்தையருக்குள் அடக்கம். தாயைத் தெய்வமாக வணங்க வேண்டும். தாயிற் சிறந்த கோயிலுமில்லை, தந்தை சொல் மிக்க மந்திரமில்லை என்று மாணவிகளுக்கு அறிவுரை கூறப்பட்டது.

'இதைத் தொடர்ந்து தாய் தந்தையருக்கு மாணவிகள் பாதபூஜை செய்தனர். இதில் பாதங்களை பால், தயிர், மஞ்சள், தண்ணீர் விட்டுக் கழுவினர். பின்னர் சந்தனம் குங்குமம் வைத்து மலர் தூவி அர்ச்சனையும் ஆரத்தி எடுத்து பூஜைகளை ஒரே நேரத்தில் 700 மாணவிகள் செய்தனர். பின்னர் பெற்றோர் காலில் விழுந்து வணங்கி ஆசிர்வாதம் மாணவிகள் பெற்றனர்'

பள்ளி மாணவ மாணவியர் பெற்றோருக்குப் பாதபூஜை செய்து ஆசி பெறும் நிகழ்ச்சி ஒன்றில் (தினமணி, 27–02–2018, பெரம்பலூர்) சிறப்பு விருந்தினராகப் பங்கேற்ற பிரபலமான பேச்சாளர் ஒருவர் 'வாழ்வில் எவ்வளவு பெரிய வெற்றியை அடைந்தாலும் அதைப் பெற்றோர்களுக்கு மாணவ மாணவிகள் சமர்ப்பிக்க வேண்டும்' என்று பேசுகிறார்.

பிள்ளைகளைப் பெற்றோர் மீது அன்பும் பாசமும் மதிப்பும் மரியாதையும் கொண்டவர்களாக இந்தக் கல்வி நிறுவனம் உருவாக்கும் என்னும் நம்பிக்கையைப் பெற்றோருக்குக் கொடுக்க இந்தப் பாதபூஜை நிகழ்ச்சி பயன்படுவதால் பல பெற்றோர் தம் பிள்ளைகளை இந்த நிறுவனங்களில் கொண்டு வந்து சேர்ப்பர். பெற்றோரே தம் வருமானத்திற்கான அடிப்படை நுகர்வோர் என்பதால் பெற்றோர் மனத்தில் ஆழப் பதிந்திருக்கும் விழுமியம் ஒன்றுக்குச் செயல் வடிவம் கொடுக்கின்றன இக்கல்வி நிறுவனங்கள். பெற்றோரைத் தெய்வமாக உருவகப் படுத்துவதால் அவர்கள் பெற்றோரை மதிப்பர், வயதான காலத்தில் பெற்றோரைப் பராமரிப்பர், பெற்றோர் பார்க்கும் மாப்பிள்ளையை/பெண்ணையே திருமணம் செய்துகொள்வர் என எண்ணற்ற எதிர்பார்ப்புகளுக்கு இந்தப் பாதபூஜை வடிவம் கொடுக்கிறது.

பெற்றோர்களிடம் பிள்ளைகளால் எதையாவது உரிமை யோடும் வெளிப்படையாகவும் பேசவோ பகிர்ந்துகொள்ளவோ முடிகிறதா? குறைந்தபட்சம் தம் விருப்பத்தைத் தெரிவிக்க வழி இருக்கிறதா? தாம் விரும்பிய வகையில் உயர்கல்வி கற்க முடியாமல் பெற்றோர் சொல்வதையே கற்க வேண்டிய கட்டாயத்தில் இருக்கும் பிள்ளைகள் அனேகம். பெற்றோரிடம் பிள்ளைகளுக்கு ஒருபோதும் கருத்துச் சுதந்திரம் கிடையாது. ஏதாவது கருத்தைச் சொன்னால் அது பெற்றோரை எதிர்த்துப் பேசுவது என்றே பொருள்படுகிறது.

அதே போல 'மூத்தோர் சொல் அமிழ்தம்' என ஒரு விழுமியம். வயதானவர்கள் என்ன சொன்னாலும் அது சிறந்தது என்று கருதிக் கேட்டுக்கொள்ள வேண்டுமாம். 'மூத்தோர்' என்போர் வாழ்க்கை அனுபவம் மிகுந்தவர்கள், ஆகவே அவர்களின் அறிவுரைகள் இளையவர்களுக்கு உதவும் என்னும் பொருளில் இக்கருத்து சொல்லப்படுவதாகவே கொள்ளலாம். 'மூத்தோர் சொல்லும் முதுநெல்லிக் கனியும் முதலில் கசக்கும்; முடிவில் இனிக்கும்' என்றும் சொல்வர். இன்னும் பலவிதங்களில் மூத்தோர் பேச்சைக் கேட்டு நடக்க வேண்டும் என்பதை வலியுறுத்துவர். மனிதர்களில் பல தரப்பட்டவர்கள் இருக்கின்றனர். தம் வாழ்க்கை அனுபவம்

ஒவ்வொன்றையும் உற்று நோக்கி அதிலிருந்து கற்றுக்கொள்பவர்கள் மிகச் சிலரே. நூறு ஆண்டுகள் வாழ்ந்தாலும் எதையும் கற்றுக் கொள்ளாதவர்களே பலர். பெரும்பாலோர் தம் இளவயது வாழ்க்கை பற்றிய பெருமித உணர்வைக் கொண்டவர்கள். இளைய தலைமுறை மேல் அவநம்பிக்கையும் வெறுப்பும் கோபமும் கொண்டவர்கள். கால மாற்றங்களைக் கருத்தில் கொள்ளாதவர்கள். இத்தகையவர்களிடமிருந்து இளையவர்கள் கேட்டுக்கொள்ள என்ன இருக்கிறது? ஆனால் மூத்தோர் சொல்லைக் கேட்க வேண்டும் என்று வலியுறுத்துகிறது நம் சமூகம்.

வயதானோருக்கு இந்த விழுமியம் ஓர் அதிகாரத்தைக் கொடுத்துவிடுகிறது. 'பெரியவங்க சொன்னாக் கேக்கணும்' என்று வலியுறுத்தும் அதிகாரம். இளையவர்கள் மேல் இந்த அதிகாரத்தை மூத்தோர் பயன்படுத்தும் விதம் பெரும்பாலான சமயங்களில் அருவருப்பு ஊட்டும் வகையில் இருக்கிறது. மூத்தோர் இளையவரைப் பெயர் சொல்லியோ ஒருமையிலோ அழைக்கும் உரிமை பெற்றவர்களாக இருக்கிறார்கள். இளையவர்களுக்கு ஒன்றும் தெரியாது என்னும் பாவனையில் அவர்களைப் பிடித்து வைத்துக்கொண்டு நீண்ட உரையாற்றும் பெரியவர்களிடமிருந்து தப்பித்துக்கொள்ள இளையவர்கள் செய்யும் முயற்சிகளை நம் அன்றாட வாழ்க்கையில் தொடர்ந்து பார்த்துக்கொண்டேதான் இருக்கிறோம். இளையவர்கள் என்ன நினைக்கிறார்கள் என்பதை ஓரிரு நிமிடங்களேனும் கேட்கும் பொறுமை மூத்தோர் எத்தனை பேருக்கு இருக்கிறது? மூத்தோரின் முன் இளையோர் உடலொடுங்கி உட்கார்ந்திருக்கும் காட்சியை நாம் காணாத நாளுண்டா? தம் கருத்தை மூத்தோர் முன் தயக்கம் இல்லாமல் வெளிப்படுத்த எத்தனை பேருக்குச் சுதந்திரம் கிடைக்கிறது? மூத்தோர் முன் கை கட்டி வாய் பொத்தி உடல் ஒடுங்கி அமர்ந்திருக்கிறது கருத்துச் சுதந்திரம்.

அது மட்டுமல்ல, குரு என்னும் ஆசிரியர் பற்றியும் நாம் உருவாக்கி வைத்துள்ள விழுமியமும் அப்படிப்பட்டதுதான். பெரும்பாலான சாதியினர் எழுத்தறிவு பெறாதவர்களாக இருந்ததாலோ என்னவோ எழுத்தைக் கற்றுக் கொடுக்கும் ஆசிரியரை உயர்த்தி 'எழுத்தறிவித்தவன் இறைவன் ஆகும்' என்று சொல்லி வைத்திருக்கிறார்கள். ஆசிரியர் சொல்வதே வேதம் எனக் கேட்டுக் கொள்வதே நம் கல்வி முறை. ஆசிரியர் தவறாகச் சொன்னாலும் கேட்டுத்தானாக வேண்டும். அதில் இருக்கும் தவறைச் சுட்டிக்காட்ட முடியாது. சொன்னால் 'ஆசிரியரை எதிர்த்துப் பேசியதாகக்' கருதப்படும். ஆசிரியரிடம் கேள்வி கேட்க முடியாது. கேள்வி இல்லாத கல்வி முறை உலகத்திலேயே நம்முடையதாகத்தான் இருக்கும்.

என் கல்லூரிக் காலத்தில் நடந்த நிகழ்வு ஒன்று. ஓர் ஆசிரியர் வ.வே.சு. அய்யர் பற்றிப் பாடம் நடத்திக் கொண்டிருந்தார். ஆனால் அவர் சொன்ன தகவல்கள் முழுவதும் உ.வே. சாமிநாத ஐயர் பற்றியானவை. பெயரை மாற்றிப் புரிந்துகொண்டு ஆசிரியர் பேசிக்கொண்டே இருந்தார். மாணவர்களாகிய எங்களுக்கு அது புரிந்தது. ஆகவே நாங்கள் சிரித்தோம். சிரித்தவர்களைப் பார்த்துக் கடுமையான வார்த்தைகளைச் சொல்லிக் கட்டுப்படுத்தினார். பிறகும் தொடர்ந்தார். ஏதோ சந்தர்ப்பத்தில் அவருக்குத் தான் மாற்றிச் சொல்கிறோம் என்பது நினைவு வந்துவிட்டது போல. உடனே 'உ.வே.சா. அய்யர் என இருப்பதற்குப் பதிலாக நூலில் அச்சுப் பிழையாக வ.வே.சு. அய்யர் என்று வந்துவிட்டது' எனச் சொல்லிச் சமாளித்தாரே பார்க்கலாம். தன் தவறை ஒத்துக்கொள்ளவில்லை. மாணவர்களுக்கும் அவர் தவறாகச் சொல்கிறார் என்பதை வெளிப்படையாக எழுந்து சொல்லும் துணிவில்லை. இந்தச் சம்பவம் பற்றிப் பலமுறை யோசித்திருக்கிறேன். அவர் தவறைச் சுட்டிக்காட்ட எங்களைத் தடுத்தது எது? ஆசிரியர் தவறாகவே சொன்னாலும் அவர்தான் தெய்வமாயிற்றே. தெய்வத்திற்குரிய அதிகாரத்தை ஆசிரியருக்குக் கொடுத்திருக்கும் நம் சமூக விழுமியம்தான் எங்கள் வாயை அடைத்திருக்கிறது என்றே நினைக்கிறேன். தன் தவறை உணர்ந்த பிறகும் அதை ஒத்துக்கொள்ளும் மனநிலை அவருக்கு வரவில்லை. சாதாரண மனிதர்களிடம் தன் தவறைத் தெய்வம் ஒத்துக்கொள்ளுமா?

ஆசிரியர்களிடம் நிலவும் அறமற்ற தன்மை பற்றி நடைமுறை உதாரணங்களைக் காட்டி நான் சில கட்டுரைகள் எழுதினேன். என் கட்டுரைகளில் சொல்லப்பட்ட விஷயங்களைப் பற்றிப் பேசாமல் 'ஆசிரியர்களைப் பற்றி இப்படி எழுதலாமா?' என்னும் கேள்வியே பரவலாக எழுந்தது. சமூகத்தில் இருக்கும் ஒவ்வொரு தரப்பைப் பற்றியும் எழுதும்போது ஆசிரியர்களைப் பற்றி ஏன் எழுதக் கூடாது? 'நீ ஆசிரியராக இருந்துகொண்டு இப்படி எழுதலாமா?' என்றும் ஒரு கேள்வி. 'நான் ஆசிரியராக இருப்பதால்தான் இதையெல்லாம் கவனித்து எழுத முடிகிறது' என்று பதில் சொன்னேன். ஆனால் இன்றைக்கு வரைக்கும் ஆசிரியர்கள் மத்தியில் மட்டுமல்ல, பொதுவெளியிலும் 'ஆசிரியர்களைப் பற்றி' எழுதும் எனக்கு ஏற்பில்லை. காரணம் ஆசிரியர்களைப் பற்றிய விழுமியங்கள் எல்லோர் மனத்திலும் நிலவுவதுதான். ஆசிரியர் கற்றுக் கொடுப்பவர்; ஆகவே அதிகாரம் மிக்கவர். அதிகாரத்தைக் கேள்வி கேட்கும் உரிமை எவருக்கும் கிடையாது. அதிகாரம் தெய்வத்தன்மை கொண்டது. ஒன்றைத் தெய்வமாக உயர்த்திவிட்டால் அதனிடம் கேள்விக்கு

இடமேது? அறிவைப் பெறுமிடத்தில் அதிகாரம் முன்னிற்கிறது. அதிகாரம் ஒருபோதும் கருத்துச் சுதந்திரத்திற்கு ஆதரவாக இருப்பதில்லை.

தாய் தந்தை, பெரியோர்கள், ஆசிரியர் உள்ளிட்ட எவரிடமும் நமக்குப் பேச்சுச் சுதந்திரம் இல்லை. இப்படி இன்னும் எத்தனையோ. ஆதிக்க சாதியைச் சேர்ந்த ஒருவர் எத்தனை முட்டாளாக இருப்பினும் அவர் சொல்வதைத்தான் கேட்டாக வேண்டும். எஜமான் – அடியாள் உறவுடைய நம் சாதி அமைப்பில் கருத்துச் சுதந்திரம் ஏது? பணக்காரராக இருந்தால் அவர் பேச்சுத்தான் முன் நிற்கும். ஏழை சொல் அம்பலம் ஏறாது. அதிகாரத்தில் இருப்பவர் சொல்லுக்குக் கீழிருப்பவர் ஒத்துத்தான் போக வேண்டும். இப்படி மேல், கீழ் என்னும் படிநிலை அடிப்படையில் அமைந்த பல்வேறு விழுமியங்களையும் கருதிப் பார்க்க வேண்டும்.

ஆண் – பெண் உறவு பற்றிய விழுமியங்களும் கருத்துச் சுதந்திரத்திற்கு எதிரானவையே. 'கணவனே கண் கண்ட தெய்வம்', 'மனாளனே மங்கையின் பாக்கியம்', 'கல்லானாலும் கணவன்; புல்லானாலும் புருஷன்' ஆகியவை மிகவும் பிரபலமான பழமொழிகள். ஒரு பெண்ணுக்குக் கணவனை விட்டால் கதியில்லை. அவன் தான் வாழ்க்கை கொடுப்பவன். கணவனைத் தெய்வமாக அவள் மதிக்க வேண்டும். பழைய தமிழ்த் திரைப்படங்களில் கணவனின் பாதங்களை அதிகாலையில் தொட்டுக் கும்பிட்டுத் தன் வேலைகளைத் தொடங்கும் பெண்ணின் சித்திரம் சாதாரணம். இன்றைக்கு அது இல்லை என்றாலும் வெவ்வேறு நுட்பமான வழிகளில் கணவனின் இடம் வலியுறுத்தப்பட்டுக் கொண்டேயிருக்கிறது. எத்தகைய கொடுமை செய்பவனாக இருப்பினும் கணவனைப் பொறுத்துக் கொள்ள வேண்டும். அவன் சொல்வதை அப்படியே கேட்டு நடக்க வேண்டும். அவன் பேச்சுக்கு எதிர்ப்பேச்சு கூடாது. குடும்ப விவகாரம் தொடர்பாக விவாதித்துக் கொண்டிருக்கும் சமயத்தில் மனைவி ஒரு கருத்தைச் சொன்னதும் கணவன் 'உனக்கு ஒன்னும் தெரியாது. போ உள்ளே' என்று மனைவியின் பேச்சை அடக்கி அவளை வீட்டுக்குள் அனுப்பும் காட்சிகள் தமிழ்த் திரைப்படங்களில் ஏராளம். 'தையல் சொல் கேளேல்' என்பதும் இங்கு வன்மையாக நிலவும் விழுமியம். ஒரு பெண்ணுக்கு குடும்பத்திலும் பேச்சுரிமை கிடையாது; வெளியிலும் பேச்சுரிமை கிடையாது. அப்படியே அவள் எதையாவது சொன்னாலும் அதைக் கேட்டு நடக்கக் கூடாது. ஆண் – பெண் உறவில் பெண்ணுக்கான இடம் இதுதான். நம் வாழ்வில் பெண் பேசுவதற்கான உரிமை ஏதாவது சந்தர்ப்பத்தில் இருக்கிறதா

என்று பார்த்தால் ஓரிடத்திலும் கிடையாது. சமூகத்தில் சரிபாதி என்று கருதப்படும் பெண் தன் கருத்தை வெளிப்படுத்த எங்கும் உரிமை இல்லை என்பதை விழுமியங்கள் காட்டுகின்றன.

ஒரு மனிதர் தன் சக மனிதரிடம் இயல்பாகக் கருத்தை வெளிப்படுத்த நாம் கொண்டிருக்கும் விழுமியங்கள் அனுமதிப்பது இல்லை. வெளிப்பாட்டைப் பொருத்தவரை எல்லாமே ஒற்றை வழிதான். பெற்றோர் சொல்லுக்கு மறுப்பு கூடாது; பெரியோர் பேச்சைக் கேட்க வேண்டும்; ஆசிரியர் சொல்வதுதான் வேதம்; பெண் பேசவே கூடாது; எஜமான் என்ன சொன்னாலும் சரி என்றே சொல்ல வேண்டும்; அதிகாரியின் பேச்சே சபையில் நிற்கும். ஒரு கருத்து சரியா தவறா என்பது பற்றிய பேச்சே கிடையாது. கூறுபவர் யார் என்பதுதான் இங்கே முக்கியம். ஒரு விஷயத்தில் கருத்துக் கூறும் சுதந்திரம் எல்லோருக்கும் கிடைப்பதில்லை. மாற்றுக் கருத்து இருப்பினும் அதை மனதுக்குள் மறைத்துக்கொள்ள வேண்டும். மாறாகச் சொல்லிவிட்டால் அது 'மரியாதை குறைவு' ஆகும். மதித்தல், மரியாதை கொடுத்தல் என்னும் விழுமியக் கூறு சக மனிதர்களுக்குள் இயல்பான ஓர் உரையாடல் நிகழ்வதையே தடுத்துவிடுகிறது. உரையாடலுக்குக் களம் இருக்கும்போதே பலவித கருத்துக்கள் வெளிப்படும். பல கருத்துக்கள் வெளிப்படும் போது அங்கே ஆரோக்கியமான விவாதம் நடைபெறும்.

நம் சமூகத்தைப் பொருத்தவரைக்கும் கருத்து வெளிப்பாட்டில் சமத்தன்மை இல்லை. சக மனிதர்களுக்குள் உரையாடலே சாத்தியமில்லை. கருத்து சார்ந்த விவாதமும் இல்லை. தத்துவ நூல்கள் பேசும் தருக்க முறைகள் அன்றாட வாழ்வின் களங்களில் துளியும் இல்லை. எங்கே கருத்துச் சுதந்திரம் பற்றிப் பேசினாலும் அங்கே 'மரியாதை, மதிப்பு' என்னும் விழுமியக் கூறு ஒன்று வந்து நின்று கருத்துச் சுதந்திரத்தின் குரல்வளையை நெரித்து விடுகிறது. ஜனநாயகம் என்பதன் அடிப்படையே மனிதர்கள் அனைவரும் சமம் என்பதுதான். இந்தக் கோட்பாடு நமக்குப் புதிது. பல நூற்றாண்டுகளாக மனிதர்களைச் சமமற்றவர் களாகப் பிரித்து அதற்கான விழுமியங்களை உருவாக்கி வைத்திருக்கும் நாம் ஏட்டளவில் ஜனநாயகம் பற்றிப் பேசுகி றோம். நடைமுறையில் அதற்கு எதிராகவே செயல்படுகிறோம்.

கருத்துச் சுதந்திரம் பற்றிப் பேசும் நாம் அதை அன்றாட வாழ்வின் களங்களுக்குள் நிலவும் சமமின்மை, அதன் பின்னணியில் இருக்கும் விழுமியக் கூறுகள் ஆகியவை பற்றி முதலில் பேச வேண்டும். அவற்றைப் பரிசீலனை செய்ய வேண்டும். அவற்றின் மீது கேள்விகளை முன்வைக்க வேண்டும். இயல்பான

விவாதத்தை முன்னெடுக்க வேண்டும். காலத்திற்கு ஒவ்வாத விழுமியங்களை மீறவும் மாற்றிக்கொள்ளவும் தயாராக வேண்டும். அப்போதுதான் சமத்துவத்தின் வேராகிய கருத்துச் சுதந்திரம் பற்றிய உணர்வு நமக்குள் குறைந்தபட்சமேனும் உருவாகும்.

●

(2018, பிப்ரவரி மாதம் ஒடியாவில் நடைபெற்ற கருத்தரங்கு ஒன்றில் ஆற்றிய உரை. இதை ஆங்கிலத்தில் மொழிபெயர்த்தவர்: சங்கர நாராயணன். merinews.com இதழில் வெளியானது.)

7

அடங்கும் காலம் வரும்

மலையாள எழுத்தாளர் எஸ். ஹரீஷ் அவர்கள் 'மாத்ருபூமி' இதழில் தாம் எழுதி வந்த 'மீசை' என்னும் நாவல் தொடரை மூன்றாம் அத்தியாயத்தோடு நிறுத்திக்கொள்வதாக அறிவித்துள்ளார். அது தொடர்பாக அவ்விதழுக்கு எழுதிய கடிதத்தில் (தமிழில்: முகநூல் பதிவு, டி.வி. பாலசுப்பிரமணியம்) சில விஷயங்களைக் குறிப்பிட்டுள்ளார். 'நாவலின் ஒரு பாகத்தை மட்டும் பிரித்தெடுத்துச் சிலர் மோசமான பிரச்சாரத்திற்கு உபயோகிக்கிறார்கள்' என்பதுதான் அதில் முக்கியமான விஷயம். அதாவது நாவலில் இரண்டு பாத்திரங்களின் உரையாடலாக வரும் ஒரு பகுதியை மட்டும் தனித்துக் காட்டிப் பிரச்சினை உருவாக்கப்பட்டுள்ளது.

உரையாடலை நாவலாசிரியர்கள் பல நோக்கங்களுக்குப் பயன்படுத்துவர். அதில் ஒன்று பொதுப்புத்தி சார்ந்து நிலவும் அபிப்ராயங்களை வெளிப்படுத்துவதாகும். சமூகப் பொதுமனத்தை விமர்சிக்கக் கையாளும் உத்தி இது. அலங்காரம் செய்துகொண்டு கோயிலுக்குச் செல்லும் பெண்களைக் குறித்து இரண்டு ஆண்கள் பேசிக் கொள்வதாக 'மீசை' நாவலில் வரும் உரையாடலும் இத்தகைய விமர்சன உத்தியாகவே இருக்கும் எனக் கருதுகிறேன். பிரச்சாரத்திற்கு உபயோகிப்பவர்களுக்கு நாவலில் வரும் பகுதி ஓர் உரையாடல் என்பதும் அதன் நோக்கம் என்னவென்பதும் தெரிந்தே இருக்கும். 'இது தமது செல்வாக்கைப்

பரவலாக்கிக் கொள்ளும் பிரச்சாரத்திற்குப் பயன்படும்' என்பதை அறிந்தேதான் செய்திருப்பார்கள்.

பொதுத்தளத்தில் நிலவும் மிகை உணர்ச்சிகளைச் சுரண்ட ஏதுவான பிரச்சினை ஒன்றை உருவாக்குவதன் மூலம் தம் இருப்பைக் காட்டிக் கொள்ளும் தந்திரம் இது. சாதாரணமாகக் கடந்து செல்ல வேண்டிய ஒன்றை ஊதிப் பெருக்கிப் பெருக்கிப் பூதாகரமாக்கி அதன் மூலம் தம்மை நிலைப்படுத்திக் கொள்ளும் மலினமான வித்தை இது. ஆகவே இதை எதுவரைக்கும் கொண்டு செல்ல முடியுமோ அதுவரைக்கும் கொண்டு சென்று பலனடைய முயல்வதே நோக்கமாக இருக்கும். இழிவான நோக்கத்திற்குத் தோதாக நாவலில் இருந்து பிய்க்கப்பட்டப் பகுதி பயன்படுத்தப்பட்டிருக்கிறது.

இச்சூழலில் ஹரீஷ் எதிர்கொண்டிருக்கும் பிரச்சினைகள் கடுமையானவை. சமூக ஊடகங்களில் அவரைக் கேவலப்படுத்தியும் சின்னக் குழந்தைகள் உட்பட அவரது குடும்பத்தாரை இழிவுபடுத்தியும் தொடர் பதிவுகள் வந்திருக்கின்றன. எல்லா வகைத் தொடர்புச் சாதனங்கள் மூலமும் புற்றீசல்கள் போல எங்கெங்கிருந்தோ விதவிதமான வடிவங்களில் வந்து விழும் அவை எப்பேர்ப்பட்ட மனிதரையும் மனம் குலையச் செய்து விடுபவை. அதிகாரத்தில் திளைப்பதைத் தவிர எத்தகைய அறநெறிகளுக்கும் தார்மீக உணர்வுகளுக்கும் மதிப்பளிக்காத மூட இதயங்களிலிருந்து உருவாகும் கொடுங்கூற்றுகள் அவை. அவற்றை எதிர்கொள்வதற்குக் கல் மனம் வேண்டும். எழுத்தாளருக்கு அது சாத்தியமில்லை.

அத்துடன் பெண்கள் ஆணையத்திலும் வெவ்வேறு காவல் நிலையங்களிலும் அவர் மீது புகார்கள் அளிக்கப்பட்டிருக்கின்றன. புகார்கள் தொடர்பாகப் பெரிய நடவடிக்கைகள் ஏதும் எடுக்கப்படவில்லை என்றாலும் அவற்றிற்கு வெறும் விளக்கம் மட்டுமாவது எழுதிக் கொடுக்கத்தான் நேரும். அது அவரது வாழ்வின் அன்றாடத்தைப் பெரிதும் பாதித்து மன உளைச்சலைக் கொடுக்கவே செய்யும். பல்வேறு இடங்களுக்கு அலைவதும் அலைய வைப்பதையே தண்டனையாக்கி இருக்கும் காவல்துறையின் சாதாரண நடைமுறைகளுக்கு நாட்களையும் நேரத்தையும் செலவழிப்பதும் எழுத்தாளரால் இயல்கிற காரியமல்ல.

இந்நிலையில் நாவலைப் பிரசுரிப்பதிலிருந்து பின்வாங்குவதாகவும் உடனே நூலாகப் பிரசுரிக்கும் எண்ணமில்லை என்றும் அவர் தம் கடிதத்தில் குறிப்பிட்டுள்ளார். இந்த முடிவைத் தவிர விவேகமானது ஏதுமில்லை. பிரச்சினையில் இருந்து

தப்பித்துக் கொள்ள எடுத்த முடிவு போல இது தோன்றலாம். ஆனால் அது மட்டுமல்ல. தம் நாவலின் சில வாக்கியங்களை வைத்துப் பெரும்பலன் அடைய முயலும் சக்திகளுக்கு அத்தகைய வாய்ப்பைக் கொடுக்காமல் தவிர்க்கும் சமயோசிதமான முடிவும் இது. அச்சத்தால் எடுத்த முடிவாக மட்டும் இதைப் பார்க்க முடியாது. அநியாயத்தை வளர்ப்பதற்குத் தம் நாவல் துணையாவதைத் தடுக்கும் அறிவார்த்தமான முடிவும் இது.

மேலும் தொந்தரவு செய்தவர்களுக்கு எதிராக நீதிமன்ற நடவடிக்கைக்கு முயலவில்லை என்றும் இங்குள்ள நீதி நியாயச் சட்டத்தில் மாட்டிக்கொண்டு வாழ்க்கையை இழக்கத் தயாரில்லை என்றும் அவர் கூறுகிறார். இது நம் நீதி அமைப்பின் மீதான கடும் விமர்சனம். நீதிமன்ற நடைமுறைகள் சாதாரணக் குடிமக்களை அலைக்கழிக்கும் தன்மை கொண்டவை. ஒருமுறை நீதிமன்றப் படியேறியவர் இன்னொரு முறை அந்தப் பக்கம் செல்லவே அஞ்சும் நிலைதான் இருக்கிறது. எழுத்தாள மனோபாவத்திற்கு இந்த நடைமுறைகள் மிகவும் எதிரானவை; அந்நியமானவை. பொறிக்குள் சிக்கிய எலியாக யார்தான் விரும்புவார்கள்?

அவரது கடிதத்தில் 'நாட்டை ஆளும் வர்க்கத்திற்கு எதிராகப் போராடுவதற்கான பலம் என்னிடமில்லை' என்று தெரிவிக்கிறார். இது கையாலாகாத்தனமோ கோழைத்தனமோ அல்ல. இதுதான் நிதர்சனம். அமைப்பு பலமோ கட்சிப் பின்னணியோ இல்லாத தனிமனிதராகவே பெரும்பாலான எழுத்தாளர்கள் உள்ளனர். நிறுவனக் கட்டுக்குள் நின்று செயல்படு வதை அவர்களின் சுதந்திர மனம் ஒருபோதும் விரும்புவதில்லை. ஆகவே ஆளும் வர்க்கத்திற்கு எதிராகப் போராடும் பலமோ எழுத்தைத் தவிர்த்த வேறு வழிகளோ எழுத்தாளருக்குக் கிடையாது என்பதே உண்மை.

அவரது சிறுவயது முதல் மனதில் கிடந்து கடந்த ஐந்து ஆண்டு கால உழைப்பில் உருவான 'மீசை' நாவலை நூலாக்குவது பற்றி அவர் 'சமூகத்தின் வெறுப்பு அடங்கி அது ஏற்றுக்கொள்ளும் என்று தோன்றும்போது வெளியிடுவேன்' என்று கூறியுள்ளார். வாழ்க்கை பற்றிய பரிசீலனையே இலக்கியம் என்று உணராத சமூகம் இது. அவ்விதம் உணர்ந்தால் எழுத்தாளர் எழுதியது தமக்குப் பிடித்தாலும் பிடிக்காவிட்டாலும் மனதுக்குள் வைத்துப் பரிசீலிக்கும் எண்ணம் உருவாகும். மனித மனத்தில் எல்லா வகைக் குணங்களும் கொஞ்சம் கொஞ்சம் இருக்கின்றன. அவற்றில் வெறுப்பையும் கசப்பையும் பிரித்தெடுத்து வளர்க்கும் காலத்தில் நாம் வாழ்கிறோம். வெறுப்பும் கசப்பும் எதையும் பரிசீலிக்கவோ

விவாதிக்கவோ அனுமதிப்பதில்லை. பரிசீலனையற்ற சமூகத்திற்கு எழுதத்தான் வேண்டுமா என்னும் எண்ணம் தோன்றுவது இயல்பானதுதான்.

எழுத்தாளர்கள், கலைஞர்கள், செயற்பாட்டாளர்கள் ஆகியோர் ஹரீஷுக்கு ஆதரவு தெரிவித்துள்ளனர். அவை அல்லாமல் மாநில ஆளுங்கட்சியும் எதிர்க்கட்சியும் ஆதரவு தெரிவித்திருப்பது நல்ல சமிக்ஞை ஆகும். நாடெங்கும் இருந்து கிடைத்துள்ள இந்த ஆதரவு அவரது தனிமை உணர்வைப் போக்கி மன பலத்தைக் கொடுக்கக் கூடும். இந்த நாவலைக் கிடப்பில் போட்டாலும் வேறு படைப்புகளை எழுத அவருக்கு நம்பிக்கை ஏற்படும். தம் பாத்திரங்களின் உரையாடல்களை அவற்றின் போக்கில் அனுமதிக்கவும் கண்காணிக்கத் தோன்றும் அளவுகோல்களைத் தூக்கி எறியவும் இன்னும் சில காலம் அவருக்குத் தேவைப்படலாம். காயத்தை ஆற்றக் காலத்தை எடுத்துக் கொள்ளட்டும். காத்திருப்போம்.

மற்றபடி ஹரீஷ் அவர்களின் சூழலையும் மனநிலையையும் யாரையும்விட என்னால் மிகத் தெளிவாகப் புரிந்துகொள்ள முடிகிறது. வலியும் உளைச்சலும் பொதிந்த நாட்களைக் கடக்க அவர் பட்டிருக்கும் கஷ்டங்களை முழுமையாக உணர்கிறேன். அவர் முடிவு கடினசித்தம் கொண்டு எடுத்திருக்கக் கூடியதே என்பதையும் அறிகிறேன். அவர் மனத்தில் என் மனத்தைக் காண்கிறேன். அவரது கையைப் பற்றி ‘வெறுப்பு அடங்கும் காலம் வரும்; பொறுத்திருப்போம்’ என்று மட்டும் இப்போதைக்குச் சொல்ல விரும்புகிறேன்.

●

***இந்து தமிழ் திசை*, 28–07–2018.**

8

பரபரப்புச் சங்கிலியில் இழுபடுதல்

கடந்த ஒரு மாதத்திற்குள் கருத்துரிமை தொடர்பான மூன்று பிரச்சினைகள். கேரள வெள்ளப் பாதிப்பை முன்வைத்து மனுஷ்யபுத்திரன் எழுதிய 'ஊழியின் நடனம்' என்னும் கவிதை இந்துக் கடவுளை இழிவுபடுத்துகிறது எனச் சொல்லி எழுந்தது ஒன்று. மனுஷ்யபுத்திரன் அறியப்பட்ட கவிஞர் என்பதால் இப்பிரச்சினை இலக்கியத் தளத்திலும் ஊடகத் தளத்திலும் விரிவான கவனத்திற்கு உள்ளானது. அவருக்குக் குறிப்பிடத்தக்க அளவு ஆதரவு உருவாயிற்று. கவிஞர்கள், எழுத்தாளர்கள் தம் ஆதரவைக் காட்டும் வகையில் சமூக ஊடகங்களில் செயல்பட்டனர்.

இதற்கு ஓரிரு வாரங்கள் முன்னர் தொடங்கிய இன்னொரு பிரச்சினை தொல்லியல் ஆய்வாளர் ஆ. பத்மாவதி எழுதி ஜூன் மாதம் வெளியிடப்பட்ட 'திருவாசகம் அருளிய மாணிக்கவாசகர் காலமும் கருத்தும்' என்னும் நூல் சைவ சமயத்தையும் மாணிக்கவாசகரையும் இழிவுபடுத்துகிறது என்று எழுந்ததாகும். ஆ. பத்மாவதி மீதும் இந்நூலை வெளியிட்ட சைவ சித்தாந்தப் பெருமன்றத் தலைவர் நல்லூர் சா. சரவணன் மீதும் காவல்துறையில் புகார் கொடுக்கப்பட்டது. சைவத் தத்துவத்தில் ஆழ்ந்த அறிவு கொண்ட சா. சரவணன் சென்னைப் பல்கலைக்கழகச் சைவ சித்தாந்தத் துறைப் பேராசிரியர். பல்வேறு கோவில்களிலும் சமயச் சொற்பொழிவு நிகழ்த்துபவர்.

அவரைப் பேச விடாமல் தடுத்தும் நிகழ்ச்சிகளை ரத்து செய்ய வைத்தும் கடுமையான எதிர்ப்புகள் உருவாக்கப்பட்டன. நூல் பற்றிய தன் விளக்கத்தை அவர் சொல்வதற்கும் வாய்ப்பு வழங்கப்படவில்லை. பின்னர் தம் மன்றத்திலேயே அவர் பேசி அதை இணையத்தில் வெளியிடும்படி நேர்ந்தது. ஆய்வு நூலுக்கு எழுந்த எதிர்ப்புக்குக் கல்வித்துறை சார்ந்த ஆய்வாளர்களிடம் இருந்து வலுவான கண்டனங்கள் வந்திருக்க வேண்டும். அது நடக்கவில்லை. மேலும் இது பொதுத்தளத்தில் பெரிதும் கவனம் பெறவில்லை என்பது வருத்தத்திற்கு உரியது.

அதே சந்தர்ப்பத்தில் கர்நாடக இசைக் கச்சேரிகளில் கிறித்தவ, இசுலாமியக் கடவுளர் பற்றிய கீர்த்தனைகளைப் பாடுவது தொடர்பான பிரச்சினையும் நடந்தது. பாடகர் ஓ.எஸ். அருண் தம் நிகழ்ச்சியை ரத்து செய்தார். நித்யஸ்ரீ மகாதேவன் வருத்தம் தெரிவித்தார். டி.எம். கிருஷ்ணா 'இனி மாதம் ஒரு கிறித்தவ, இசுலாமியக் கடவுள் தொடர்பான கீர்த்தனைகளைப் பாடி வெளியிடுவேன்' என அறிவித்தார். அடுத்த மாதம் அமெரிக்காவில் சிவன் கோவில் ஒன்றில் நடக்கவிருந்த அவரது இசைக் கச்சேரி இந்த அறிவிப்பின் காரணமாக ரத்து செய்யப்பட்டது. இந்தப் பிரச்சினையில் ஆங்கில ஊடகங்கள் ஓரளவு கவனம் குவித்தன. கர்நாடக இசை வித்துவான்களிடம் இருந்து போதுமான எதிர்வினைகள் உருவாகவில்லை என்பதையும் கவனிக்க வேண்டும்.

சமீபமான இம்மூன்று பிரச்சினைகளோடு சில மாதங்களுக்கு முன்னர் நடைபெற்ற கவிஞர் வைரமுத்து எழுதிய 'ஆண்டாள்' பற்றிய கட்டுரை குறித்து எழுந்த பிரச்சினையையும் இணைத்துப் பார்க்கலாம். திரைத்துறை சார்ந்து பல ஆண்டுகளாகப் பிரபலம் பெற்றிருக்கும் வைரமுத்துவின் பிரச்சினையில் அக்கட்டுரையை வெளியிட்ட பாரம்பரியம் மிக்க பத்திரிகை ஆசிரியர் மன்னிப்புக் கேட்டார். பல தரப்பிலிருந்தும் வைரமுத்துவுக்கு ஆதரவு தெரிவிக்கப்பட்டது. எனினும் திரைத்துறையினரிடமிருந்து பெரிதாக ஆதரவு வெளிப்படவில்லை.

இந்தப் பிரச்சினைகள் எல்லாம் நமக்கு உணர்த்தும் முக்கியமான விஷயம் கலை இலக்கியத் துறையின் எந்தப் பிரிவில் செயல்படுபவராக இருப்பினும் ஏதேனும் சந்தர்ப்பத்தில் அவருக்குப் பிரச்சினை நேரலாம் என்பதுதான். வெகுஜன பிரபலம், தீவிர இலக்கியத் தளம், கல்வித்துறை, ஆன்மீகத் தளம், இசைத்துறை எதுவாயினும் விதிவிலக்கில்லை. கலை இலக்கியத் துறைகள் இவ்விதம் தாக்குதலுக்குத் தொடர்ந்து இலக்காவதைப் புரிந்துகொள்வது மிகவும் முக்கியமானது. சமூகத்தை

முன்னெடுத்துச் செல்லும் அறிவுத் துறை பன்முகத்தன்மை கொண்டதாகவும் சுதந்திரச் செயல்பாடு மிக்கதாகவும் இருப்ப தாகும். அதை முடக்குவதன் நோக்கம் சிந்தனையை அறுத்துச் சமூகத்தை மந்தையாக மாற்றும் முயற்சி.

ஆகவே கலை இலக்கியத் துறையினருக்கு நேரும் எப்பிரச்சினைக்கும் ஒட்டுமொத்தச் சமூகமே விழிப்புணர்வுடன் எதிர்வினை ஆற்ற வேண்டும். அதற்கு முதன்மையாகக் கலை இலக்கியத் துறைப் பிரிவுகளில் செயல்படும் அனைவரும் எதிர்வினையாற்றுவது மிகவும் முக்கியம். தனிமனிதப் பிரச்சினை என்றோ ஒரு துறையில் நேரும் பிரச்சினை என்றோ குறுக்கிப் பார்த்து விலகிச் செல்லக் கூடாது.

பிரச்சினை உருவாக்கப்பட்ட அனைவருக்குமான பாதிப்பில் இருக்கும் பொதுத்தன்மைகள் முக்கியம். பொய்களை உருவாக்கிப் பரப்புவதும் அதற்கேற்ப ஒருவரின் பின்புலத்தை, கருத்து நிலையைப் பகைப்புலனாகப் பயன்படுத்திக் கொள்வதும் முதன்மையானது. எத்தகைய விளக்கங்கள் கொடுத்தாலும் அவற்றைப் பொருட்படுத்தாமல் பொய்யையும் பின்புலம், கருத்து நிலை ஆகியவற்றை இணைத்துப் பரப்புதல் தொடர்ந்து கொண்டே இருக்கிறது.

சமூக ஊடகங்கள் மூலமாகவும் செல்பேசி வாயிலாகவும் நிகழ்த்தப்படும் தொடர் தாக்குதல் அடுத்த பொதுத்தன்மை. பக்தி, மதப்பற்று என்றெல்லாம் முகமூடி அணிந்துகொண்டு வருவோர் அந்த முகமூடிக்குக்கூட விசுவாசமானவர்கள் அல்ல. அவர்கள் கூறும் கருத்துக்களும் பயன்படுத்தும் சொற்களும் அநாகரிகம் மட்டுமல்ல, ஆபாசம், அசிங்கத்தின் உச்சம். புரையோடிய புண்ணிலிருந்து கொட்டும் புழுக்களை ஒத்தவை அவை. நம் மொழி இத்தனை நாராசமானதா எனச் சோர்வூட்டுபவை. தொடர்ந்து நூற்றுக்கணக்கில் இத்தகைய குரல்கள் வந்து விழுகையில் எத்தகைய திட மனதும் தடுமாறவே செய்யும். பேராசிரியர் சுந்தரவள்ளி முகநூலில் செய்த பதிவு ஒன்றுக்காக அவர் மீது காவல்துறையில் புகார் கொடுத்தது மட்டுமல்லாமல், அவர் தம் மகனுடன் எடுத்துக்கொண்ட புகைப்படத்தைப் பயன்படுத்தி இழிவான பதிவுகள் வெளியாயின. மொழியால் மட்டுமல்ல, படங்களைப் பயன்படுத்தியும் தாக்குதல் நடத்தப்படுகிறது.

அடுத்தது ஒருவருக்குரிய பொதுவெளியை முடக்கும் முயற்சி. பேசுதல், எழுதுதல், பாடுதல் என ஒரு படைப்பாளருக்குரிய வெளிகளை எல்லாம் மிரட்டியும் அச்சுறுத்தியும் பறித்துக் கொள்வார்கள். பொதுவெளி என்பது ஒருவரது செயல்தளம்.

அதைப் பறிப்பது பெரும் மனச்சோர்வுக்கு ஆளாக்கும். அத்துடன் புகார் கொடுப்பதையும் அதன் வழியாக அலைக்கழிப்பதையும் செய்யும் போது அன்றாட வாழ்வின் பாடுகளில் சிக்குண்டு கிடக்கும் படைப்பாளரால் அவற்றை எதிர்கொள்வது கடினம். மேலும் அரசமைப்புக்களை அணுகும் அனுபவத்தைப் போலக் கொடுமையானது எதுவுமில்லை.

இவற்றை எல்லாம் படைப்பாளர் எவ்வாறு எதிர்கொள்வார் என்பதைப் பற்றிய உணர்வு தேவை. ஆனால் ஏற்கனவே ஒருவர் மீது இருக்கும் தனிப்பட்ட விருப்பு வெறுப்புகளை முன்னிறுத்தி அவற்றைப் படைப்பின் மேலேற்றி வன்மத்துடன் 'இது தரமற்ற படைப்பு' என முத்திரை குத்துவது சரியானதல்ல. பிரச்சினை ஏற்படும் சூழலில் குறிப்பிட்ட படைப்பின் தரம், தகுதி பற்றிய விவாதம் எழுவது இயல்புதான்; தவிர்க்க இயலாததும் கூட.

அவ்விவாதம் ஒரு படைப்பை அணுகுவது பற்றியும் கருத்துக்களை முன்வைக்கும் விதம் பற்றியும் தெளிவைத் தரும் உதாரணத்துக்கு உரியதாக அமைய வேண்டும். அப்படைப்பைப் புறக்கணிக்கும் பார்வையாகவே இருப்பினும் அதை வெளிப் படுத்தும் முறை விவாதத்தின் பயனை உணர்த்துவதாக இருக்க வேண்டும். விவாதம் தவிர்த்த பிற வழிமுறைகள் ஜனநாயகத் தன்மை கொண்டவை அல்ல என்னும் உணர்வைக் கொடுக்க வேண்டும். எப்பேர்ப்பட்ட அகண்ட முதுகின் பின்னால் ஒளிந்து கொள்பவராக இருப்பினும் ஏதோ ஒரு சந்தர்ப்பத்தில் அம்முதுகு சட்டென விலகிவிடும். அப்போது அறிவுத்தளம் சார்ந்தவர்களே துணைக்கு வருவர் என்பதை நினைவில் இருத்துவது அவசியம்.

மேலும் இந்நிலையில் இந்தப் பொதுத்தன்மைகளை எதிர்கொள்ளும் வழிமுறைகளைப் பற்றி நாம் யோசித்தாக வேண்டும். இப்படியே ஒவ்வொருவருக்கும் பிரச்சினை வரும்போது சில நாட்களுக்குப் பேசிக் கடந்து போவது சரியல்ல. பிரச்சினையை உருவாக்குவோருக்கு அரசியல் காரணங்கள் இருக்கலாம்; வேறொரு நெருக்கடியைத் திசை திருப்புவதற்கு இது பயன்படலாம். ஒருவர் தாம் கவனம் பெறுவதற்கான சுயநலம் கொண்டு இத்தகைய செயலில் ஈடுபடலாம். அதற்காக அறிவுத்துறையினர் தொடர்ந்து பாதிப்புகளை ஏற்றுக்கொள்ள முடியாது.

ஒருவருக்குப் பிரச்சினை ஏற்படும் போது குறிப்பிட்ட துறை சார்ந்தவர்கள் ஆதரவுக் குரல் எழுப்ப வேண்டும். குறைந்தபட்ச ஜனநாயக சக்திகள் ஒவ்வொரு துறையிலும் இருக்கவே செய்வார்கள். அவர்களை இணைப்பதற்கான நடைமுறைகள்

தேவை. ஒற்றை அறிக்கை தருவதற்குக்கூட இயலவில்லை என்றால் பிழைத்து என்ன பயன்?

பன்மைத்தன்மையில் அக்கறை கொண்ட கட்சிகள், ஊடகங்கள், அமைப்புகளின் ஆதரவுகளை உருவாக்க முயல வேண்டும். வெகுஜன ஊடகங்களை நம்புவதை விடவும் அவற்றுக்கும் நிர்ப்பந்தம் தரும் வகையில் சமூக ஊடகங்களையும் சிற்றிதழ், நடுத்தர இதழ்கள் என அச்சு ஊடகங்களையும் விரிவாகப் பயன்கொள்ளலாம். மனுஷ்யபுத்திரனுக்குச் சமர்ப்பணம் செய்து சுகுமாரன் எழுதிய 'தேவி மகாத்மியம்' என்னும் கவிதை வெளியான பிறகு அதைத் தொடர்ந்து பலரும் எழுதிய 'தேவி கவிதைகள்' வெளியிடப்பட்டமை முன்னுதாரணமான செயல்பாடு. இத்தகைய செயல்பாடு களுக்கு ஒருவரது கருத்து நிலைகள், செயல்பாட்டுத் தளம் ஆகியவற்றைக் கடந்து ஆதரவு தருவதுதான் ஜனநாயகக் கடமை என்னும் எண்ணம் தேவை.

காவல்துறையில் புகார் அளித்தும் நடவடிக்கை ஏதும் இல்லாத நிலையில் தமக்கு வந்த செல்பேசி உரையாடல்கள் சிலவற்றை மனுஷ்யபுத்திரன் வெளியிட்டிருக்கிறார். அது வரவேற்கத்தக்கது. அவர்கள் பயன்படுத்திய ஆபாசச் சொற்கள் துண்டிக்கப்பட்டிருக்கின்றன. எல்லாச் சொற்களோடும் முழுமையாகவே வெளியிட வேண்டும். சமூகத்தின் பொது மனத்திற்கு இந்த எதிர்ப்பாளர்களின் இலட்சணத்தை வெளிப்படுத்துவது முக்கியம். உரையாடல்களோடு அந்தச் செல்பேசி எண்களையும் பொதுவில் பகிர வேண்டும். இன்றைய தொழில்நுட்ப வசதியில் பேசுவோரின் பெயர், முகவரி ஆகியவற்றைக் கண்டறிவதும் எளிதுதான். ஒருவரது செல்பேசி எண்ணையும் பிற தகவல்களையும் பொதுவில் வெளியிட்டு அநாகரிகப் பேச்சைத் தூண்டுவது எதிர்ப்பாளர்கள் கடைபிடிக்கும் தந்திரம். அதை எதிர்கொள்வதற்குத் தமக்கு வரும் செல்பேசித் தகவல்களையும் சமூக ஊடகத் தகவல்களையும் பொதுவில் பகிர்ந்துகொள்வது தவறில்லை.

இவ்விதம் எதிர்கொள்ளும் வழிமுறைகளைப் பற்றி நாம் யோசித்தாக வேண்டும். இல்லாவிட்டால் ஒன்று முடிந்து இன்னொன்று எனப் பரபரப்புச் சங்கிலியில் இழுபட்டுப் போய்க் கொண்டே இருக்க வேண்டியது தான். படைப்புக்குப் புதுப்புது உத்திகளை யோசிக்கும் நாம் பாதிப்புகளை எதிர்கொள்ளவும் புதுப்புது வழிகளை வகுப்பது அவசியம்.

●

மின்னம்பலம், 30-08-2018.

9

சாதியத்தின் அழகிய வடிவம்

நம்முடையது சாதியச் சமூகம். ஏற்றத்தாழ்வும் ஆதிக்கமும் அதிகாரமும் சாதிப் படிநிலைகளால் உருவாக்கப்பட்டுள்ளன. பல நூற்றாண்டுகளாகச் சாதியத்தின் அடிப்படையிலேயே நிலவிவரும் அதிகாரப் படிநிலை பிரிட்டிஷ் ஆட்சிக்காலத்தின் பின்பகுதியில் ஓரளவு உடைபடத் தொடங்கியது. விடுதலைக்குப் பின்னர் படிப்படியாக நெகிழ்ந்து வந்தது. பல தலைவர்களின் பங்களிப்பும் ஜனநாயகம் என்னும் புதுமையும் இந்தச் சாதிய நெகிழ்வுக்குக் காரணமாக அமைந்தன. தேர்தலில் எல்லாச் சாதியினருக்கும் வாக்களிக்கும் உரிமை, போட்டியிடும் உரிமை, சமூக நீதிக் கோட்பாட்டின் அடிப்படையில் உருவான இட ஒதுக்கீடு, கல்விப் பரவல், அச்சு ஊடகப் பெருக்கம் முதலியவை சாதியப் படிநிலையில் கணிசமான உடைவை ஏற்படுத்தின. இந்த உடைவுகளின் போது வேதனைகளும் காயங்களும் வலிகளும் ஏற்படத்தான் செய்தன. எனினும் பெருஞ்சேதங்கள் இன்றி அடுத்த கட்ட நகர்வுகளை நோக்கி இந்த உடைவு போய்க் கொண்டிருந்தது.

1990களுக்குப் பிறகு உலகமயமாக்கல் போன்றவற்றின் காரணமாகவும் விளிம்பு நிலை மக்களின் எழுச்சியாலும் இந்த உடைவு இன்னும் வேகமெடுத்தது. ஆனால் இருபத்தொன்றாம் நூற்றாண்டு இந்த வேகத்திற்கு முட்டுக்கட்டை போடுவதாக அமையும் என யாரும் எதிர்பார்க்க வில்லை. பல நூற்றாண்டுகளாகச் சாதியப்

படிநிலையில் அதிகாரத்தையும் ஆதிக்கத்தையும் பெற்றிருந்த சாதிப் பிரிவினர் அத்தனை எளிதாக அவற்றை இழந்துவிடச் சம்மதிக்க மாட்டார்கள்தான். சந்தர்ப்பம் வாய்க்கும் போதெல்லாம் அவர்கள் தங்கள் அதிகாரத்தை வெளிப்படுத்தவும் நிலைநாட்டிக் கொள்ளவும் முனைந்தனர்; ஒடுக்கப்பட்ட சாதிப் பிரிவினர் ஜனநாயகத்தால் தம் உரிமைகளை உணர்ந்து அதிகாரத்தில் தமது பங்கைப் பெற முயன்றனர். ஜனநாயக அமைப்பில் இவ்விரு சக்திகளுக்கும் இடையேயான போராட்டமே அரசியலாகத் தொடர்ந்து வருகிறது. இப்போராட்டம் தொடர்ந்து வந்த நிலையில் வேறொரு வகை மாற்றம் நிகழ்ந்தது.

ஆதிக்க சாதியினர் நேரடியாகத் தம் சாதி ஆதிக்கத்தை நிலைநாட்டி ஆட்சி அதிகாரத்தைப் பெறுவதற்குஜனநாயகம் இடம் தரவில்லை. இச்சூழலில், பொதுச்சமூக மனத்தில் படிந்திருக்கும் சாதிப் படிநிலை சார்ந்த ஆதிக்க உணர்வுக் கருத்தியலைப் பெருக்கி அதன் வழியாக அதிகாரத்தைப் பெறும் முயற்சி நடைபெற்றது. சாதிப் படிநிலைக் கருத்தியலின் முக்கியக் கூறு என்பது தாம் அதிகாரம் செய்யும் வகையில் தமக்கும் கீழே ஏதேனும் ஒரு பிரிவினர் இருக்க வேண்டும் என்பதை விரும்புவதாகும். அக்கருத்தியல் தமக்கும் மேலே இருப்பவரைப் பற்றிப் பெரிதாக அலட்டிக் கொள்வதில்லை. தமக்கும் கீழே ஒரு பிரிவினர் இருப்பது இயல்பு என்பதைப் போலவே தமக்கும் மேலே ஒரு பிரிவினர் இருப்பதும் இயல்பே என்று கருதுகிறது. அதிகாரம் செய்ய விரும்பும் சாதிய மனம் அதிகாரத்திற்கு அடிபணிவதையும் ஏற்றுக்கொள்ளும். அதாவது அடிமையாக இருக்கும் ஒருவர் தம் ஆண்டானிடமிருந்து ஒரு அடிமையை எப்படி நடத்துவது என்பதைக் கற்றுக்கொள்வார். பின்னர் தமக்கு அதிகாரம் கிடைக்கும் போது தமக்குக் கீழே இருப்பவர் மீது தாம் கற்றுக் கொண்டதைப் பிரயோகிப்பார். இதுவே சாதியப் படிநிலைக் கருத்தியலிலும் செயல்படுகிறது. ஒரு சாதிப் பிரிவு தமக்கு மேலே இருக்கும் ஆதிக்க சாதி தம்மை எவ்விதம் நடத்துகின்றதோ அந்த நடைமுறைகளை அப்படியே தமக்குக் கீழே இருக்கும் சாதிப் பிரிவு மீது கையாள்கிறது. மேல்நிலையாக்கம் என்பது தமக்கு மேலிருக்கும் ஆதிக்க சாதியின் மொழி, சடங்கு உள்ளிட்ட நடைமுறைகளைத் தாமும் கைக்கொள்வது மட்டுமல்ல; தமக்கு மேலிருக்கும் ஆதிக்க சாதி தம்மை நடத்தும் ஆதிக்க நடைமுறைகளைத் தாமும் கைக்கொண்டு தமக்குக் கீழிருக்கும் சாதியின் மீது அவற்றைப் பிரயோகிப்பதும் மேல்நிலையாக்கத்தின் முக்கியமான கூறுதான்.

இத்தகைய சாதியப் படிநிலைக் கருத்தியல் ஒவ்வொரு சாதிய மனத்திலும் படிந்திருக்கிறது. இக்கருத்தியல் மனிதர்களைப் பிளவுபடுத்துவதை ஏற்றுக்கொள்கிறது. மேல், கீழ் என்னும் பிரிவை அங்கீகரிக்கிறது. தமக்குக் கீழிருக்கும் ஒன்று ஒருபோதும் தமக்குச் சமமாகிவிட முடியாது என நினைக்கிறது. சமத்தை நோக்கிய நடவடிக்கை ஒவ்வொன்றையும் நீர்த்துப் போகச் செய்வதில் கவனமாக இருக்கிறது. சமமின்மையில்தான் தம் அதிகாரம் செயல்பட முடியும் என்பதை உணர்ந்திருக்கிறது. எப்போதெல்லாம் தம் ஆதிக்கத்திற்குப் பங்கம் வருகின்றதோ அப்போதெல்லாம் மேல், கீழ் என்னும் பிரிவை வெளிப்படுத்தித் தம் ஆதிக்கத்தைத் தக்க வைத்துக்கொள்ள முயல்கிறது.

இந்தச் சாதியப் படிநிலைக் கருத்தியலை உடைத்துச் சமூகச் சமத்துவத்தை குறி வைத்துச் செயல்பட வேண்டியது ஜனநாயக அரசியலின் கடமையாகும். அக்கடமையை மெதுவாகவேனும் நிறைவேற்றி வந்த அரசியல் சக்திகள் பின்தங்கிப் போனதும் அதிகாரத்தை இழந்ததும் சமீப கால வரலாறு. மாறாக மேல், கீழ் என்னும் பிளவை மையப்படுத்திய சாதியப் படிநிலைக் கருத்தியலை அப்படியே ஏற்பதன் மூலமாக ஆதிக்கத்தைப் பெறலாம் என்பது நிரூபிக்கப்பட்டுள்ள காலம் இது. ஏற்கனவே சாதிய மனத்தில் படிந்துள்ள இந்தக் கருத்தியலைத் தூண்டுவதாலும் அதற்குச் செயல் வடிவம் கொடுப்பதாலும் அரசியல் அதிகாரத்தைப் பெற்ற சக்திகளின் ஆதிக்கத்தை அனுபவித்துக் கொண்டிருக்கிறோம். சாதியக் கண்ணிகள் கோக்கப்பட்ட மதவாதச் சங்கிலி எல்லோரையும் சேர்த்துப் பிணைத்திருக்கிறது.

ஒருகாலத்தில் சில சிறு ஆதாயங்களுக்காகப் பெயரளவுக்குச் சங்கம் வைத்துச் செயல்பட்டுக் கொண்டிருந்த சாதிகளுக்கு இச்சூழல் உகந்ததாக மாறியது. ஜனநாயகத்தில் தாம் இழந்து விட்ட அதிகாரத்தை மீட்டெடுத்துக்கொள்ள முடியும் அல்லது சாதியின் காரணமாக மிஞ்சியிருக்கும் கொஞ்சநஞ்சம் அதிகாரத்தைக் காப்பாற்றிக்கொள்ள முடியும் என்னும் நம்பிக்கை சாதிகளுக்கு உருவாயிற்று. ஆகவே சாதியச் சங்கங்கள் பலவும் கட்சிகளாக உருமாறின. ஒடுக்கப்பட்ட சாதியினர் தம் இழிவுகளிலிருந்து மீளக் கட்சி தேவைப்பட்ட காலம் போய் ஆதிக்க சாதியினர் தம் ஆதிக்கத்தை நிலைநாட்டிக்கொள்ளக் கட்சி உருவாக்கும் காலமாக இது இருந்தது. ஏற்கனவே வெவ்வேறு காரணங்களால் அவ்விதம் கட்சியாக மாறியிருந்த சாதிகளுக்கு இந்தச் சூழலில் முக்கியத்துவம் உருவாயிற்று.

குறிப்பிட்ட சாதி ஒரு குறுகிய வட்டாரத்திலேயே அடர்த்தியாக வாழ்கிறது. அப்பகுதியின் நிலவுடைமையைப்

பெற்றிருக்கிறது. ஆகவே ஒரு சாதிக் கட்சி குறிப்பிட்ட வட்டாரத்தில் ஆதிக்கம் கொண்டிருப்பது இயல்பு. சாதியப் பிளவை அதிகாரத்திற்குப் பயன்படுத்திக் கொள்ள முயலும் சக்திகள் இந்த வட்டாரத் தன்மையை இறுக்கமாக்கி சாதியக் கட்சிகளுக்கு உயிர்ப்பையும் முக்கியத்துவத்தையும் வழங்கின. ஜனநாயகத்தின் பலமானதும் பலவீனமானதுமான அம்சம் வாக்கு எண்ணிக்கை. பலவீனத்தைப் பயன்படுத்திச் சில குறிப்பிட்ட வட்டாரங்களில் தம்மால் வெற்றி பெற முடியும் என்னும் தகுதியைச் சாதியக் கட்சிகள் பெற்றிருக்கின்றன. சாதிப் பிளவைப் பயன்படுத்தும் ஆதிக்க சக்திகள் மட்டுமல்லாமல், சமத்துவத்தை நோக்கி நகர்த்திய அரசியல் கட்சிகளும் நேரடியாகவோ மறைமுகமாகவோ சாதியக் கட்சிகளோடு இணையவும் அவற்றிற்குக் குறிப்பிட்ட முக்கியத்துவத்தை வழங்கவுமான நிலையை இந்த வாக்கு எண்ணிக்கை என்னும் ஜனநாயக பலவீனம் உருவாக்கியுள்ளது.

நாட்டின் பொருளாதாரம், வேலைவாய்ப்பின்மை உள்ளிட்ட பூதாகரமான பிரச்சினைகளை விடவும் சாதியப் படிநிலைக் கருத்தியல் கட்சிகளாகவும் வாக்குகளாகவும் இணைந்து பெரும் தாக்கத்தை ஏற்படுத்துவனவாக மாறியிருக்கின்றன என்பதையே முக்கியமானதாக அனுமானிக்கிறேன். புறத்தோற்றத்தில் எத்தனையோ மாற்றங்கள் நிகழ்ந்திருப்பதாகத் தெரிந்தாலும் உள்ளுக்குள் சாதியக் கருத்தியலே நம் சமூகத்தைச் செலுத்திக் கொண்டிருக்கிறது. அக்கருத்தியலைக் கோர உருவமாகச் சித்திரித்த காலம் மாறிவிட்டது. இப்போது சாதியக் கருத்தியல் அழகிய வடிவமெடுத்து நம்முன் நிற்கிறது. சாதிப் பெருமையைத்தான் இன்றைக்குப் பேசியாக வேண்டும். இந்தச் சாதி இந்தப் பகுதியை ஒருகாலத்தில் ஆண்டது என்றும் இந்தச் சாதியிலிருந்து இத்தனை தலைவர்கள் உருவாகியிருக்கிறார்கள் என்றும் எல்லாவற்றையும் சாதிப் பெருமைக்குள் அடக்குவதே இன்றைய நிலை. ஆம். சாதியக் கருத்தியல் அழகிய வடிவமெடுத்து நம் முன் நிற்கிறது. சாதியம் கொடுமையானது என்று பொதுமையாகச் சொல்லலாமே தவிர ஒரு சாதியைக் குறிப்பிட்டு அது இவ்விதமெல்லாம் ஆதிக்கம் செய்கிறது எனச் சொல்ல முடியாது. ஒரு சாதியைக் குறிப்பிட்டு விமர்சனம் செய்ய இயலாது. காரணம், சாதியக் கருத்தியல் அழகிய வடிவமெடுத்து நம் முன் நிற்கிறது.

சாதியக் கருத்தியலின் அழகிய வடிவம் வேகமாகச் செயல்பட்டுக் கொண்டிருக்கிறது. அது பிளவுகளை இயல்பு என்கிறது; மக்கள் ஆம் என்று ஆமோதிக்கிறார்கள். நீ மேல்தான்; உனக்குக் கீழே ஒன்று இருக்கிறது என்கிறது அது. மக்கள்

மகிழ்ச்சியோடு ஏற்றுக்கொள்கிறார்கள். உன் பெருமையை ஆடைகளில் காட்டு என்கிறது அது; சின்னம் பதித்த அழகிய ஆடைகளை மக்கள் அணிந்துகொள்கிறார்கள். தம் வரலாற்றுப் பெருமையைக் காட்ட வாள்களையும் வேல்களையும் அது வழங்குகிறது. அவற்றைக் கையிலேந்தி வீரம் காட்டுகிறார்கள். பேருந்துகளிலும் லாரிகளிலும் சாதியப் பெருமை பேசும் முழக்கங்களோடும் பாடல்களோடும் மக்கள் சாரிசாரியாய்ப் பயணம் போகிறார்கள். எந்த முயற்சியும் இல்லாமலே ஒருவருக்குப் பிறப்பிலேயே ஓர் அடையாளத்தைக் கொடுக்கிறது சாதி. அந்த அடையாளத்தைப் பெருமையானதாகவும் உயர்வான தாகவும் உணர வைக்கிறது இன்றைய சூழல். சாதியத்தால் இணைக்கப்பட்ட மக்கள் தம் தலைவர்களையும் அடையாளம் கண்டிருக்கிறார்கள். தலைவர்கள் தம் சாதிக்கு என்னென்ன பெருமைகள் இருக்கின்றன என்று பேசுகிறார்கள். தம் சாதிக்கு எதிரான சக்திகளுக்குச் சரியான பதிலடி கொடுக்கிறார்கள். சாதியின் பெயரால் குறுமுதலாளிகளைக் காப்பாற்றுகிறார்கள்; பதிலுக்கு அவர்கள் தாராளமாக நிதி தருகிறார்கள். சாதியக் கருத்தியலின் அழகிய வடிவம் தமக்குப் பாதுகாப்பு என்று மக்கள் உணர்கிறார்கள்.

இதுதான் இன்றைய நிலை. சாதியம் எழுச்சி கொள்ளும் சூழலில் கருத்துரிமையும் ஜனநாயகமும் தம் வாலைச் சுருட்டிக் கொள்ள வேண்டியதுதான். சாதியம் இப்படிச் சொல்கிறது: 'எங்கள் சாதியைப் பற்றி எழுதுகிறாயா? இதோ தகவல் தருகிறோம். இந்தச் சாதியில் எல்லோரும் ஒழுக்க சீலர்கள். உத்தமர்கள்.' சாதியம் ஒருபோதும் உரையாடலுக்கு இடம் தருவதில்லை. அது காட்டுவது ஒற்றை வழிதான். விமர்சனம் என்றால் என்னவென்றே அதற்குத் தெரியாது; மறுப்பை அது சட்டை செய்யாது. எதிர்ப்பை அது ஆயுதம் கொண்டே எதிர்கொள்ளும். மேலிருப்போர் சொல்வதே வேதம் என்றும் மேலோரிடம் கேள்வி ஏதும் கேட்கக் கூடாது என்றும் அது காலகாலமாகப் பழக்கி வைத்திருக்கிறது. ஒருவர் சொல்வது, இன்னொருவர் கேட்பது என்பதே சரியானது. கருத்துரிமை, ஜனநாயகம் ஆகியவற்றுக்கான கூறுகள் நம் ரத்தத்திலேயே கிடையாது என்பதுதான் சாதியம் சொல்லும் உண்மை.

சாதியக் கருத்தியல் தம்மை நிலைப்படுத்திக்கொள்ள இன்று வைக்கும் பரிவும் இரக்கமும் கலந்த வாதத்திற்கு ஓர் உதாரணம் சொல்லலாம். ஆணவக் கொலை செய்யப்பட்டு இளைஞன் ஒருவன் இறந்தபோது சாதியம் தன் கருத்தை இப்படித் தொடங்கியது: 'இளவயது; அழகிய தோற்றம்; வாழ வேண்டிய வயது. இந்த இளைஞன் இப்படிப் பரிதாபமாக

இறந்துவிட்டானே, வருத்தமாக இருக்கிறது.' இந்த வார்த்தைகள் எத்தனை அக்கறையும் கருணையும் கொண்டவை என்று தோன்றத்தான் செய்யும். மேலும் அது சொல்கிறது: 'காதல் மிகவும் உயர்வானது; காதல் நல்லதுதான்.' காதலையும்கூடச் சாதி ஆதரிக்கிறதே என்று ஆச்சரியமும் நமக்கு உண்டாகும். சாதியம் கடைசியாக இப்படி ஒரு வாக்கியத்தைக் கொண்டு தம் கருத்தை முடிக்கிறது: 'இந்த இளைஞன் மட்டும் தன் சாதியிலேயே காதலித்திருந்தால் இப்படி ஒரு பரிதாபச் சாவு ஏற்பட்டிருக்காதே.' சாதியக் கருத்தியல் படிந்துள்ள மனங்களுக்கு இது மிகவும் உவப்பான கருத்து. ஆம், ஆண்களும் பெண்களும் காதலிக்கட்டும். ஆனால் ஏன் ஓர் இளைஞனோ பெண்ணோ இன்னொரு சாதியில் போய்க் காதலிக்க வேண்டும்? வெட்டுப்பட்டுக் குத்துப்பட்டுச் சாக வேண்டும்? தம் சாதியில் காதலித்துத் திருமணம் செய்து கொண்டு சுகமாக வாழலாமே.

இத்தகைய கருத்துக்கள் மக்களுக்கு மிகவும் உவப்பாக இருக்கின்றன. சாதியக் கருத்தியல் பெருமைக்குரியதாகி ஏற்றம் கொண்ட கடந்த சில ஆண்டுகளை நான் அச்சத்தோடே கழித்தேன். சாதியக் கருத்தியலின் பெருமை மேலும் வீர்யம் கொண்டெழும் இன்றைய சூழல் எனக்கு இன்னும் பேரச்சம் தருகிறது.

●

(Caste aesthetics என்னும் தலைப்பில் Mumbai Mirror இதழில் 09-04-2019 அன்று வெளியானது. மொழிபெயர்த்தவர்: கவிதா முரளிதரன். பின்னர் 15-06-2020 அன்று *மின்னம்பலம்* இணைய இதழில் தமிழ் வடிவம் வெளியானது.)

10

மனம் ஒரு குரங்கு

1986–1988ஆம் ஆண்டுகளில் கோயம்புத்தூர், பூசாகோ கலை அறிவியல் கல்லூரியில் (PSG ARTS AND SCIENCE COLLEGE) முதுகலைத் தமிழிலக்கியம் பயின்றேன். அப்போது அங்குள்ள 'பாரதி மாணவர் விடுதி'யில் தங்கியிருந்தேன். விடுதி மாணவர்கள் நேரத்தை வீணாக்கக் கூடாது என்பதற்காகவும் அவர்களின் பல்வேறு திறன்கள் வெளிப்பட வேண்டும் என்பதற்காகவும் 'சிந்தனை மன்றம் (Thinkers Association)' என்னும் அமைப்பு அப்போது விடுதிக் காப்பாளராக இருந்த தமிழ்ப் பேராசிரியர் முனைவர் பா. சம்பத்குமார் அவர்கள் ஆலோசனை யின் பேரில் ஏற்படுத்தப்பட்டிருந்தது. ஓராண்டு உறுப்பினராகவும் இன்னோராண்டு அதன் ஒருங்கிணைப்பாளராகவும் பங்குபெறக் கூடிய வாய்ப்பு எனக்கு அமைந்தது.

அது இலக்கிய அமைப்பு அல்ல. மாணவர்களின் ஆளுமையை மேம்படுத்தும் வகையில் பலதுறை சார்ந்த விஷயங்களுக்கும் அங்கே இடமுண்டு. வெவ்வேறு துறை சார்ந்தவர்களை அழைத்து வந்து பேசச் செய்வதும் வெவ்வேறு பொருள்களில் மாணவர்கள் பேசுவதும் என வாரம் ஒரு நிகழ்வு நடக்கும். ஏதாவது ஒரு பொருள் பற்றிக் கலந்துரை யாடலும் நடத்துவோம். அங்கே சீனியர், ஜூனியர் உள்ளிட்ட எந்தப் பேதமும் கிடையாது. அவரவர் கருத்தை எந்தத் தயக்கமும் இன்றி வெளிப்படுத்தலாம். அப்படி ஒரு சுதந்திரம் வழங்கிய அமைப்பு அது. அங்கே பெற்ற பயிற்சிதான் 'வெளிப்பாட்டுச்

சுதந்திரம்' என்பதை என் அடிமனத்தில் பதித்தது. கருத்துக்களைத் தயக்கமின்றி வெளிப்படுத்துவதற்கான வாய்ப்பு அமையும் இடத்தில் தாராளமாகப் பேசுவேன். அதற்கு வாய்ப்பு இல்லாத இடத்தில் மௌனம் காப்பேன்.

என் கருத்தைப் பிறர் ஏற்றுக்கொள்ள வேண்டும் என்று ஒருபோதும் நான் எதிர்பார்ப்பதில்லை. என் கருத்துக்கு உரிய கவனம் கிடைக்க வேண்டும் என்று எதிர்பார்க்கிறேன். ஓரிடத்தில் என் கருத்துக்கு உரிய முக்கியத்துவம் கிடைக்காது என்று தெரிந்த பிறகு அங்கே பேசி என்ன பயன்? பொருட்படுத்திக் கேட்கும் இடத்தில் மட்டுமே பேச வேண்டும். நம் கருத்தை வெளிப்படுத்துவதற்கான வெளி கிடைக்குமானால் தாராளமாகப் பேசலாம்; விவாதிக்கலாம். எனது தளங்களில் பிறர் கருத்தை வெளிப்படுத்தவே முதன்மை இடம் தருகிறேன். அதன் பிறகே என் கருத்துக்கு இடம் எடுத்துக்கொள்கிறேன். சில சமயங்களில் இரண்டாவது பேசுபவர் கருத்தே முடிவானதாக மாறிவிடும் வாய்ப்பு உள்ளது. அப்படி முடிந்துவிடக் கூடாது என்பதிலும் கவனம் கொள்கிறேன். ஓர் உரையாடலில் தன் முனைப்பு முன்னால் வந்து நிற்குமானால் அங்கே உரையாடல் முடிந்துபோகிறது.

எனக்கான வெளி அமையாத இடத்திலும் பிறர் கருத்துக்கு இடமளிக்க வேண்டியிருக்கும் போதும் தன்முனைப்பு உரையாடலை முறிக்கும்போதும் மௌனம் எனக்கு வசதியாக இருக்கிறது. கருத்து இல்லை என்பதால் மௌனம் கொள்வ தில்லை; கருத்து வெளிப்பாட்டுக்கான களம் இல்லை என்பதால் மௌனம் கொள்கிறேன். கருத்தை வெளிப்படுத்தினால் என்னவாகுமோ என அஞ்சி மௌனம் கொள்வதில்லை. கருத்துப் பொருட்படுத்தப் படாது என்பதால் மௌனம் கொள்கிறேன். கருத்தை வெளிப்படுத்தவும் கருத்து வெளிப்பாட்டுச் சுதந்திரத்தைப் பெறவும் சண்டையிடும் வலு என்னிடம் இல்லை. அவ்விதம் சண்டையிடுபவர்களுக்கும் போராடுபவர்களுக்கும் என் ஆதரவு எப்போதும் உண்டு. கருத்துரிமைக்காக எனக்குரிய எழுத்து சார்ந்த தளத்தில் தொடர்ந்து இயங்குகிறேன்.

'Free thinkers' என்னும் பெயர் இப்படி என் பழைய நினைவுகளையும் நிலைப்பாடுகளையும் கிளறியது. 'சுதந்திரச் சிந்தனை' என்னும் சொற் சேர்க்கை பரவசம் தருகிறது. அதுவும் சுரங்கப் பாதைக்குள் செல்லும் புகை போல நம் சிந்தனைகள் அனைத்தும் ஒருவழிப் பாதைக்குள்தான் செல்ல வேண்டும் என நிர்ப்பந்திக்கும் இந்தக் காலகட்டத்தில் 'சுதந்திரச் சிந்தனை' என்னும் வாசகம் தரும் உற்சாகம் அலாதியானது. சிந்தனை மன்றத்தில் செயல்பட்ட காலத்திலும் அதன் பின்னரும் கூட 'ஒரு

துறை குறித்து யோசிப்பதுதான் சிந்தனை' என்று கருதியிருந்தேன். ஆனால் அது இயல்புக்கு மாறானது என்பதைச் சில ஆண்டுகளுக்கு முன்தான் புரிந்துகொண்டேன். கருத்துரிமை தொடர்பாகப் பல கோணங்களில் யோசிக்கவும் பேசவும் வேண்டும் என எண்ணுகிறேன். இன்றைக்கு அப்படி ஒரு கோணத்தை உங்கள் முன் வைக்க விரும்புகிறேன்.

மனித மனம் ஒருதுறை குறித்துச் சிந்திக்கும் தன்மை கொண்டதல்ல. இதை இன்னும் கொஞ்சம் கூர்மைப்படுத்தி 'மனித மனம் ஒரு துறை குறித்துத் தொடர்ந்து சிந்திக்கும் தன்மை கொண்டதல்ல' என்று சொல்லலாம். ஆம், மனம் ஒவ்வொரு நொடியும் ஒன்றிலிருந்து இன்னொன்று என்று தாவிக்கொண்டே இருக்கும் இயல்புடையது. 'மனம் ஒரு குரங்கு' என்று சொல்வதுண்டு. அது மிகவும் பொருத்தமானது. மரத்தில் ஏறும் குரங்கு கணந்தோறும் தாவிக்கொண்டே இருப்பது போலத்தான் மனதின் தாவலும். குரங்குகூட உணவு உண்ணும் போதும் இன்னும் பல சந்தர்ப்பங்களிலும் தாவுதலிலிருந்து விடுபடும். ஆனால் மனம் அப்படிப்பட்டதல்ல. எப்போதும் தாவிக்கொண்டே இருக்கும் இயல்புடையது. அதன் சிந்தனை முறை ஒன்றோடு ஒன்று கோக்கப்பட்ட சங்கிலி போன்றதல்ல. மேலும் கீழுமாகத் தாவிச் செல்லும் இயல்புடையது. ஒருவகையில் அதை இதயத்துடிப்பைக் காட்டும் படத்தோடு வேண்டுமானால் ஒப்பிடலாம்.

மனதின் அப்படிப்பட்ட இயல்பை மாற்றுவதற்கு நாம் முயல்கிறோம். ஒரு குறிப்பிட்ட விஷயத்திற்குள் மனதைப் பிடித்து வைக்கப் படாத பாடு படுகிறோம். ஓர் ஆசிரியராக வகுப்பறை நினைவு வருகிறது. வகுப்பறையில் ஆசிரியர் நிகழ்த்தும் விரிவுரையை அதிகபட்சம் விலகாமல் ஐந்து நிமிடம் ஒரு மாணவர் கவனித்தால் அது பெரிய சாதனை. வகுப்பறை பற்றி ஒரு கதை உண்டு. பாடம் நடத்தி முடித்துவிட்டு ஒரு மாணவரைப் பார்த்து ஆசிரியர் கேட்கிறார், 'நான் சொன்னது உன் காதில் நுழைந்ததா?' அந்த மாணவர் சொல்கிறார், 'இன்னும் வால் மட்டும் நுழையவில்லை சார்.' ஆம், அந்த மாணவர் ஆசிரியரின் விரிவுரையைக் கவனிக்கவில்லை. வகுப்பறைக் கூரை முகட்டில் இருக்கும் பொந்துக்குள் நுழையும் எலியைப் பார்த்துக்கொண்டும் அதைப் பற்றி யோசித்துக்கொண்டும் இருந்தார் அந்த மாணவர். ஆசிரியர் கேட்ட கேள்வியின் இறுதிப் பகுதியாகிய 'நுழைந்ததா?' என்பது மட்டும் அவருக்குக் கேட்டது. எலி பொந்துக்குள் நுழைந்துவிட்டது; இன்னும் அதன் வால் வெளியே நீட்டிக் கொண்டிருக்கிறது. ஆகவே 'வால் மட்டும் நுழையவில்லை' என்பது அவரது பதில்.

அப்படியெல்லாம் மனசு புண்படக் கூடாது

ஓர் ஆசிரியரின் வகுப்பறைச் சவால் என்பது மாணவர்களைக் கவனிக்க வைப்பதுதான். ஆனால் அதில் பெரும்வெற்றி பெற்ற ஆசிரியர்கள் மிகவும் குறைவு அல்லது இல்லை என்றே சொல்லிவிடலாம். ஏன்? மனித மன அமைப்பு அப்படிப்பட்டது. அது தொடர்ந்து ஒன்றில் கவனம் குவிப்பதில்லை. அது துண்டு துண்டாகச் சிந்திக்கும்; தாவித் தாவிச் செல்லும்; ஒன்றில் நிலைகொள்ளாது; தானாகவே இரண்டாகப் பிரிந்து முரண்படும்; எதனோடும் உடன்படாது; எதையும் நம்பாது; எதிலும் நிலைகொள்ளாது. விருப்பம் போல மாறிக்கொண்டே இருக்கும் சுதந்திரச் செயல்பாடு உடையது நம் மன அமைப்பு.

இத்தகைய இயல்புடைய மனதைக் கட்டுப்படுத்த நாம் விரும்புகிறோம். மனதை அடக்கியாள்வது, மனதை ஒருமுகப்படுத்துவது, மனதை வெல்வது என்னும் வாசகங்களை எல்லாம் தொடர்ந்து கேட்டுக்கொண்டேயிருக்கிறோம். மனதை அடக்கியாள்வதன் மூலமாகவே ஒருவர் துறை சார்ந்த சாதனைகளைச் செய்ய முடியும் என்கிறோம். மனதை ஒருமுகப் படுத்தச் சிறுவயது முதல் இறப்பு வரைக்கும் எத்தனையோ வகையான பயிற்சிகளைச் செய்து பார்க்கிறோம். மனதை வென்றுவிட்டால் இந்த உலகத்தையே வென்றுவிடலாம் என்று சொல்கிறோம். மனதைக் கட்டுப்படுத்தும் இந்த முயற்சிகள் எல்லாம் இன்றைக்குப் பெரும் வியாபாரமாக மாறியிருக்கின்றன. ஆளுமைப் பயிற்சி தருவோர் லட்சங்களில் சம்பாதிக்கிறார்கள்; தியானம் சொல்லித் தரும் நவீன சாமியார்கள் கோடிகளில் புரள்கிறார்கள். ஆனால் மனம் மட்டும் எல்லாக் கட்டுக்களையும் மீறி உடைத்துக்கொண்டு தன்னியல்பை நாடிப் பறந்துவிடுகிறது. மீண்டும் மனதைச் சிறைப்படுத்தப் பயிற்சிகள், பயிற்சிகள்.

மனம் இயல்பிலேயே சுதந்திரச் சிந்தனை கொண்டதாக அமைந்திருக்கிறது. அதன் இயல்பை மாற்றும் எந்த முயற்சியையும் அது விரும்புவதில்லை. ஓடி விளையாட விரும்பும் குழந்தையை வகுப்பறைக்குள் சம்மணமிட்டு உட்கார வைத்து ஆடாமல் அசையாமல் சித்திரப் பாவை போல இருக்க வேண்டும் எனச் சொன்னால் குழந்தை கேட்குமா? அரை நொடி, ஒரு நொடி உட்கார்ந்து பார்க்கும். அடுத்த நொடி அது தன் சேட்டையைத் தொடங்கிவிடும். அடித்து உதைத்து என்ன செய்தாலும் குழந்தை யின் விருப்பத்தை மாற்ற முடியுமா? மனமும் அப்படிப் பட்டதுதான். அது எல்லாக் கட்டுக்களையும் மீறிச் செல்லத்தான் விரும்புகிறது; மீறிச் செல்கிறது. சுதந்திரச் சிந்தனை கொண்ட மனதை ஒன்றில் நிலைகொள்ளச் செய்வது பல சந்தர்ப்பங்களில் விபரீதமாகவும் போய்விடுகிறது. ஒரு துயரத்தில் நிலைகொண்ட

மனம் கொடுக்கும் தொல்லைகள் அதிகம். காதலில் நிலைகொண்ட மனம் தரும் தொந்தரவுகள் சொல்ல முடியாதவை.

ஒரே விஷயத்தில் நிலைகொண்ட மனம் நோய்க்கூறுக்கு ஆட்பட்டுவிடுகிறது. அது நம்மை தற்கொலைக்கும் கொலைக்கும் கூடத் தூண்டுகிறது. மனதை முடிந்தவரைக்கும் அதன் இயல்பில் இருக்கச் செய்தல் நல்லது. அதன் சுதந்திரத்தை அங்கீகரித்துக் கொள்வது நல்லது. அதன் இயல்புப்படி சுதந்திரமாக விட்டாலே அது எத்தனையோ சாதனைகளை நோக்கிச் செலுத்தும் வல்லமை கொண்டது. ஆம், ஒரே விஷயத்தைத் தொடர்ந்து சிந்திப்பதில் ஏற்படும் அலுப்பைப் போக்கிக்கொள்ள அது வெவ்வேறு விஷயங்களுக்கு மாறிச் செல்கிறது. மீண்டும் அந்த விஷயத்திற்கு வரும்போது புத்துணர்ச்சியோடு சிந்திக்கிறது. ஆகவே மனதை அதன் இயல்புப்படி விடுவது நல்லது என்பதே என் கருத்து.

ஆனால் மனிதர் சமூகமாக வாழ்பவர்கள். சமூக வாழ்க்கைக்கு அடிப்படைத் தேவை விழுமியங்கள் (Values). சிறுவயது முதலே விழுமியங்களைச் சொல்லியும் வாழ்வியல் மூலமாக அவற்றைக் கற்றுக்கொடுத்தும் ஒருவரை இந்தச் சமூகம் வளர்க்கிறது. விழுமியங்கள் மனதில் ஆழப் பதிந்துவிடுகின்றன. ஒரு விழுமியத் திற்கு ஏதேனும் பங்கம் நேர்ந்தால் மனம் அதைப் பிரச்சினையாக மாற்றிவிடுகிறது. சுதந்திர இயல்புடைய மனம் நாம் ஆழப் பதிய வைத்த ஒன்றைக் கொண்டே நம்மைச் சிக்கலுக்குள் தள்ளி விடுகிறது. விழுமியத்தை மீறுவதால் பெருந்தவறு நிகழ்ந்துவிட்ட பாவனையை அது உருவாக்குகிறது. மனதின் பாவனையை உண்மை என்று கருதிச் சிக்கலுக்கு நாம் ஆட்படுகிறோம். தன் சுதந்திர இயல்பின் காரணமாகச் சிக்கல்களை உருவாக்குகிறது மனம். ஒருவகையில் கட்டிலிருந்து விடுபடும் மனதின் தந்திரம் இது என்றே சொல்லலாம்.

விழுமியத்தை ஆழப் பதித்து மனதை நம்ப வைத்திருப்பது தான் நம்முடைய பெரும்பாலான சிக்கல்களுக்குக் காரணம் என்று நினைக்கிறேன். இங்கே கருத்து என்பது ஏதோ ஒருவகை யில் விழுமியத்தோடு தொடர்புடையதாக இருக்கிறது. ஒரு விழுமியத்தை ஆதரிப்பதாகவோ மீறுவதாகவோ எதிர்ப்பதாகவோ உடைப்பதாகவோ தான் ஒரு கருத்து வெளிப்பட முடியும். ஒவ்வொரு கருத்திற்குள்ளும் தவிர்க்க இயலாத வகையில் மையமாக விழுமியம் இருக்கிறது. விழுமியத்தை ஆழப் பதித்து வைத்திருக்கும் மனம் இரண்டு விதங்களில் செயல்படுகிறது. விழுமிய மீறல் நடக்கும்போது 'ஐயோ, எல்லாம் போச்சே' எனக் கூப்பாடு போட்டு விழுமியக் காவலனாகக் காட்டிக்கொள்கிறது.

விழுமியத்தைத் தீவிரமாகக் கடைபிடிக்கும்போது பலவேறு ஆசைகளைத் தூண்டி விழுமிய மீறலுக்கு அழைத்துச் செல்கிறது. இந்த இரண்டு செயல்பாடுமே மனதின் சுதந்திரச் சிந்தனை உணர்விலிருந்து தோன்றுவது என்றே நினைக்கிறேன்.

அப்படியானால் இந்த மனதை எப்படி எதிர்கொள்வது? சமூக வாழ்வில் விழுமியங்கள் தவிர்க்க இயலாதவை. ஆனால் விழுமியங்கள் நிலையானவை அல்ல; நிலையானவை போலத் தோற்றம் தருபவை; அவ்வளவுதான். காலத்திற்கேற்ப விழுமியங் களில் மாற்றங்கள் உருவாகின்றன. காலம் சில விழுமியங்களைக் காலாவதியாக்கி விடுகிறது; சில விழுமியங்களைச் சீர்திருத்தம் செய்கிறது; புதிதாகச் சில விழுமியங்களை உருவாக்குகிறது. அதே போல வாழ்விடமும் விழுமியங்களில் மாற்றங்களைக் கொண்டு வருகிறது. வாழ்வதற்கு விழுமியங்கள் தேவை; ஆனால் மாறிக்கொண்டே இருப்பவை என்னும் எண்ணத்தை நம் மனதிற்குச் சொல்லித் தர வேண்டியிருக்கிறது. விழுமியங்கள் மாறுபவை என்பதை ஒத்துக்கொள்ளும் மனம் அத்தனை தொந்தரவு தருவதில்லை. விழுமிய மாற்றத்தை ஏற்கும் மனம் வன்முறைக்குச் செல்வதில்லை; கொலைவெறி கொண்டு அலைவதில்லை. விழுமிய மாற்றத்தை ஏற்கும் மனம் தன் இயல்பாகிய சுதந்திரச் சிந்தனையில் திளைக்கிறது; பிற மனங்களின் சுதந்திரச் சிந்தனையை ஏற்று இடமளிக்கிறது. ஆகவே விழுமியங்கள் மாறுபவை என்பதை மனதிற்குக் கற்றுக் கொடுப்போம்.

●

(கேரளம், திருச்சூரில் 31-08-19 அன்று நடைபெற்ற Free Thinkers meet நிகழ்வில் ஆற்றிய உரை.)

11

இன்றைக்கும் காந்தி

2015ஆம் ஆண்டு ஜனவரி மாதம் என் வாழ்வில் மிகவும் முக்கியமானது. அப்போதைய இக்கட்டான சூழலில் மிக முக்கியமான முடிவை எடுக்க நேர்ந்தது. ஆம். நான் எழுதிய 'மாதொருபாகன்' நாவல் தொடர்பான சர்ச்சை பெருமளவில் எழுந்து சொந்த ஊர் மக்களுக்கே வேண்டாதவனாக ஆனேன். ஊரையும் பெண்களையும் இழிவுபடுத்துவதாக என் எழுத்து இருக்கிறது என்னும் பொய்ப் பிரச்சாரம் மேலோங்கி ஒலித்தது. என் குரலுக்கு அங்கே எந்த மதிப்பும் இல்லை. மாறாக என் உயிருக்கு அச்சுறுத்தல்; குடும்பத்திற்கு நெருக்கடி; இடம்பெயரும் சூழல்; வாழ்வாதாரம் பிடுங்கப்படும் நிலை. அதிலிருந்து மீண்டாக வேண்டும்.

அப்பிரச்சினையின் கள நிலவரத்தை அறியாதவர்கள் பலவிதமான ஆலோசனைகளைத் தெரிவித்தனர். நிலைமைக்குப் பொருந்தாதவை என உணர்ந்துகொண்டேன். நிலவரத்தைப் பெருமளவு அறிந்தவர்களும் யோசனைகளைத் தெரிவித்தனர். அவற்றில் மிகுதியும் கொள்கை சார்ந்து உணர்ச்சிவசப்பட்டவையாக இருந்தன. எந்தப் பதிலும் சொல்லாமல் எல்லாவற்றையும் கேட்டுக்கொண்டேன். எல்லாமும் சேர்ந்து குழப்பின. என்ன செய்வது என்பது பிடிபடவில்லை.

தூய இருள் படர்ந்த ஓரிரவு. மொட்டை மாடியில் வெகுநேரம் உலவிக் கொண்டிருந்தேன்.

அப்போது வெள்ளத்துக்குள் மாட்டிக்கொண்ட ஒருவனின் சித்திரம் எனக்குள் தோன்றியது. வெள்ளத்தை நீந்திக் கடப்பது, எதிர்த்து மேலேறுவது என்பனவெல்லாம் சாத்தியமில்லை; வெள்ளத்தினூடே அதன் போக்கில் போய்ப் பிழைக்க முயல்வது ஒன்றுதான் சரி என்றுணர்ந்தேன். மனசாட்சியின் வழியில் நடப்பதற்கே முன்னுரிமை அளித்தேன். தவறில்லை என்பதுதான் என் தரப்பு; தவறு என்கிறது எதிர்த்தரப்பு. ஓங்கி ஒலிக்கும் எதிர்ப்புக்கு முன் என் முணுமுணுப்புக்கு ஏது இடம்? என் தரப்புக்குரிய மதிப்பை நான் குறைத்துக்கொள்ளப் போவதில்லை. அதை எப்படியேனும் காப்பாற்றிக் கொள்ளலாம். அது எனக்குள்தானே இருக்கிறது? ஆகவே எதிர்த் தரப்பின் உணர்வுக்கு மதிப்பளிப்பது என முடிவெடுத்தேன். மன்னிப்பு பாவச் செயல் அல்ல. மனக் கனிவின் வெளிப்பாடுதான் அது. மன்னிப்புக் கேட்டு எழுதிக் கையொப்பம் இட்டுக் கொடுத்தேன்.

எதிர்த் தரப்புக்கு உரிய மதிப்பைக் கொடுத்தாகிவிட்டது. அதற்காகத் தவறிழைக்காத என் தரப்பை அழித்துக்கொள்ள முடியாது. என் தரப்பு மதிப்பை இனிக் காப்பாற்றிக் கொண்டாக வேண்டும். அந்த யோசனை எனக்குள் ஓடிக்கொண்டிருந்த ஒன்றுதான். அதன் தொடர்ச்சியாக இரண்டு முடிவுகளை மேற்கொண்டேன். என் படைப்புகள் அனைத்தையும் திரும்பப் பெற்றுக்கொள்கிறேன், இனி எதுவும் எழுதப் போவதில்லை என்பவை அவை. என் மனநிலையை முன்வைத்து எடுக்க நேர்ந்த இம்முடிவுகள் நான் எதிர்பார்க்காத விளைவுகளைப் பொதுவெளியில் ஏற்படுத்தின. ஆகவே இன்னொரு தீர்மானத்திற்கும் வர வேண்டியதாயிற்று. பொதுவெளியில் பேசாமல் மௌனம் காப்பது என்பது அது.

என் முடிவுகளைப் பற்றிப் பலவிதமான கேள்விகள் தொடர்ந்து எழுந்தன. அவற்றைக் குறித்துக் காரசாரமான கருத்துக்கள் தெரிவிக்கப்பட்டன; விவாதிக்கப்பட்டன. எனக்குள்ளுமே ஒரு தேடல் நிகழ்ந்தது. என் முடிவுகளை இழை பிரித்துப் பார்த்தேன். மன்னிப்பு, விலகல், மௌனம் ஆகிய அம்சங்கள் என் முடிவுகளின் அடியோட்டமாக இருந்ததை உணர்ந்தேன். இந்த அடியோட்டம் எனக்குள் எப்படி வந்து சேர்ந்தது? நிச்சயமாக அதைக் காந்தியின் செல்வாக்கு, காந்தியத்தின் தாக்கம் என்று சொல்வேன். காந்தியைப் பாடநூலில் 'தேசத்தந்தை' எனப் படித்து அறிந்த சிறுவயதிலேயே அவரது சுயசரிதமான 'சத்திய சோதனை'யை வாசிக்கும் வாய்ப்பும் அமைந்தது.

எட்டாம் வகுப்பு மாணவனாக இருந்த பருவத்தில் பள்ளி சார்பாகப் பல்வேறு கவிதைப் போட்டிகளுக்குச் சென்றேன்.

ஏதோ ஒரு போட்டியில் பங்கேற்றமைக்காக என் கைகளில் வந்து சேர்ந்த பரிசுப் புத்தகம் ‘சத்திய சோதனை.’ எந்தப் புத்தகத்தை யும் விலை கொடுத்து வாங்க வாய்ப்பில்லாத குடும்பப் பின்னணி என்னுடையது. எழுத்தாகத் துண்டுச்சீட்டு கைக்கு வந்தாலும் படித்து விடுகிற ஆவல் கொண்ட எனக்கு அப்புத்தகம் பேருவகை தந்தது. அதே காலத்தில் கவிஞர் கண்ணதாசன் எழுதிய அவரது சுயசரிதையான ‘வனவாசம்’ நூலையும் படிக்க வாய்த்தது. ‘என் வாழ்க்கையே என் செய்தி’ என்னும் காந்தியின் வாக்கை எடுத்துக்கொண்டு ‘எப்படி வாழ வேண்டும் என்பதற்கு உதாரணம் சத்திய சோதனை; எப்படி வாழக் கூடாது என்பதற்கு உதாரணம் வனவாசம்’ என்று தம் வாழ்க்கையை அந்நூலின் முன்னுரையில் மதிப்பிட்டிருப்பார் கண்ணதாசன். அவர் வாழ்க்கையைப் பற்றிய மதிப்பீட்டைவிடச் சத்திய சோதனை பற்றிய அவரது மதிப்பீடே எனக்கு முக்கியமாகப் பட்டது. அந்த வெளிச்சத்தில் இன்னொரு முறை அந்நூலை வாசித்துப் பார்த்தேன். இப்படிப் பலமுறை அந்நூலை வாசித்திருக்கிறேன்.

பின்னர் தமிழில் வெளியான காந்தியின் எழுத்துத் தொகுதிகளில் சிலவற்றைத் தேர்வு செய்து வாசித்தேன். தந்தை பெரியாரின் எழுத்துக்கள் வழியாகவும் காந்தியின் கருத்துக்களை அறிந்திருக்கிறேன். காந்தியின் கருத்துக்களைச் சிலசமயம் பாராட்டியும் பெரும்பாலான சந்தர்ப்பங்களில் கடுமையாக விமர்சித்தும் பெரியார் பலவிடங்களில் எழுதியும் பேசியும் இருக்கிறார். காந்தி மறைந்தபோது அவரது நினைவைப் போற்றும் வகையில் என்னென்ன செய்யலாம் எனப் பெரியார் பலவற்றைப் பரிந்துரைத்திருக்கிறார். இந்த நாட்டுக்குக் ‘காந்தி தேசம்’ எனப் பெயரிடலாம் என்பதும் அதனால் பல நன்மைகள் உண்டாகும் என்பதும் மிக முக்கியமான பரிந்துரை.

காந்தியின் கொள்கைகளோடும் நடைமுறைகளோடும் ஏராளமான முரண்பாடுகள் பெரியாருக்கு இருந்தபோதும் போராட்ட வழிமுறைகளில் காந்தியைத்தான் பெரியாரும் பின்பற்றினார். தம் அரசியல் வாழ்வின் தொடக்க காலத்தில் காங்கிரசில் முக்கியப் பதவிகள் வகித்துக் காந்திய வழிமுறை களைப் பயின்றிருந்த பெரியார் தம் போராட்டங்களை அவ்வழியிலேயே நடத்தினார். வன்முறைக்கு இடமில்லாத, பெரும்பாலும் சட்டத்திற்கு உட்பட்ட போராட்ட வழிமுறை அது. பிற்காலத்தில் தமக்கெனச் சில தனித்துவமுடைய போராட்ட வழிமுறைகளைப் பெரியார் கைக்கொண்ட போதும் ‘அகிம்சை’ என்னும் ஆதாரத்தைக் கைவிடவில்லை. பெரியார் காட்டிய காந்தியின் கோணங்கள் பல.

இவ்வாறு காந்தியை உள் வாங்கியிருந்த எனக்கு இக்கட்டான சந்தர்ப்பத்தில் அவரது நடைமுறைகளே பின்னிருந்து உதவின எனத் தோன்றுகிறது. மன்னிப்பு, விலகல், மௌனம் ஆகியவை காந்தியம் எனக்குக் காட்டிய வழி என்றே நம்புகிறேன். பொதுவாக மன்னிப்புக் கேட்பதற்கு மனம் ஒப்பாத சமூகம் நமது. சாதி, வயது, பதவி, பொறுப்பு ஆகியவை முன்னால் வந்து நின்று மன்னிப்புக் கேட்கும் மனதைப் பின்னுக்குத் தள்ளிவிடுவதுதான் நம் இயல்பு. தவறே செய்யவில்லை என்றாலும் தமக்குக் கீழிருப்பவர்தான் தம்மிடம் மன்னிப்பு கேட்க வேண்டும் என்று கருதும் தன்னகங்காரத்தை நம் சாதியப் படிநிலைச் சமூகம் கொடுத்திருக்கிறது. காந்தியம் அதைக் கேள்விக்கு உட்படுத்திக் கலைத்துப் போடும் தன்மை கொண்டது. எத்தனையோ சந்தர்ப்பங்களில் காந்தி மன்னிப்பை வலியுறுத்தியிருக்கிறார். மன்னிப்புக் கேட்பதும் மன்னிப்பதும் உயர்ந்த குணங்கள் என்பது காந்திய நம்பிக்கை.

ஒரு போராட்டம் கை மீறிச் செல்லும்போது அதன் பாதகத்தை முன்னுணர்ந்து நிறுத்திவிடும் ‘விலகல்’ என்பதும் காந்திய நடைமுறையே. தனிப்பட்ட வாழ்விலும் இந்த ‘விலகல்’ மனோபாவம் காந்தியிடம் உண்டு. உணர்ச்சிமயமான சூழலைச் சட்டெனக் கட்டுப்படுத்தும் ஆற்றல் கொண்டது ‘விலகல்.’ ஒன்றைப் பயன்படுத்தி என்னென்னவோ செய்யலாம் என எண்ணும் பலருடைய திட்டங்களை ஒன்றுமில்லாமல் செய்துவிடும் தன்மை வாய்ந்தது ‘விலகல்.’ ஒன்றில் ஈடுபடும் ஒருவர் அதைக் கடைசிவரை கொண்டு சென்றுதான் ஆக வேண்டும் என்பதில்லை. இடையில் நேரும் பிரச்சினைகளின் வீர்யம் உணர்ந்து அவற்றைத் தவிர்த்தல்தான் ‘விலகல்.’ எதிரியின் ஆயுதங்களுக்கு வேலை இல்லாமல் செய்துவிடும் ‘விலகல்.’ எழுத்திலிருந்து விலகும் என் அறிவிப்பை அப்படித்தான் பார்க்கிறேன். சொந்த பாதிப்புகள் மட்டுமல்லாமல் பொதுநிலையிலும் பல பாதிப்புகளைத் தவிர்த்து விஷயத்தை உரையாடலை, விவாதத்தை நோக்கித் திருப்பியதும் அந்த ‘விலகல்’தான். அதை எனக்குக் கொடுத்தது காந்தியம் என்பதில் சந்தேகமில்லை.

காந்தியின் கூராயுதம் ‘மௌனம்.’ மனதிற்குப் பேராற்றலை வழங்கும் மௌன விரதங்கள் மேல் காந்திக்கு மிகுந்த ஈடுபாடு உண்டு. மிக முக்கியச் சந்தர்ப்பங்களில் அவர் மௌனத்தைக் கைக்கொண்டிருக்கிறார். மௌனத்தால் தனிப்பலன்கள் மட்டுமல்ல, பொதுவெளியிலும் பல பயன்களை அது ஏற்படுத்தும். நாம் உதிர்க்கும் சொற்கள் நாம் நினைக்கும் பொருளோடு பொது வெளியில் சென்று சேரும் என்று சொல்ல முடியாது. அதன் தொனியிலிருந்தும் கூறும் பின்னணியிலிருந்தும் இன்னும்

வெவ்வேறு காரணங்களாலும் பல அர்த்தங்களைப் பெறும். விபரீத அர்த்தங்களும் ஏற்பட வாய்ப்புண்டு. அத்தகைய சமயங்களில் எல்லாம் சொல்லை உதிர்த்தவர் விளக்கம் சொல்லிக் கொண்டிருக்க முடியாது. ஒரு சொல்லைப் பயன்படுத்தும் முன் பலமுறை யோசிக்க வேண்டும். வீசி விட்ட சொல்லைத் திரும்பவும் பொறுக்கி எடுத்துக்கொள்ள முடியாது. மௌனம் அப்படியல்ல. மௌனம் ஒரு கவசம் போன்றது. அது எல்லாவித ஆயுதத் தாக்குதல்களையும் தாங்கும் சக்தி படைத்தது.

பொதுவெளியில் பேசுவதில்லை என்னும் முடிவுக்கு வந்தபோது இவ்வாறெல்லாம் நான் யோசித்திருக்கவில்லை. மௌனத்தின் விளைவுகளை உணர்ந்த பிறகே அதன் 'கவசத்தன்மை'யை அறிந்தேன். பெரும்பாலும் நம்மைப் பேசச் சொல்பவர்கள் அவர்களின் கருத்துக்களை நம் குரலில் கேட்க விரும்புபவர்கள்; அல்லது சர்ச்சையை உருவாக்கும் சிலவற்றை உருவி எடுக்கும் எண்ணம் கொண்டவர்கள்தான். அத்தகைய நிலையில் மௌனம் பெரிய பாதுகாப்பை வழங்கியது. இப்போதும் எனக்குப் பேச்சில் பெரிதாக ஈடுபாடு கிடையாது. தேவைக்குப் பேசினால் போதும். மௌனமாக இவ்வுலகைக் காணும்போது நமக்குத் திறக்கும் கதவுகள் பல.

சாதாரண எழுத்தாளனாகிய எனக்குள் காந்தியம் இவ்வாறு தாக்கத்தை ஏற்படுத்தி இக்கட்டான சூழலைச் சமாளிக்கும் வழிமுறைகளை கொடுத்திருக்கிறது. அப்படியானால், இந்தச் சமூகத்திற்கு அது வழங்கியிருக்கும் விஷயங்கள் ஏராளமாக இருக்கும் என்பதில் சந்தேகமில்லை. தனக்குத் துன்பம் நேர்ந்தாலும் பொறுத்துக்கொண்டு, பிறருக்குத் துன்பம் தராமல், ஒவ்வொருவரின் தனித்தன்மையையும் அங்கீகரித்தபடி ஒருங்கிணைந்து வாழும் முறைகளைத் தனிமனிதருக்கும் சமூகத்திற்கும் அது வழங்கியிருக்கிறது. பிரிவினைகளை விரிவாக்கி அதிகாரத்தைத் தக்க வைத்துக்கொள்ளும் சக்திகள் மேலோங்கி வரும் இன்றைய சூழலில் பிறரைக் குறித்து கவனம் கொள்ளச் செய்யும் காந்தியத்திற்கு வேலை நிறைய இருக்கிறது.

'மாதொருபாகன்' பிரச்சினையில் மன்னிப்பு கேட்கும் படலம் நடைபெறுவதற்கு முன் அறிக்கைகள், விளக்கங்கள், கடிதங்கள் எனப் பலவற்றை எழுதி எழுதிக் கொடுக்க வேண்டியிருந்தது. ஓர் அறிக்கையில் இப்படிக் குறிப்பிட்டிருந்தேன்:

'என் எழுத்தால் திருச்செங்கோட்டு மக்களின் அன்றாட வாழ்க்கை பாதிப்படைவது எனக்குப் பெரும் வருத்தம் தருகிறது. ஒருமுறை வாரணாசியில் அப்போதைய வைஸ்ராய் பங்கேற்ற நிகழ்ச்சியில் மகாத்மா காந்தியடிகள் பேசினார். வைஸ்ராய்

வருகைக்காகப் பொதுமக்களுக்கு இடையூறு நேரும் வகையில் செய்திருந்த ஏற்பாடுகளைக் கடுமையாகக் கண்டித்து அவர் பேசினார். 'பொதுமக்களின் ஒருநாள் வாழ்க்கையைவிட வைஸ்ராயின் உயிர் ஒன்றும் பெரிதல்ல' என்னும் கருத்துப்பட அவர் பேச்சு அமைந்தது. காந்தியடிகளிடம் இருந்து நான் இந்தச் செய்தியை எடுத்துக்கொள்கிறேன். திருச்செங்கோடு பொதுமக்களின் அன்றாட வாழ்க்கையைவிட என் புத்தகம் ஒன்றும் பெரிதல்ல என்று கருதுகிறேன்.'

இன்றைக்கும் நாம் கையாளும் போராட்ட வழிமுறைகளான உண்ணாவிரதம், முழக்கம், ஊர்வலம், யாத்திரை உள்ளிட்ட பலவும் காந்தியம் நமக்குத் தந்ததுதான். எதிர்கருத்துக்களை வெளிப்படுத்தவும் எதிர்ப்பைத் தெரிவிக்கவும் கோரிக்கை களைக் காதுகளுக்குக் கொண்டு சேர்க்கவும் இவற்றை விடவும் வலிமையான வழிமுறைகளை இன்னும் நாம் கண்டடைய வில்லை. ஆகவே தனிமனித வாழ்வுக்கும் பொதுச்சமூகத்திற்கும் இன்றைக்கும் காந்தி தேவைப்படுகிறார்; காந்தியமும் தேவைப்படு கிறது.

●

தமிழ் இந்தியன் எக்ஸ்பிரஸ் (இணையம்), 05–10–2019

12

'அப்படியெல்லாம் மனசு புண்படக் கூடாது'

சமூகப் பழக்கவழக்கங்களைப் பொறுத்தவரையில் பல்வேறு வகையிலான, வித்தியாசமான சிந்தனைப் போக்குகள் நிலவுகின்றன. ஒவ்வொருவருமே தங்கள் சொந்தக் கருத்தை வைத்துக்கொள்வதற்கான உரிமையைப் பெற்றிருக்கும் அதே நேரத்தில் அதை அடுத்தவரின் தொண்டையில் திணிக்க முடியாது.

– மாதொருபாகன் வழக்குத் தீர்ப்புரை வாசகம்.

கருத்துரிமைக்கு எல்லாக் காலத்திலும் பிரச்சினைகள் இருந்திருக்கின்றன. எனினும் பல்வேறு கட்டங்களைக் கடந்து ஜனநாயகம் 'தழைத்தோங்கி' நவீன சமூகமாக உருவாகிவிட்ட இக்காலத்திலும் பிரச்சினைகள் தொடர்கின்றன என்பது தான் துயரம். இத்துயரத்தை எதிர் கொண்டாக வேண்டிய கட்டாயத்தில் இருக்கிறோம். ஆகவே கருத்துரிமை தொடர்பான உரையாடலையும் விவாதத்தையும் பல தளங்களில் நிகழ்த்த வேண்டியுள்ளது. கருத்துரிமையை வரையறுத்தல், கருத்துரிமை தொடர்பான சட்டங்களைப் பரிசீலித்தல், கருத்துரிமைப் பிரச்சினையில் அரசு அமைப்பின் நிலைப்பாடுகளை விமர்சித்தல், கருத்துரிமை பற்றி நிலவும் சமூக மனோபாவங்களைப் புரிந்துகொள்ளுதல், அம்மனோபாவங்களின் மீது இடையீடு நிகழ்த்துதல், கருத்துரிமை குறித்துச் சிந்தித்த அறிஞர்களின் எண்ணங்களை உள்வாங்குதல்,

இலக்கியம் அரசியல் உள்ளிட்ட பல துறைகளிலும் அவ்வவ்போது ஏற்படும் கருத்துரிமைப் பிரச்சினைகளைப் பல கோணங்களில் காணுதல் என இவ்வுரையாடலும் விவாதமும் விரிவானவை. அவற்றை மேற்கொள்வதற்கான திறந்த மனநிலை ஏற்படுமானால் சமூகப் பொதுப்புத்தியில் சில அசைவுகளை ஏற்படுத்த முடியும்.

கருத்துரிமைக்கு எல்லை என்று எதுவும் இல்லை. மனதில் உதிக்கும் எண்ணங்களை எந்த மறைப்புமின்றிப் பொதுவெளியில் வைப்பதற்கான உரிமை ஒருவருக்குக் கிடைக்க வேண்டும். உண்மை, சிந்தனை, உயர்ந்த ஒழுக்க நெறி, சமூக விழுமியங்கள், சடங்குகள், நம்பிக்கைகள், பழக்க வழக்கங்கள், சாதி, மதம், இனம், மொழி முதலியவற்றைப் பற்றிய ஆதரவு, விமர்சன, எதிர்ப்புக் கருத்துக்களுக்குத் தாராளமாக இடம் இருக்க வேண்டும். அதுதான் மேன்மையான சமூகத்தின் இயல்பாக இருக்கும். ஒரு சமூகத்தின் நிலையை மதிப்பிட எதைவிடவும் கருத்துரிமை என்னும் அளவுகோல் மிகவும் சரியானது என்று நினைக்கிறேன்.

அந்த அளவுகோலைப் பயன்படுத்தும் போது நாம் முக்கிய மாகக் கருதிப் பார்க்க வேண்டியவை எதிர்வினைகள். ஒரு கருத்து வெளிப்படுகையில் அதன் சூழல், பின்னணி, பொருத்தப்பாடு, நோக்கம், வெளிப்பாட்டு வடிவம், வெளிப்படுத்தியுள்ள முறை என அனைத்தையும் கணக்கில் கொண்டு பரிசீலிக்கும் வகையில் எதிர்வினைகள் எழ வேண்டும். அப்போதுதான் ஆரோக்கியமான உரையாடல் நிகழும். இன்றைக்கு இவையெல்லாம் வெறும் எதிர்பார்ப்புகள் தான். நடைமுறையோ வேறுவிதமாக இருக்கிறது.

எதிர்வினைகளின் நோக்கம் அரசியல், சுயநலம், தன்னகங்காரம், பழிவாங்குதல் என ஏதாவது ஒன்றாகவோ பலவாகவோ அமைகிறது. சமூகப் பொதுமனத்தின் அறியாமை ஆயுதமாகப் பயன்படுத்தப்படுகிறது. உயிருக்கும் உடைமைக்கு மான அச்சுறுத்தலாகவே எதிர்வினைகள் வடிவம் பெறுகின்றன. ஒருவரின் வாழ்வாதாரத்தை அழிப்பதும் புவிவெளியிலிருந்து அகற்றுவதுமான வன்முறை நோக்குகளே எதிர்வினைகளாகப் பெருகுகின்றன. இந்நிலையில் கருத்துரிமை பற்றிய உரையாடல் காத்திரமாக முன்னெடுக்கப்பட வேண்டும். அதன் ஒருபடியாகவே கண்ணனின் ‘எது கருத்துச் சுதந்திரம்?’ என்னும் இந்நூலைக் காண்கிறேன்.

இன்று தமிழ்ச் சூழலில் மட்டுமல்லாது, இந்திய அளவிலும் முக்கியமான பதிப்பாளராகக் கண்ணன் இருக்கிறார். உலகம் எங்கும் தமிழ் நூல்களைக் கொண்டு சேர்க்கும் பெருமுயற்சியில் வெற்றி கண்டு வருகிறார். பதிப்பகத்தை முன்னெடுக்கும் நிர்வாகத் திறனும் சூழலைக் கணிக்கும் அவதானமும் பல்வேறு

வகைப்பட்ட திட்டங்களும் கொண்ட பதிப்பாளர் அவர். ஆனால் அவரது இயல்பு ‘பத்திரிகையாளர்’ என்னும் வரையறைக்குள் அடங்கக் கூடியது என்பது என் கணிப்பு. இப்போது அவர் எழுதுவது குறைந்துவிட்டாலும் காலச்சுவடு இதழ் தொடங்கிய காலத்திலிருந்து தொடர்ந்து அவர் எழுதி வந்துள்ளார். பிற இதழ்களிலும் அவரது எழுத்துக்கள் வெளியாகியுள்ளன. அவை சில நூல்களாகவும் வெளியாகியுள்ளன. அவரது எழுத்துக்களைத் தொடர்ந்து வாசிப்பவன் என்னும் முறையிலும் அவரோடு உரையாடிக் கொண்டிருப்பவன் என்னும் நிலையிலும் என் மதிப்பீடு அமைகிறது. ஒரு பத்திரிகையாளருக்குரிய அரசியல் ஈடுபாடும் சமூகப் பார்வையும் இணைந்து விரிந்த பரப்பிலான ஆர்வம் அவருடையது. எனினும் தம் எழுத்து எல்லையைச் சுருக்கிக் கொண்டு சிலவற்றைப் பற்றி மட்டும் தொடர்ந்து எழுதுவது எனத் தீர்மானித்துக் கொண்டுள்ளார்.

அவ்வெல்லைக்குள் கருத்துரிமை முக்கியமான இடம் வகிக்கிறது. கருத்துச் சுதந்திரம் பற்றிய தனது ஆர்வமே காலச்சுவடு இதழின் மறுபிறப்பிற்குக் காரணம் என்றும் தன் செயல்பாடு களைக் ‘கருத்துச் சுதந்திரத்திற்கான போராட்டம்’ என்றும் இந்நூலில் அவர் கூறுகிறார். காலச்சுவடு இதழில் ‘விவாதம்’ என்னும் பகுதியைத் தொடங்கியதன் நோக்கமே ‘கருத்துச் சுதந்திரம்தான்’ என்றும் சொல்கிறார். கருத்துரிமை தொடர்பான விஷயங்களில் நமது எண்ணங்களை வெளிப்படுத்தித் தொடர்ந்து எழுதி வந்துள்ளார். கருத்துரிமையின் பக்கம் நின்று அதற்கு எதிரானவற்றைப் பொருட்படுத்தி விவாதிக்கும் தன்மையைக் கண்ணனின் எழுத்துக்களில் காணலாம். கருத்துரிமையை ஆதரிப்போரின் முரண்களையும் அவர்களது கருத்தில் வெளிப்படும் நுட்பமான சார்புகளையும் தயங்காமல் வெளிப்படுத்துகிறார்.

‘கருத்துச் சுதந்திரம் என்பது முற்போக்கான கருத்துக் களை வெளியிடும் சுதந்திரம் மட்டும் அல்ல. தாம் வெறுக்கும் கருத்துக்களைப் பிறர் வெளியிடும் சுதந்திரத்திற்காகவும் போராடுபவர்களே உண்மையான கருத்துச் சுதந்திரவாதிகள்.’

‘பிறரின் கருத்துரிமையை மறுப்பவர்களுக்குச் சமத்துவம், மனித உரிமை பற்றி எல்லாம் பேசும் அருகதையே இல்லை. தாம் முன்வைக்கும் கருத்தின் அறச்சார்பு மீது பற்றுறுதி கொண்டவர்கள் பிறர் கருத்தைக் கண்டு அஞ்சுவதில்லை.’

‘நம்மைச் சுற்றியும் நமக்கு உள்ளேயும் சகிப்பின்மை மண்டிக் கிடக்கிறது.’

‘கருத்துச் சுதந்திரம் என்பது தமிழர்களுக்கு உவப்பானது அல்ல. கருத்துச் சுதந்திரம் பற்றி ஒரு தமிழன் பேசுகையில் தன்

கருத்தைச் சொல்லும் சுதந்திரம், அதிகாரம் மிக்கோர் தமது கருத்தைச் சொல்லும் சுதந்திரம், தனக்கு உவப்பான கருத்தைப் பிறர் சொல்லக் கேட்கும் சுதந்திரம், பெரும்பான்மையின் கருத்துக்கான சுதந்திரம் என்றே பொருள் கொள்கின்றனர்.'

மேற்கண்ட கூற்றுக்கள் சாதாரணமாக எழுந்தவை அல்ல. சமகாலத்தில் கருத்துரிமைக்கு ஏற்பட்ட பிரச்சினைகளைத் தீவிரமாகக் கருதிப் பரிசீலித்ததன் காரணமாக எழுந்தவை. நோம் சோம்ஸ்கியின் கருத்துரிமைச் செயல்பாடுகளில் மிகுந்த ஈடுபாடு கொண்ட கண்ணன் தமிழிலிருந்து மிகுதியும் சுட்டுவது பெரியாரைத்தான். கருத்துரிமையைப் பெரிதும் பயன்படுத்தியவரும் அனுமதித்தவரும் பெரியார். கருத்துரிமைப் பிரச்சினையில் ஆர்வம் கொண்டவர், எவரையும் ஈர்ப்பவர் பெரியார்.

கருத்துரிமை தொடர்பான புதிய புரிதல்களையும் கொடுக்கிறார் கண்ணன். 'மாதொருபாகன்' பிரச்சினையின்போது அந்நாவல் பிரதிகளை எரிக்கும் போராட்டம் நடைபெற்றது. அது எனக்கு மிகுந்த மனச்சோர்வைக் கொடுத்தது. புத்தகத்தைக் கலைமகளின் அடையாளமாகக் கருதிப் பூசை செய்து வழிபடும் மரபுள்ள சமூகத்தில், அவ்வழிபாட்டை ஆதரிப்பவர்களே எரிப்பில் ஈடுபடுகிறார்களே என்பதாலும் அந்நாவலை என் உடைமையாகக் கருதியிருந்த காரணத்தாலும் எனக்கு மன நெருக்கடி மிகுந்தது. அச்சமயத்தில் கண்ணன் எழுதிய 'நூல் எரிக்கும் சுதந்திரம்' என்னும் கட்டுரை உணர்ச்சி நிலையிலிருந்து என்னை மீட்டு அறிவார்த்தமாகச் சிந்திக்க வைத்தது. நூல் எரிப்பை 'அந்நூலின் மீது வைக்கப்படும் இறுதி விமர்சனம் என்று கொள்ளலாம்' என்னும் அவரது கருத்து எனக்குப் பெரிய விடுவிப்பைக் கொடுத்தது. 'ஒரு நூல் என்பது உள்ளடக்கம் தான். அச்சிட்ட புத்தகம் அதன் ஒரு உருவம் மட்டும்தான்' என்றும் அவர் சொல்லியிருந்தார். புத்தகத்தின் மீதான புனித பிம்பத்தைச் சிதைக்கும் இக்கருத்து முக்கியமானதாகப் பட்டது.

பெரியாரும் அம்பேத்காரும் எதிர்ப்பின் அடையாளமாக நூல்களையும் சட்டப் பிரிவுகளையும் எரித்ததை அக்கட்டுரையில் சுட்டிக் காட்டியிருந்தார். இராமாயணத்தையும் பெரியபுராணத்தையும் எரிக்கும் போராட்டத்தைப் பெரியார் செய்தார். ஆனால் அவற்றை இயற்றிய ஆசிரியர்கள் இன்றைக்கு இல்லை. ஒரு நூலை இயற்றியவர் உயிரோடிருக்கும் காலத்திலேயே அந்நூல் எரிக்கப்படுவதையும் எப்போதோ இயற்றிய நூல் ஒன்றையோ யாருக்கும் சொந்தமில்லாத பொதுச்சட்டத்தையோ எரிப்பதையும் சமமாகக் கருத முடியுமா என்னும் கேள்வி எனக்குள் எழுந்தது. எரிப்பை எதிர்கொள்ள வேண்டிய நிர்ப்பந்தம்

கம்பருக்கும் சேக்கிழாருக்கும் கிடையாதே. அவர்கள் மீது காவல் நிலையத்தில் புகார் தெரிவிக்க முடியாது; வழக்குத் தொடுக்க இயலாது. ஒருவேளை, அவர்கள் உயிரோடிருந்த காலத்தில் இத்தகைய எதிர்ப்பு உருவாகியிருக்குமானால் அவர்கள் எவ்விதம் எதிர்கொண்டிருப்பார்கள் என்றும் என் யோசனை ஓடியது. 'ஒரு வாசகர் அல்லது ஒரு இயக்கம் ஒரு நூலை எரிப்பது அவர்தம் கருத்து, செயல்பாட்டுச் சுதந்திரம் சார்ந்ததுதான்' என்னும் கண்ணனின் கருத்து ஏற்புடையதுதான். என்றாலும் நூலாசிரியரின் வாழ்நாளில் எரிப்பு நிகழ்வதற்கும் வாழ்நாளுக்குப் பிறகு எரிப்பு நடப்பதற்கும் இடையே உள்ள வேறுபாட்டையும் கருதிப் பார்க்க வேண்டும் என்று தோன்றுகிறது. நூலாசிரியரின் வாழ்நாளில் எரிப்பு என்பதற்கு 'மாதொருபாகனைத்' தவிர வேறொரு உதாரணம் எனக்குக் கிட்டவில்லை. இருப்பின் ஒப்பிட்டுப் பார்க்கலாம்.

கம்பராமாயணத்தையும் பெரியபுராணத்தையும் எரிக்கும் காலத்தில் அவற்றின் ஆசிரியர்கள் இல்லை. எனினும் 'ஒரு நூல் என்பது உள்ளடக்கம்தான்' என்பதால் கம்பராமாயணம், பெரியபுராணம் ஆகிய நூல்களின் மீது பக்தியும் பற்றும் கொண்ட ஆயிரக்கணக்கான ஆர்வலர்கள் இன்றும் உள்ளனர். ஆகவே அவற்றை எரிக்கும்போது அந்த ஆர்வலர்களின் மனம் புண்பட்டிருக்குமே, அதைக் கணக்கில் கொண்டு பார்க்க வேண்டுமல்லவா என்னும் கேள்வியும் எழுகிறது. நூலாசிரியர் பாதிக்கப்படுவது போல ஆர்வலர் எவரும் நேரடியாகப் பாதிக்கப்படுவதில்லை. மேலும் புண்படுதல் என்பதற்கான வரையறை என்ன? 'இதன் காரணமாக என் மனம் புண்பட்டு விட்டது' என்று ஒருவர் சொல்வது அளவுகோல் ஆகுமா? அப்படியானால் எந்தக் கருத்தையும் எவரும் சொல்ல முடியாதே.

'பொது வாழ்க்கையிலே அப்படியெல்லாம் மனசு புண்படக் கூடாது' என்கிறார் பெரியார். 'அப்படிப் புண்படும் மனசு' ஒரு கருத்தைப் பரிசீலிக்கத் தவறிவிடுகிறது. பெரியார் பகுத்தறிவுச் சிந்தையும் பெரிய மனமும் படைத்தவர். கருத்துரிமையைப் போற்றும் சமூகம் சொல்லிக்கொள்ள வேண்டிய தாரக மந்திரம் 'அப்படியெல்லாம் மனசு புண்படக் கூடாது' என்பதுதான். 'மனம் புண்படாமல் இருக்கும் உரிமை என்பது கருத்துச் சுதந்திரத்திற்கு முற்றிலும் எதிரானது' என்பது கண்ணனின் கருத்து. ஒரு கருத்து யாரையாவது புண்படுத்தத்தான் செய்யும். எந்தக் கருத்து தன்னைப் புண்படுத்துகிறதோ அதைப் பரிசீலனைக்கு ஏற்றுக்கொள்ளும் சகிப்பு மனம் வாய்ப்பது தனக்கும் நல்லது, சமூக நலனுக்கும் அவசியமானது. ஒரு கருத்தைப் பரிசீலிக்கும் போதுதான் கருத்து மாற்றமும் வளர்ச்சியும் ஏற்படும்.

பொதுவெளிக்கு வரும் எல்லாவற்றையும் கருத்து என்று எண்ணி எதிர்வினை ஆற்றுவதை எப்படிப் பார்ப்பது? ஒன்றைக் கருத்தாகப் பார்ப்பது நல்லதே. அப்போதுதான் 'கருத்தைக் கருத்தால் எதிர்கொள்வது' நடக்கும். அதேசமயம் எல்லா வற்றையும் ஒரு குளுவைக்குள் அடக்கிவிடுவது போலக் கருத்தைப் பாவிக்க முடியாது. ஒன்றின் வெளிப்பாட்டு வடிவம் பற்றிய புரிதல் தேவை. 'எல்லா வெளிப்பாடுகளையுமே கருத்துக் களாக அணுகும் ஒரு பார்வை நவீனத் தமிழ்ப் பண்பாட்டில் ஆழமாக வேரூன்றியுள்ளது. சிறுகதைகள், கவிதைகள், ஓவியங்கள், இசை எல்லாமே தமிழ்ச் சமூகத்தால் கருத்துக்களாகச் சுருக்கப் பட்டு உள்வாங்கப் படுகின்றன' என்று சொல்லும் கண்ணனின் பார்வை முக்கியமானது. மாதொருபாகன் வழக்குத் தீர்ப்பில் முன்வைக்கப்பட்ட வழிகாட்டி நெறிமுறைகளில் ஒன்று இது:

'கலை, இலக்கியம் ஆகியவற்றை ரசிப்பதில் உருவாகும் மோதல்களைக் கையாளும் விஷயத்தில் அதிகாரிகளுக்கு முறையான புரிதலை ஏற்படுத்தும் வகையில் தொடர்ந்து நிகழ்ச்சிகள் நடத்தப்பட வேண்டும்.'

கலை இலக்கிய ரசனை சார்ந்த நிகழ்ச்சிகள் அதிகாரி களுக்கு மட்டுமல்ல, எல்லாத் தரப்பினருக்கும் தேவை. கலை, இலக்கியங்கள் ஒற்றைத்தன்மை கொண்டவையல்ல. கருத்தை மட்டும் சுமக்கும் வாகனமும் அல்ல. அவை தரும் அனுபவ விரிவைப் படைப்பு வடிவத்தின் நுட்பத்தைப் புரிந்து கொள்ளும்போதே பெற முடியும். 'ஒரு படைப்பாளியின் படைப்பும் கருத்தும் அதனதன் தளத்திலேயே மறுக்கப்பட வேண்டும்', 'ஒரு நூலை, ஒரு கருத்தை இன்னொரு நூலாலும் கருத்தாலும் எதிர்கொள்வதே உத்தமம்' என்று கண்ணன் முன்வைக்கும் எண்ணங்கள் நடைமுறைக்கு வர வேண்டும். அதற்குக் கலை இலக்கிய ரசனைப் பயிற்சி பெரிதும் உதவும். ரசனையைக் கலையாகப் பயிலும் சமூகத்தில் கருத்துரிமை உயர்ந்து விளங்கும். கருத்துரிமையின் கூறுகள் மேம்படுவதற்குக் கலை இலக்கியப் பயில்வே சிறந்த தீர்வு.

இவ்விதம் பல எண்ணங்களைக் கிளர்த்தும் இந்நூல் கருத்துரிமைப் பிரச்சினைகள் உருவான காலத்திலேயே உடனடி எதிர்வினையாகக் கண்ணன் எழுதிய கட்டுரைகளின் தொகுப்பாகும். இப்பிரச்சினையை மேலும் விரிவான தளத்தில் விவாதிக்க ஒரு திறப்பாக இந்நூல் பயன்படும். இதற்கு என்னை அணிந்துரை எழுதும்படி கண்ணன் கேட்டுக்கொண்டார். மாதொருபாகன் பிரச்சினைக்குப் பிறகு கருத்துரிமை தொடர்பாக அவர் தொடர்ந்து சில கட்டுரைகளை எழுதியுள்ளார். அவரது எண்ணங்கள் கூர்மைப்பட அப்பிரச்சினை காரணமாக

இருந்திருக்கிறது. அப்பிரச்சினைக்குப் பிறகு கருத்துரிமைத் தளத்தில் நானும் கவனம் செலுத்தி வருகிறேன். ஆகவே இந்நூலுக்கு நான் அணிந்துரை வழங்குவது பொருத்தமாக இருக்கும் என்று கருதியுள்ளார்.

கருத்துரிமை பற்றிச் சட்டரீதியிலும் கோட்பாட்டு அடிப்படையிலும் ஆங்கிலத்தில் பல நூல்கள் எழுதப்பட்டுள்ளன. தமிழில் ஏற்கனவே சிறுசிறு வெளியீடுகள் வந்துள்ளன. இதழ்களில் கட்டுரைகள் எழுதப்பட்டுள்ளன. விரிவாக எழுதப்பட்ட தனிநூல் இல்லை. அவ்வகையில் கருத்துரிமை குறித்துத் தமிழில் வெளியாகும் முதல் நூல், முன்னோடி நூல் இது. முன்னோடி நூலுக்கு அணிந்துரை எழுதும் வாய்ப்பு எனக்கு அமைந்தமை மகிழ்ச்சி தருகிறது.

●

பயன்பட்ட நூல்:

வீ.பா. கணேசன் (மொ.ஆ.), வழக்கு எண் 1215/2015, 'மாதொருபாகன்' வழக்குத் தீர்ப்புரை, 2016, சென்னை, பாரதி புத்தகாலயம்.

(கண்ணன் எழுதிய 'எது கருத்து சுதந்திரம்' என்னும் நூலுக்கு எழுதிய அணிந்துரை.)

13

சட்ட நடவடிக்கை சரியாகுமா?

கடந்த சில ஆண்டுகளாக விவாத மனநிலை அற்றவனாக இருக்கிறேன். அதையும் கடந்து தூண்டல்கள் உருவாகும் போது கடப்பதற்குத் தள்ளிப் போடுவதையோ நண்பர்கள் யாரிடமாவது ஆலோசனை கேட்பதையோ செய்வேன். அவ்வழிமுறைகள் விவாதத்திற்குள் நுழையாமல் இருப்பதையே உறுதி செய்வனவாக அமையும். இலக்கிய விவாதமோ கருத்து விவாதமோ எதுவாயினும் சரி, தனிநபர் தாக்குதலில் முடிவதும் அகந்தை மேலெழுந்து நிற்பதும் ஆயுள் முழுவதும் தீராப் பகையை ஏற்படுத்தி விடுவதுமே வழக்கம். ஆகவே ஒதுங்குதலும் ஒதுக்குதலுமே நமக்கு ஏற்றது எனக் கருதியிருக்கிறேன். ஐம்பதைக் கடந்த வயதும் இதற்குக் காரணமாகலாம்.

ஜெயமோகன் வெளியிட்ட 'இடதுசாரியின் கடிதத்தில்' பா. செயப்பிரகாசம் பற்றிய குறிப்பு தொடர்பான விவாதத்தில் என் வருத்தத்தைத் தெரிவிக்கும் குறிப்பொன்றை மட்டும் முகநூலில் வெளியிட்டுவிட்டு அமைதி காக்கவே விரும்பினேன். அடுத்துக் கண்டன அறிக்கை வந்தது. தொடர்ந்து பா. செயப்பிரகாசத்தின் சட்ட நடவடிக்கை, அதற்கான ஜெயமோகனின் எதிர்வினை, ஜெயமோகனின் சட்ட நடவடிக்கை எனச் சென்று இப்போது கருத்துரிமை சார்ந்த விவாதமாக இது பரிணமித்திருக்கிறது. கருத்துரிமை தொடர்பாகச் சமீப ஆண்டுகளில் கவனம் செலுத்தி வருவதோடு நிறையக் கட்டுரைகளும் எழுதியிருக்கிறேன். ஆகவே

இச்சந்தர்ப்பத்தில் இது பற்றிக் கொஞ்சம் பேசலாம் எனத் தோன்றிய எண்ணம் வலுப்பட்டதால் இதை எழுதுகிறேன்.

முதலில் ஒரு விஷயத்தைத் தெளிவுபடுத்த வேண்டும். பா. செயப்பிரகாசம் தொடர்பான இந்த விவாதத்தில் எனக்கு ஈடுபாடு உண்டானமைக்குக் காரணம் அவரோடு சில ஆண்டுகள் நான் நெருங்கிப் பழகியிருக்கிறேன் என்பதுதான். வாரத்தில் ஒரு முறையோ இரு முறையோ அவரைச் சந்திக்கும்படி இருந்த காலம் அது. அதன் காரணமாக அவரது சிந்தனைகள், செயல்பாடுகள் ஆகியவற்றை அணுக்கமாக அறிந்திருக்கிறேன். ஜெயமோகன் வெளியிட்ட கடிதத்தில் (அக்கடிதத்தை ஜெயமோகனே எழுதியிருக்கக் கூடும் எனச் சிலர் குறிப்பிடுகின்றனர்; நான் அப்படி நம்பவில்லை) பா. செயப்பிரகாசம் பற்றி எழுதப்பட்டிருந்த இரண்டு விஷயங்கள் எனக்கு வருத்தம் தந்தன. அவற்றோடு ஜெயமோகனுக்கும் உடன்பாடு என்பது இன்னும் கூடுதல் வருத்தம் தருகிறது.

முதலாவது, ஒரு தகவல் பிழை. தீவிர இடதுசாரி இயக்கம் ஒன்றுக்கு அவர் தலைவராக இருந்தார் என்பது. ஓர் எழுத்தாளர் அப்படி ஒரு இயக்கம் வைத்து நடத்தும் அளவு திறன் பெற்றவராக இருந்தால் அது மகிழ்ச்சி தருவதுதான். ஆனால் பா. செயப்பிரகாசம் அத்தனை திறன் பெற்றவரல்ல. இடதுசாரி இயக்கம் ஒன்றின் கலை இலக்கிய மக்கள் திரள் அமைப்பில் செயல்பட்டார். அதிலும் 'பொறுப்பற்றவராக'த்தான் இருந்தார். அவ்வமைப்பு வெளியிட்ட கலை இலக்கிய இதழான 'மனஓசை' இதழை அவரே பொறுப்பெடுத்துச் சிலகாலம் நடத்தினார் என்பதைத் தவிர. அவரை அரசியல் பேச்சாளராக்க அவ்வமைப்பு முயன்றது; ஆனால் அது படுதோல்வியில் முடிந்தது என்பது என் அனுமானம். ஓர் எழுத்தாளருக்குரிய மன அமைப்பும் செயல்பாட்டு எல்லையும் கொண்டவரே அவர்.

இரண்டாவது, அவரைச் 'சாதி வெறியர்' என்று அக்கடிதம் குறிப்பிடுவதை அவதூறு என்றுதான் சொல்ல வேண்டும். சாதித் தாக்குதலிலிருந்து புதுமைப்பித்தன் உட்பட எந்த எழுத்தாளரும் தப்பிக்க முடிந்ததில்லை. ஆனால் அவர்களது படைப்பை விமர்சிக்கும் போது ஒருவகை வாசிப்பாக அவர்கள் சார்ந்த சாதிக் கருத்தியல் எவ்வாறு படைப்பில் உள்ளடங்கி இருக்கிறது என்பதை வெளிப்படுத்தும் நோக்கி லேயே அவ்வகை விமர்சனங்கள் வந்தன என்றே நான் புரிந்து கொண்டிருக்கிறேன். எப்போதும் போல அந்த எல்லையைக் கடந்து சாதி முத்திரை குத்துவதும் சிலருக்கு நடந்திருக்கலாம். ஆனால் அவையெல்லாம் அவர்களின் படைப்பு தொடர்பானவை

என்பதே என் அனுமானம். அப்படியும் யார் ஒருவர் மீதும் 'சாதி வெறியர்' என்று முத்திரை விழுந்ததாக எனக்கு நினைவில்லை.

பா. செயப்பிரகாசத்தின் படைப்புகளை எடுத்து அதில் சாதிக் கண்ணோட்டம் இருக்கிறது என்று ஒரு விமர்சனம் வருமானால் அதைப் பொருட்படுத்தலாம். ஏற்கலாம்; மறுக்கலாம்; பதில் சொல்லலாம். நானே அவர் எழுத்துக்களைப் பற்றிப் பல விமர்சனங்களைச் செய்திருக்கிறேன்; எழுதியுமிருக்கிறேன். ஜெயமோகன் அவரைப் 'போலி இலக்கியவாதி' என்கிறார். அப்படிச் சொல்ல அவருக்கு உரிமை இருக்கிறது. என்னென்ன காரணங்களின் அடிப்படையில் அப்படிப்பட்ட முடிவுக்கு வருகிறார் என்று சொல்லவில்லை என்றாலும் கூடப் பிரச்சினை இல்லை. ஆனால் ஜெயமோகன் வெளியிட்ட கடிதத்தில் பொத்தாம் பொதுவாகச் 'சாதி வெறியர்' என்று குறிப்பிடுவதை அவதூறு என்றுதான் புரிந்துகொள்ள முடிகிறது. அதற்கு வேறென்ன அடையாளம் தருவது என்று எனக்குத் தெரியவில்லை. ஆகவேதான் என் வருத்தத்தை வெளிப்படுத்திப் பதிவிட்டேன்.

பா. செயப்பிரகாசம் திராவிட இயக்கத்தில் தீவிரமாகச் செயல்பட்டவர். பிறகு அதன் போதாமை உணர்ந்து இடதுசாரி இயக்கக் கருத்தியலை மேற்கொண்டவர். இப்போது தமிழ்த் தேசியக் கண்ணோட்டம் கொண்டவராக வெளிப்படுகிறார் என்று நினைக்கிறேன். எப்படியும் தம் வாழ்நாள் முழுக்க எழுத்தும் தாம் நம்பும் கருத்து சார்ந்த செயல்பாடுமாகவே இருந்து வருபவர். சாதி மதம், ஏற்றதாழ்வு, சுரண்டல் ஆகியவற்றுக்கு எதிரான கருத்தியலை மேற்கொண்டு இயங்கி வருபவர். அவர் நம்பும் கருத்தியலை இயன்றவரை தம் வாழ்விலும் கடைபிடித்தவர்; கடைபிடிக்கிறவர். பல உதாரணங்களையும் சம்பவங்களையும் என்னால் பட்டியலிட்டுக் காட்ட முடியும். தேவையானால் அவற்றை எழுதுவேன்.

தம் வாழ்நாள் முழுவதையும் ஒப்புக் கொடுத்து ஒரு மனிதர் எந்தக் கருத்துக்கு எதிராகச் செயல்பட்டு வருகிறாரோ அந்தக் கருத்தை ஆதரிப்பவராகவும் அதன் வெறியராகவும் அவரைச் சித்திரித்தால் எந்த மனிதராக இருப்பினும் கோபமும் வேகமும் ஏற்படுவது இயல்பு. பா. செவுக்கும் அப்படித்தான் உணர்வு ஏற்பட்டிருக்கும். அவர் வாழ்க்கையே வீண் என்று சொல்வதல்லவா இந்தச் 'சாதி வெறியர்' என்னும் முத்திரை? அதன் அடிப்படையில் அவரும் அவரைச் சார்ந்தவர்களும் முன்னெடுத்து மறுப்பு, எழுத்தாளர்களை இணைத்துக் கண்டன அறிக்கை, சட்ட நடவடிக்கை என்று அடுத்தடுத்துச் செயல்பட்டார்கள் என்று தோன்றுகிறது.

அவர் சட்ட நடவடிக்கை என்று போனதும் ஜெயமோகனும் சட்ட நடவடிக்கை என்று இறங்கியிருக்கிறார். அதில் ஒரு கூடுதல் விஷயமாகக் கண்டன அறிக்கையில் பெயர் சேர்த்துக்கொள்ள அனுமதி வழங்கியவர்கள் பேரிலும் சட்ட நடவடிக்கை என்கிறார். இது இப்போது புதுமையாக இருக்கிறது. இருக்கட்டும். இச்சூழலில், ஒரு விவாதத்தில் சட்ட நடவடிக்கைக்குப் போவது கருத்துரிமையைப் பறித்துவிடாதா என்னும் கேள்வி இப்போது எழுந்திருக்கிறது. ஜெயமோகனே தம் பதிவில் அதை எழுப்பியும் இருக்கிறார். இன்னும் கொஞ்சம் இதை மேலெடுத்துச் சென்றால் நமக்கு எழும் கேள்வி இப்படி இருக்கும்: 'எழுத்தாளர்கள் மீது வெளியில் இருப்போர் தாக்குதல் நடத்தும்போது சட்ட நடவடிக்கைக்குப் போகலாம்; எழுத்தாளர்களுக்கு இடையே ஏற்படும் விவாதத்திற்கும் சட்ட நடவடிக்கை என்று போனால் எந்த விவாதத்தையாவது நடத்த முடியுமா?' இதுதான் இன்று நாம் விவாதிக்க வேண்டிய மிக முக்கியமான விஷயம்.

அவதூறு, இழிவு போன்றவற்றை மறுத்து எழுதலாம்; விவாதம் புரியலாம். அப்படியும் ஓர் முடிவு வரவில்லை என்றால் சட்ட நடவடிக்கை மேற்கொள்ளலாம். ஒருவர் மீது உடல்ரீதியான தாக்குதல் நடத்துதல், அவர்கள் வாழ்வாதாரத்தைப் பறித்தல், வாழ்வுரிமையை முடக்குதல் முதலியவற்றைச் செய்பவர்கள் உண்டு. அவை எவ்வகையிலும் ஏற்புடையவை அல்ல. சட்ட நடவடிக்கை என்பது ஜனநாயகம் வழங்கியுள்ள உரிமை. அவ்வுரிமையைப் பயன்படுத்துவதை நாம் வரவேற்க லாம். விவாதித்துத் தீராத பட்சத்தில் சட்ட நடவடிக்கை என்பது ஏற்புடையதே. அதை யார் வேண்டுமானாலும் பயன்படுத்தலாம்.

எழுத்தாளர்களுடன் பிரச்சினை ஏற்படுகையில் வெளியே உள்ளவர்கள் அவ்வாறு சட்ட நடவடிக்கைக்குப் போவது நல்லது. ஆனால் எழுத்தாளர்களுக்குள் பிரச்சினை என்னும்போது சட்ட நடவடிக்கை சரியாகுமா? ஜனநாயக உரிமை என்றாலும் சட்ட நடவடிக்கைக்குப் போகாமல் இருப்பதே நல்லது என்பது என் கருத்து. அது விவாதத்தை முடக்கும். விமர்சனப் பண்பைச் சுருக்கும். எழுத்தாளர்கள் தமக்குள்ளான பிரச்சினைக்கே சட்ட நடவடிக்கையில் ஈடுபடுகிறார்கள் என்றால் வெளியே இருப்பவர்களுக்கு அது மேலும் ஊக்கம் தரும். சாதாரணப் பிரச்சினைக்கே சட்டத்தை நாட முயல்வார்கள்.

நம் நீதி அமைப்பு பல சிக்கலான வழிமுறைகளைக் கொண்டது. அதில் சிக்கிக்கொண்டால் ஏற்படும் அலைச்சல் யாருக்கும் மன நெருக்கடியைக் கொடுக்கும். விவாதத்தில் ஈடுபடுவோர் சுதந்திரமாக எதையும் பேச முடியாது. கண்டன அறிக்கையில் பெயர் உள்ளவர்கள் மீதும் சட்ட நடவடிக்கை

என்று ஜெயமோகன் சொல்வது போல நடந்தால் கண்டன அறிக்கைகளில் பெயர் சேர்க்கவே பலரும் அஞ்சும் நிலை வரும். நாளை ஜெயமோகனுக்கே ஒரு பிரச்சினை என்றாலும் கண்டனம் தெரிவிக்கத் தயங்குவார்கள். அனேகமாக ஜெயமோகனின் இந்த அறிவிப்பே கூட அத்தகைய ஒரு சூழலைக் குறைந்தபட்சமேனும் உருவாக்கும் என்றே அஞ்சுகிறேன்.

ஆகவே சட்ட நடவடிக்கை என்பது ஜனநாயக வழிமுறை என்றாலும் அது கருத்துரிமையைப் பாதிக்கும் என்னும் அடிப்படையில் எழுத்தாளர்கள் தமக்குள்ளான பிரச்சினைகளுக்கு அதைக் கையாளாமல் இருப்பதே நல்லது என்பது என் எண்ணம். பா. செயப்பிரகாசம் ஆனாலும் ஜெயமோகன் ஆனாலும் அதுதான் என் நிலைப்பாடு. பா. செயப்பிரகாசம் எழுபது வயதைக் கடந்தவர். அவருக்கு நான் ஆலோசனை கூற முடியாது. ஜெயமோகனும் என்னைவிட மூத்தவர்; பலவற்றையும் அறிந்தவர். அவருக்கும் ஆலோசனை சொல்லத் தேவையில்லை. எனினும் இப்பிரச்சினையில் என் எண்ணம் இதுதான். இது குறித்து இன்னும் விவாதிக்கலாம்.

●

Perumalmurugan.in, 10—06—20

14

சுதந்திரமும் சாதி அடையாளமும்

சுதந்திரம் என்பது இந்தியச் சமூகத்தில் சாதி அமைப்புக்குக் கட்டுப்பட்டது. ஒவ்வொரு சாதிக்கும் அதற்கான புழங்கு வெளி நிர்ணயிக்கப் பட்டிருந்தது. அவ்வெளியைக் கடந்து, மீறி இன்னொரு வெளிக்குச் செல்லுதல் சாத்திய மில்லை. அப்படி முயன்றவர்கள் பட்ட துன்பங்கள் பற்றிப் பல்வேறு சான்றுகள் இருக்கின்றன. சிவனடியாராகிய நந்தனார் பறையர் சாதியில் பிறந்தவர். அவர் தமக்கென அனுமதிக்கப்பட்ட ஊர் எல்லையைக் கடந்து சிதம்பரம் கோயிலுக்குள் சென்று சிவனைத் தரிசிக்க ஆசைப்படுகிறார். அதற்கு எத்தனையோ தடைகள். இறுதியில் அவர் தீயில் இறக்கப்படுகிறார். இது புராணக் கதை. ஒவ்வொரு கிராமத்திலும் தமக்குரிய எல்லையைக் கடக்க முயலும் மனிதர்கள் அனுபவித்த, அனுபவிக்கும் கொடுமைகள் பற்றிப் பல சம்பவங்கள் இருக்கின்றன.

எல்லோருக்குமான பொதுவெளிகள் நம் சமூகத்தில் இருந்திருக்கின்றனவா? சாதி அமைப்பு நிலைபெற்ற காலம் முதல் பொதுவெளிகள் இல்லை அல்லது மிகவும் குறைவு என்றே சொல்லலாம். கேரள மாநிலம், வைக்கத்தில் 1925ஆம் ஆண்டு மகாத்மா காந்தியின் வழிகாட்டுதலில் பெரியார் தலைமையேற்று நடத்திய போராட்டம் கோயிலை நோக்கிச் செல்லும் பாதைகளில் நடப்பதற்குத் தலித் மக்களுக்கு உரிமை கோரி நடந்ததாகும். கோயில் நுழைவுப் போராட்டங்களும் ஏராளம் நடந்திருக்கின்றன. கோயில் கருவறைக்குள் நுழையும் போராட்டம் இன்றுவரைக்கும் தொடர்ந்து கொண்டிருக்கிறது. இவையெல்லாம்

சிறுசிறு அசைவுகளை ஏற்படுத்தி இருக்கின்றன என்பது உண்மைதான். எனினும் வழிபாட்டுத் தலம் என்பது இன்றைக்கும் பொதுமையானதாக இல்லை.

அரசின் கட்டுப்பாட்டில் இருக்கும் பெருங்கோயில்கள் தவிர சிறுகோயில்கள், குலதெய்வக் கோயில்கள் ஆகியவற்றில் பெருமாற்றம் இல்லை. அவரவர் புழங்குவெளிக்குள் அவரவர் தேவைக்கான வழிபாட்டுத் தலங்களை அமைத்துக் கொள்ளலாம் என்று வகுத்துக் கொண்டிருக்கிறோம். அதுதான் நம் சுதந்திரத்தின் எல்லை. எங்கள் ஊரில் இருக்கும் மாரியம்மன் கோயிலின் பெயர் 'பலபட்டரை மாரியம்மன்' என்பதாகும். 'பலபட்டரை' என்றால் 'பல்வேறு வகைப்பட்ட சாதிகள்' என்று பொருள். இது ஒரு சாதிக்கு உரிமையானதல்ல. எந்தச் சாதியினர் வேண்டு மானாலும் வந்து வழிபடலாம். எங்கள் ஊர் இப்போது சிறுநகரம். இது கிராமமாக இருந்து நகரமாக வளர்ந்த காலத்தில் இந்த மாரியம்மன் கோயில் உருவாகியிருக்கிறது. இப்போதும் ஒரே ஊரில் ஒன்றுக்கு மேற்பட்ட மாரியம்மன் கோயில்கள் இருப்பதைப் பார்க்க முடிகிறது. அதன் காரணம் ஒவ்வொரு சாதியும் தமக்கெனத் தனிக் கோயில் கொண்டிருப்பதுதான். 'பலபட்டரை' எனக் கோயிலுக்கு அடையாளப் பெயர் கொடுத்திருப்பது தனிக்கோயில் என்பதிலிருந்து விலகியதைச் சுட்டுவதற்குத்தான்.

இன்று வரை பொதுச்சுடுகாடு என்பதைக்கூட அடைய முடியவில்லை. ஒவ்வொரு சாதிப் படிநிலைக்கும் தனிச்சுடுகாடு. நகரங்களில் பொதுச்சுடுகாடுகள் இருக்கின்றன. மின்மயானங்கள் அமைக்கப்பட்டிருக்கின்றன. ஆனால் கிராமங்களில் தனிச் சுடுகாடுகள் தான். சில சாதிகளின் சுடுகாடுகள் அமைந்திருக்கும் இடத்தை அடைவதற்குப் பாதை வசதிகள்கூடக் கிடையாது. ஒரு சாதியினரின் குடியிருப்புக்குள் நுழைந்து இன்னொரு சாதியைச் சேர்ந்தவரின் பிணத்தைக் கொண்டு செல்ல முடியாது. மனிதர்கள் நுழைய அனுமதிக்கப்பட்ட பகுதிகள் வழியாகப் பிணத்திற்கு அனுமதியில்லை. இறந்தவருக்கு நம் சமூகம் வழங்கும் மரியாதை இப்படிப்பட்ட சாதி உணர்வுக்கு உட்பட்டே இருக்கிறது. வேறு பொதுவெளிகள் இருக்கின்றனவா? கிராமங்களில் அப்படி ஒரு பொதுவெளி இன்றைக்கு வரைக்கும் கிடையாது. தனிக் கோயில்கள்; தனிக் குடிநீர்க் குழாய்கள்; தனிச் சுடுகாடுகள். நகரங்களில் சில இடங்களில் பூங்காக்களும் பெருந்தெய்வக் கோயில்களும் கடற்கரை போன்ற பொதுவெளி களும் இருக்கின்றன. அவையும் மக்கள் தொகைக்கு ஏற்ற அளவில் இல்லை. சில பூங்காக்கள் தனி அமைப்புக்களின் கட்டுப்பாட்டில் இருக்கின்றன. இன்றைக்குப் 'பாதுகாக்கப்பட்ட குழு' (*Gated community*) என்னும் கருத்தாக்கம் செயல்படும் அடுக்குமாடிக் குடியிருப்புகளில் பூங்காக்கள் தொடங்கி எல்லாம் தனிதான்.

எங்குமே நமக்குத் தனிவெளிகள்தான்; பொதுவெளி என்பது அபூர்வம்.

இந்தியக் கிராமங்களில் ஒவ்வொரு சாதிக்கும் தனித்தனிக் குடியிருப்புகள் இருக்கின்றன. நிலவுடைமை அற்ற சாதிகளின் புழங்குவெளிகள் மிகமிகச் சுருங்கியவை. அரசின் எந்தத் திட்டத்தையும் ஏற்கனவே நிலைநிறுத்தி வைத்திருக்கும் புழங்கு வெளிக்குள் அடக்கிக் கொள்ளும் உத்தியைக் கிராம நிர்வாகங்கள் திறமையாகக் கையாள்கின்றன. மிகச் சிறப்பாகச் செயல்பட்டுக் கொண்டிருக்கும் மத்திய அரசின் நூறு நாள் வேலைத்திட்டமே இதற்குச் சான்று. இதில் மக்களைச் சாதிக் குழுக்களாகப் பிரித்துத்தான் வேலை வழங்கப்படுகிறது. ஒரு சாதிக்குழு அந்தச் சாதியினர் வசிக்கும் பகுதி, அங்குள்ள கோயில், பாதை ஆகியவற்றையே தூய்மைப்படுத்தும். இன்னொரு சாதியினர் வசிக்கும் பகுதிக்குள் செல்வதில்லை. ஒரு சாதியினரின் குடியிருப்புப் பகுதிக்குள் இன்னொரு சாதி நபர் ஒருவர் நுழைந்தால் அதற்கு என்ன காரணம் என்பது ஊருக்கே தெரிந்துவிடும். நிலங்களுக்குள் வேலை நேர அனுமதி மட்டும் உண்டு. நகரங்களிலும் இது நுட்பமாக இயங்குகின்றது. சென்னை நகரத்து அடுக்கு மாடிக் குடியிருப்புகள் பல குறிப்பிட்ட சாதியினருக்கு மட்டுமே விற்பனை செய்யப்படுகின்றன. வாடகை வீடுகள்கூட சாதி விசாரித்த பிறகே தரப்படுகின்றன.

‘பிராமணர்கள் சாப்பிடும் இடம்’ என்று உணவகங்களில் உட்கார்ந்து சாப்பிடும் இடத்திற்குப் பிரிவினை இருந்ததுண்டு. பிராமணரல்லாத சாதியினர் தலைமையேற்று நடத்திய சைவ மடங்களில்கூட உணவுப் பந்தியில் இத்தகைய பிரிவினைகள் இருந்திருக்கின்றன. பல கிராமங்களின் டீக்கடைகளில் இரட்டை டம்ளர் முறை இருந்தது; இப்போதும் சில கிராமங்களில் இருக்கிறது. சட்டப்படி அது தவறு என நடவடிக்கைகள் எடுக்கத் தொடங்கிய பிறகு வேறு வடிவம் கொண்டிருக்கிறது. ‘ஒருமுறை பயன்படுத்தி வீசும்’ பிளாஸ்டிக் கப்புகளைக் கொண்டு இந்தப் பிரச்சினையைச் சமாளிக்கிறார்கள். இன்று கடைகள், உணவகங்கள், வணிக இடங்கள் ஆகியவற்றில் பெருமளவு நெகிழ்வு நேர்ந்திருக்கிறது. எனினும் குறிப்பிட்ட சாதியினர் கடைகளையோ உணவகங் களையோ நடத்த இயலாது என்னும் நிலை இன்றும் இருக்கிறது. அப்படி நடத்தினால் அக்கடைகளுக்குப் பிற சாதியினர் வருவதில்லை.

பேருந்து, தொடர்வண்டி ஆகிய பொதுப் போக்குவரத்துகள் பல தடைகளையும் கடந்து பொதுவெளிகளாக இருக்கின்றன. கிராமப்புறங்களுக்குச் செல்லும் பேருந்துகளில் ஆதிக்க சாதியைச் சேர்ந்த ஒருவர் ஏறினால் ஒடுக்கப்பட்ட சாதியைச்

சேர்ந்தவர் தம் இருக்கையில் இருந்து எழுந்து இடம் கொடுக்கும் நடைமுறை இன்றைக்கும் நிலவுகிறது. பேருந்தில் ஒருவர் உட்கார்ந்திருக்கும் போது இன்னொருவர் ஏறினால் உட்கார்ந்திருப்பவர் எழுந்து இடம் கொடுப்பது மரியாதைக்குரிய செயலாகக் கருதப்படுகிறது. ஆசிரியருக்கு மாணவர் எழுந்து இடம் கொடுப்பது, தம்மைவிடச் சற்றே மேலான பதவியில் இருப்பவருக்கு இடம் கொடுப்பது ஆகியவை மரியாதைக்குரிய செயல்தானா? முதலில் ஏறியவர் இடம் பிடித்து உட்கார்ந் திருக்கிறார். அவர் ஏன் இன்னொருவருக்காக எழுந்து இடம் கொடுக்க வேண்டும்? அவ்வாறு எழுந்து இடம் கொடுக்காத மாணவரைப் பழிவாங்கும் எண்ணத்தோடு அலைந்த ஆசிரியரை அறிவேன். இது என்ன மனநிலை? இந்த நடைமுறை பொதுவாக 'மரியாதை' என்று குறிப்பிடப்பட்டாலும் இதற்குள் ஒளிந்திருப்பது சாதிய மனோபாவம் என்பதே என் அனுமானம். மேல் – கீழ் என எதையும் கற்பித்துக் கொள்ளும் மனநிலையும் அதன் அடிப்படையிலேயே மனிதர்களை அணுகும் செயல்முறையும் வேறு எங்கிருந்து வந்தன?

பொதுப் போக்குவரத்து வசதிகள் இன்னும் பெருமளவில் வளர வேண்டியிருக்கிறது. எனினும் இயல்பவர்கள் இன்று தனிப் போக்குவரத்தையே பயன்படுத்த விரும்புகின்றனர். இருநூறு கிலோ மீட்டர் தூரத்தைக்கூட இருசக்கர வாகனத்தில் அன்றாடம் கடந்து செல்பவர்கள் உண்டு. ஓரளவு வசதி உள்ளவர்கள் காரில் செல்வதற்கே முன்னுரிமை தருகின்றனர். 'பொது' என்பதைவிடத் 'தனி' என்பதற்கே விருப்பம் அதிகமாக இருக்கின்றது. திரையரங்குகள் எல்லோருக்குமான பொது வெளிகளாக இருந்தன. கிராமப்புறச் 'சினிமாக் கொட்டகைகள்' எப்போதோ மூடப்பட்டுவிட்டன. சிறுநகரங்கள், பெருநகரங் களிலும் கூடத் திரையரங்குகள் பெருமளவு மூடப்பட்டு விட்டன. இப்போது சாமானிய மக்கள் நுழைய முடியாத 'மல்டி பிளக்ஸ்' தியேட்டர்கள்தான். இருக்கும் சிறுசிறு பொதுவெளி களும் சுருங்கித் தனிவெளிகளாக மாறிவருகின்றன.

கல்வி, வேலைவாய்ப்புகள் ஆகிய இரண்டும் இன்று பொதுவெளியைச் சற்றே விரித்திருக்கின்றன. அரசு கல்வி நிறுவனங்களில் சமூக நீதி அடிப்படையிலான இடஒதுக்கீடு பின்பற்றப்படுகிறது. சுயநிதிக் கல்லூரிகளில் இடஒதுக்கீட்டுக்கு எந்த முக்கியத்துவமும் இல்லை. சாதி அடிப்படையில் கல்வி உதவித்தொகைகள் வழங்கப்படுகின்றன. வேலைவாய்ப்புகளிலும் அப்படித்தான். எனினும் இன்றைக்கு எல்லோருக்குமான பொதுவெளிகளாக இவை இருக்கின்றன. அதே போல அமைப்பு சாராத் தொழில்களில் பல்வேறு சாதியினரும்

இணைந்து பணியாற்றும் சூழல் நேர்ந்திருக்கிறது. ஆகவே கல்வி நிறுவனங்களிலும் பணியிடங்களிலும் ஆண், பெண் சந்திக்கவும் கலந்து பழகவும் வாய்ப்புகள் கூடியிருக்கின்றன. அதனால் காதல் உருவாவதும் காதல் திருமணங்கள் நடப்பதும் அதிகரித்திருக்கின்றன. எனினும் காதலையும் காதல் திருமணத்தையும் இயல்பு என்று ஏற்றுக்கொள்ளும் மனநிலை சிறிதளவுகூட உருவாகவில்லை. காதலுக்கு இடையூறாக வந்து நிற்பது முதலில் சாதிதான். சாதியின் அடிப்படையில் பிரிக்க முயல்வதை எல்லாம் கடந்து இன்று ஆணவக் கொலைகள் மிகுந்திருக்கின்றன. சாலைகள், குடியிருப்புகள் என நெரிசல் மிகுந்த இடங்களிலும் சாதாரணமாக ஆணவக் கொலைகளைச் செய்துவிட முடிகிறது. காதலிப்போர் வாழ்வதற்கு இந்தச் சமூகம் பாதுகாப்பான வெளி எதையும் வைத்திருக்கவில்லை. ஒருவகையில் அவரவர்க்குரியது என்று வகுத்து வைக்கப்பட்டிருக்கும் வெளியைக் கடத்தலே காதலில் உருவாகிறது. ஆனால் நம் சாதிய அமைப்பு 'வெளியைக் கடத்தல்' என்பதை அனுமதிப்பதில்லை.

இவ்விதம் எல்லாவற்றிலும் எல்லை வகுத்து வைத்திருக்கும் சாதிய மனோபாவம் கருத்துச் சுதந்திரத்தையும் கட்டுப்படுத்துவதாகிறது. சாதாரணமான ஒரு அலுவலக அமைப்பை எடுத்துக்கொள்வோம். அதில் பல அதிகாரப் படிநிலைகள் இருக்கின்றன. ஒருவகையில் அதைச் சாதியப் படிநிலை அமைப்போடு ஒப்பிட்டும் பார்க்கலாம். இருக்கைகள் ஒதுக்கப்படும் முறைகூட அப்படித்தான். நீள் முதுகு கொண்ட நாற்காலி தொடங்கி உயரம் குறைந்தவை, பிளாஸ்டிக் நாற்காலிகள் என அதிகாரப் படிநிலைக்கேற்ப இருக்கைகளின் வடிவம் மாறும். அலுவலக உதவியாளர் பணிக்கு எந்த அலுவலகத்திலும் இருக்கையே கிடையாது. அப்பணியில் இருப்போர் நாள் முழுவதும் நின்றுகொண்டும் நடந்து கொண்டுமே தானிருக்க வேண்டும். அதற்கேற்பவே கருத்துச் சுதந்திரமும் அங்கே நிலவுகிறது.

மேலிருந்து சொல்லப்படுபவற்றை ஏற்று நடத்துதல் என்பதே நடைமுறை. பெயரளவுக்கு ஆலோசனைக் கூட்டங்கள் நடைபெறும். அவற்றில் உயரதிகாரிகள் சொல்வனவற்றை அப்படியே கேட்டுக்கொள்வதுதான் கீழிருப்பவர்கள் செய்ய வேண்டியதாகும். உயரதிகாரியின் குரலை ஆமோதித்துப் பேசலாம். மறுத்துப் பேசுபவர் தம் எல்லையை மீறுகிறார் என அர்த்தப்படுத்தப்படும். கீழிருப்பவர்களுக்கு ஒரு கருத்தை மறுத்துப் பேசவும் மாற்றுக் கருத்தை முன்வைக்கவும் உரிமை கிடையாது. அவ்வாறு பேசுபவர் மீது அதிகாரம் ஐயம் கொண்டு ஒரு கண் வைத்துக்கொள்ளும். ஆகவே மாற்றுக் கருத்து உடையவர்கள் தம் கருத்தைப் பேசாமல் மௌனமாகக் கேட்டுக்கொண்டு

வருபவர்களாக மட்டுமே இருக்கிறார்கள். சாதியப் படிநிலையில் மாற்றுக் கருத்தை வெளிப்படுத்துவோரை எதிர்ப்பாளர்கள் என்றும் கட்டுப்படாதவர்கள் என்றும் கருதும் அதே நிலைதான் அதிகாரப் படிநிலையிலும் வெளிப்படுகிறது.

ஊடகம், இலக்கியம் என எதுவென்றாலும் கருத்துச் சுதந்திரத்தில் இச்சாதிய மனோபாவம் அடிநாதமாகச் செயல்படு கிறது. ஒருவரது கருத்துச் சுதந்திரத்திற்கு அளவு என்ன? சாதிப் படிநிலையில் ஒருவர் எவ்விடத்தில் வைக்கப்பட்டிருக்கிறாரோ அதற்கேற்பப் பேசுவது அல்லது பேசாமலிருப்பது என்பதே பழைய அளவுகோல். அதுவேதான் இன்று வேறு வடிவத்தில் நடைமுறையில் இருக்கிறது. எது பொதுச் சமூகத்தால் அங்கீகரிக்கப்பட்ட கருத்தோ அதை ஏற்றுப் பேசலாம்; அதை வழிமொழியலாம். அதற்குச் சுதந்திரம் இருக்கிறது. ஆனால் அதை மறுத்துப் பேச முடியாது; மாற்றுக் கருத்தை முன்வைக்கவும் கூடாது. மதத்தை விமர்சிக்கக் கூடாது. சாதிப் பெயரைக் குறிப்பிட்டு ஒரு கருத்தைச் சொல்ல முடியாது. கடவுள் பற்றிய புராணக் கதைகளைப் பற்றியும் சிறுவிவாதத்தை எழுப்பிவிட முடியாது. மொழியைப் பற்றி எழுத இயலாது. குறிப்பிட்ட தொழில் செய்யும் பாத்திரம் ஒன்றைப் படைக்க முடியாது. சமூகத்தில் நிலவும் பழக்க வழக்கங்கள், சடங்குகள் குறித்து எதுவுமே எழுதலாகாது. இதுதான் இன்றைய நிலை.

ஒரு திரைப்படத்தில் வழக்கறிஞர் ஒருவரைப் பாத்திரமாக வைத்திருந்தார்கள். உடனே வழக்கறிஞர்களை இப்படம் இழிவுபடுத்துகிறது என எதிர்ப்புக் கிளம்பியது. மருத்துவரைப் பாத்திரமாக்கினால் மருத்துவர்களிடமிருந்து எதிர்ப்பு வரும். தடை செய்யக் கோரிக்கை, திரையிட விட மாட்டோம் என அச்சுறுத்தல், பின்னர் சமரசம் என்று போகிறது. இப்பிரச்சினையை எதிர்கொள்ளத் திரைத்துறையினர் இப்போது ஒரு உத்தியைக் கையாள்கிறார்கள். மோசடியில் ஈடுபடும் காவல்துறை அதிகாரி ஒருவரை முக்கியப் பாத்திரமாக்கினால் சிறுபாத்திரம் ஒன்றை நேர்மையான காவல் அதிகாரியாகக் காட்டிவிடுகிறார்கள். 'காவல்துறையில் நல்லவர்களும் இருக்கிறார்கள்' என்று காட்டுவதற்காக அச்சிறுபாத்திரமாம். இந்தியச் சமூகத்தில் ஒவ்வொரு மனிதரின் அடையாளமாகவும் சாதி இருக்கிறது. ஆனால் திரைப்படங்களில் சாதி அடையாளம் பெரும்பாலும் இடம்பெறுவதில்லை. ஒரு பாத்திரத்தை உயர்வுபடுத்தும் படங்களில் மட்டுமே சாதி அடையாளம் இருக்கும். பிறவற்றில் குறிப்பாக வேண்டுமானால் இருக்கும். பெரும்பாலும் சாதி அடையாளத்தைத் தவிர்த்துப் பொதுமைப்படுத்தி விடுதல்தான். சாதிப் பெயரைப் பயன்படுத்தினால் பிரச்சினை வரும் என்பதே அதற்குக் காரணம்.

சமீபத்தில் தமிழகத்தில் நடந்த ஒரு பிரச்சினை. தமிழ்க் கடவுளாகிய முருகனைப் போற்றித் தமிழில் எழுதப்பட்டது 'கந்த சஷ்டிக் கவசம்' என்னும் பாடல். இதில் மனித உடலின் ஒவ்வொரு உறுப்பையும் காக்க முருகனை வேண்டுவதாக அடிகள் வருகின்றன. அவ்வரிசையில்,

> 'ஆண்பெண் குறிகளை அயில்வேல் காக்க,
> பிட்ட மிரண்டும் பெருவேல் காக்க
> வட்டக் குதத்தை வடிவேல் காக்க
> பணைத் தொடை இரண்டும் பருவேல் காக்க'

என ஆண்குறி, பெண்குறி, பிருஷ்டம், குதம் ஆகிய உறுப்புக்களும் இடம்பெறுகின்றன. இத்தகைய சொற்களை ஆபாசம் எனக் கருதிக் 'கருப்பர் கூட்டம்' என்னும் ஒரு குழு இப்பகுதியைக் கேலி செய்து இணையத்தில் காணொளி வெளியிட்டிருந்தது. அதற்காக அக்குழுவைச் சேர்ந்தவர்களைக் கைது செய்தல், வழக்குத் தொடுத்தல் ஆகியவை நடைபெற்றன. ஆண்குறி, பெண்குறி முதலிய உறுப்புக்களின் பெயர்களைச் சொல்வது ஆபாசம் அல்ல; அவையும் கை, கால்கள் போன்ற உறுப்புக்கள்தான் என்று சொல்லிக் கருத்துரீதியான எதிர்கொள்ளலும் சமூக ஊடகங்களில் நடைபெற்றது. கருத்துரீதியான எதிர்கொள்ளலில் நம்பிக்கையற்ற பிரிவினர் வன்முறையைப் பிரயோகிக்கும் வகையில் தூண்டல், பேசுதல், போராட்டம் நடத்துதல் என இறங்கினர். காணொளி வெளியிட்டவர்கள் கடவுள் நம்பிக்கை அற்றவர்கள். கடவுள் நம்பிக்கை அற்றவர்கள் எப்படிக் கடவுளைப் பற்றிப் பேசலாம்? அவர்கள் கடவுளை இழிவுபடுத்திவிட்டார்கள், அதனால் கடவுள் நம்பிக்கை உடையோர் மனம் புண்பட்டுவிட்டது எனப் பேசப்பட்டது.

ஐம்பது அறுபது ஆண்டுகளுக்கு முன் கடவுளைப் பற்றியும் கடவுளின் பெயரால் நடைபெறும் மூட நம்பிக்கைகள் குறித்தும் பெரியார் தொடர்ந்து பேசி வந்தார். அவர் உரைகள் கேலியும் கடுமையும் கலந்திருந்தன. ஆனால் அவர் காலத்தில் இருந்த சுதந்திரம்கூட இன்றைக்கு இல்லை. ஆண்குறி, பெண்குறி எனக் குறிப்பிடுவது ஆபாசம் என்று ஒரு குழு சொன்னால் 'ஆபாசம்' என்பதற்கான வரையறை என்ன, எவையெல்லாம் ஆபாசம் என விவாதம் தொடர்ந்திருந்தால் அது ஆரோக்கியமாக இருந்திருக்கும். அப்படியல்லாமல் அவர்கள் என்ன சாதி, என்ன மதம், என்ன கொள்கை உடையவர்கள் என்று கண்டறிகிற வேலை நடக்கிறது. அதற்கு மேல் அவர்களுக்கு எதிரி என்று முத்திரை குத்தும்படியான சாதி அடையாளத்தையோ மத அடையாளத்தையோ கட்சி அடையாளத்தையோ கொடுத்து அல்லது அவற்றைக் கற்பித்து வன்முறையான எதிர்கொள்ளலை மேற்கொள்கிறார்கள்.

அப்படியெல்லாம் மனசு புண்படக் கூடாது

இத்தகைய சூழலில் எதைப் பேச முடியும்? எதை எழுத முடியும்? எதைப் பேசினாலும் எழுதினாலும் இதற்கு எத்தகைய அடையாளம் கொடுக்கப்படுமோ என்னும் அச்சம் தோன்றுகிறது; எப்படி எதிர்கொள்ளப்படுமோ எனத் தயக்கம் ஏற்படுகிறது. சமூகத்தில் நிலவும் பொதுப்புத்தி சார்ந்த கருத்துக்களை மட்டும் பேசினால் எந்தப் பிரச்சினையும் இல்லை. பொதுப்புத்தியை விமர்சிக்கும்படியான கருத்தையோ அதற்கு மாற்றான கருத்தையோ பேசவே முடியாது. பேசினால், எழுதினால் வழக்குகள் பாயும்; வன்முறை மிரட்டல்கள் வரும்; வன்முறையும் நடக்கும். சுதந்திரத்தின் எல்லை முன்னர் இருந்தது போலத்தான் இன்றும் இருக்கிறது. வடிவம்தான் மாறியிருக்கிறது. அல்லது முந்தைய காலத்தைவிட இப்போது இன்னும் சுருங்கிவிட்டது என்றே சொல்ல முடிகிறது.

சுதந்திரம் தொடர்பான எல்லாவற்றுள்ளும் சாதிய மனோபாவம் தெளிவாகச் செயல்படுகிறது. ஆதிக்க சாதியைச் சேர்ந்தவர்கள் பெரும்பான்மையாகப் பொதுப்புத்தி சார்ந்த கருத்துக்களைப் பேசுபவர்களாகவும் அவற்றிற்கு ஆதரவானவர் களாகவும் இருக்கிறார்கள். ஏனென்றால் பொதுப்புத்தி சார்ந்த கருத்துக்களே அவர்களது சாதி சார்ந்த ஆதிக்கத்தைத் தொடர்ந்து தக்க வைத்துக்கொள்ள உதவுகின்றன. பொதுப்புத்திக்கு மாறாகப் பேசும் ஆதிக்க சாதியைச் சேர்ந்த ஒரு சிலருக்கும் அவர்களது சாதி பாதுகாப்பு வழங்குகிறது. அவர்கள் கண்டுகொள்ளாமல் விடப்படுகிறார்கள்; மென்மையாகக் கையாளப்படுகிறார்கள். அதேசமயம் பொதுப்புத்திக்கு எதிராகப் பேசுவோரில் பெரும்பான்மையினர் ஒடுக்கப்பட்ட சாதியைச் சேர்ந்தவர்களாக இருக்கிறார்கள். தம் சாதி இழிவைப் போக்கிக்கொள்ள அவர்கள் அப்படித்தான் பேசியாக வேண்டியிருக்கிறது. ஆனால் அப்படிப் பேசுபவர்களுக்குப் பெரும்பாலும் பாதுகாப்பு இல்லை. சொந்தச் சாதியினர்கூடப் பாதுகாப்பு தருவதில்லை. ஒடுக்கப்பட்ட சாதியினர் மனதிலும் பொதுப்புத்தி சார்ந்த கருத்துக்களே பதிந்திருக்கின்றன; அவை திரும்பத் திரும்பப் பதிய வைக்கப்படுகின்றன. ஆகவே ஒரு கருத்தைப் பேசுபவரின் சாதி அடையாளமும் பின்னணியும் கருத்துச் சுதந்திரத்திலும் முக்கியப் பங்கு வகிக்கிறது.

●

30–09–20

(நிலஞ்சனா ராய் தொகுத்த ‘Our freedems’ என்னும் நூலில் இடம் பெற்றுள்ள கட்டுரை. மொழிபெயர்த்தவர்: என். கல்யாண ராமன்.)

15

வசைச்சொற்கள் அளவுகோல் ஆகுமா?

ம. நவீன் எழுதிய 'பேய்ச்சி' நாவலை (வெளியீடு: வல்லினம் பதிப்பகம், மலேசியா; யாவரும் பப்ளிஷர்ஸ், தமிழ்நாடு) மலேசிய அரசாங்கம் தடை செய்திருக்கிறது. தடை கோரியவர்கள் சில தமிழ் எழுத்தாளர்கள்; தமிழ் அமைப்புகள் எனத் தெரிகிறது. தடை கோர முக்கியக் காரணம் இந்நாவலில் பாலுறுப்புகளையும் சாதியையும் குறிக்கும் வசைச்சொற்கள் இடம்பெற்றுள்ளன என்பது. பாத்திரங்களின் உரையாடலில் வசைகள் வருவதும் அவற்றில் பாலுறுப்பு, பாலுறவு தொடர்பானவை அமைவதும் இயல்பானதே. கீழ், மேல் என எதிரிடையைக் கொண்டது சாதியமைப்பு. ஒரு சாதியைக் கீழாக்குவதன் மூலமே இன்னொரு சாதியை உயர்வுபடுத்த இயலும் என்பதால் சாதி வசைகளும் சாதாரணமாகப் புழங்குகின்றன. உரையாடலே நாவலுக்கு உயிர் தருகிறது. பேச்சையே மையமாகக் கொண்டு இயங்கும் தமிழ்ச் சமூகத்தில் உரையாடலைத் தவிர்த்துவிட்டு நாவல் எழுத இயலாது. மகிழ்ச்சி, கோபம், துயரம் உள்ளிட்ட எந்த உணர்ச்சியை வெளிப்படுத்தவும் வசைச்சொற்கள் இருக்கின்றன. அவற்றை உருவிவிட்டு உரையாடலை எழுத இயலாது. ஆகவே வசைச்சொற்களை அளவுகோலாக வைத்தால் எந்த நாவலையும் தடை செய்துவிடலாம்.

இந்நாவலில் 'மயிர்' என்னும் சொல் ஓரிடத்தில் வருகிறது. அதுவும் ஆபாசப் பட்டியலில் சேர்ந்திருக்கிறது. 'மயிர்நீப்பின் வாழாக் கவரிமா அன்னார்' என்கிறது திருக்குறள். உடல் உறுப்புகளில் அற்பமான ஒன்றாகவும் உதிர்வது அதன் இயல்பாகவும் இருப்பதால் திருவள்ளுவர் அதைப் பயன்படுத்துகிறார். அச்சொல் இன்று அற்பம் என்னும் இழிவுப்பொருள் தரும் வசையாக வழக்கில் உள்ளது. ஆகவே அதற்குப் பதிலாக 'முடி'யைப் பயன்படுத்துகிறார்கள் நாகரிகவான்கள். 'மசுருள்ள சீமாட்டி சீவி முடியறா' என்னும் பழமொழி வழக்கில் உள்ளது; அச்சில் பதிவும் பெற்றுள்ளது. இதில் பதிலியாக 'முடி'யை வைக்க முடியுமா? அப்படித்தான் வைக்க வேண்டிய தேவை என்ன? படைப்பின் ஜீவன் சொற்கள் அல்லவா?

வழக்கில் உள்ளவை எல்லாவற்றையும் அச்சில் கொண்டு வர முடியுமா என்று கேட்பது இன்று பழைய கேள்வியாகி விட்டது. இந்நாவலில் உள்ள வசைச்சொற்கள், பாலுறுப்புப் பெயர்கள், சாதி ஆகியவை எல்லாம் இதற்கு முன் அச்சில் வராதவையும் அல்ல; அகராதிகளில் இருப்பவைதான். பெரும்பாலான சொற்கள் தமிழ் லெக்சிகனிலேயே உள்ளன. ஆங்கிலம் உள்ளிட்ட பல மொழிகளில் 'வசைச்சொல் அகராதிகள்' அச்சில் இருக்கின்றன. வசைச்சொற்களை ஆய்வுக்குரிய தரவு களாகக் காணும் பார்வையும் இன்று மேலோங்கியிருக்கிறது. மேலும் 'அச்சுப்புனிதம்' இன்று நொறுங்கிப் போய்விட்டது. சமூக ஊடகங்களில் புழங்காத சொற்களே இல்லை. கருத்துப் பகுதியில் மட்டுமே எத்தனையோ வசைகள் கொட்டிக் கிடக்கின்றன. அவற்றை எல்லாம் தேடி எடுத்துத் தடை செய்வது என்றால் அரசாங்கம் தனித்துறைதான் தொடங்க வேண்டும். அச்சல்லாத நூல் வடிவங்கள் பெருகிவிட்ட போதும் இன்னும் எத்தனை காலத்திற்கு நாம் இந்த 'அச்சுப் புனிதத்தைக்' கட்டியழப் போகிறோம்?

வசைச்சொற்களில் பாலுறுப்புகளும் சாதிப்பெயர்களும் வருவது தொடர்பாக ஆய்வுகள் நடந்திருக்கின்றன. சமூக உளவியல் பார்வையில் அவற்றைப் பொருட்படுத்திக் காணும் நோக்கு முக்கியமானது. எனினும் பெரிதும் பெண்களை இழிவு படுத்துவதாக இருக்கும் வசைச்சொற்களைப் பயன்படுத்துவது குறித்தும் சாதிகளை இழிவுபடுத்தும் வசைகளைக் குறித்தும் இன்று கடுமையான விமர்சனங்களும் பார்வைகளும் முன்வைக்கப்படுகின்றன. அவை வரவேற்கப்பட வேண்டியவையே. ஆனால் அவை எழுத்தில், குறிப்பாகப் படைப்பிலக்கியத்தில் வரக் கூடாது என்று சொல்வது சரியானதல்ல. படைப்பில் ஒரு வசைச்சொல் இடம்பெறுவதற்குப் பல்வேறு நோக்கம்

இருக்கும். நம்பகத்தன்மை, உணர்ச்சி வெளிப்பாடு, பாத்திரக் கருத்தியலை அம்பலப்படுத்துதல் என நோக்கம் விரியும். அந்நோக்கப் பொருத்தம் பற்றி விவாதிக்கலாம்; விமர்சிக்கலாம். அதைக் காரணமாக்கி நூலைத் தடை செய்வது முழுமையான கருத்துரிமைப் பறிப்பு.

ஒரு நூலைத் தடை செய்யச் சொல்லித் தனிமனிதர்களோ அமைப்புகளோ கோரிக்கை வைப்பதன் பின்னணியில் பல காரணம் இருக்கும். 'பேய்ச்சி' நாவல் தடை விஷயத்தில் தனிமனிதக் காழ்ப்பு பிரதானமாகச் சொல்லப்படுகிறது. அதற்கு அரசியல் பயன்படுத்தப் பட்டிருப்பதாகவும் கூறப்படுகிறது. சாதிப்பெயர் இந்நாவலில் வந்தது ஆபாசம் என்று சொல்லும் மலேசிய எழுத்தாளர் ஒருவர் தம் நேர்காணல் ஒன்றில் அதே சாதிப்பெயரைப் பலமுறை உச்சரிக்கிறார். சொல்லும் போது வராத ஆபாசம் எழுதும் போது மட்டும் எப்படி ஏறுகிறது? பேச்சுக்கும் எழுத்துக்குமான இடைவெளி நீண்ட பாதையாக நம்முன் விரிந்திருக்கிறது. எழுத்து, அச்சு, புத்தகம் ஆகியவற்றைக் கண்டு அச்சுறும் மனோபாவம் நீங்காத பழமையில்தான் தமிழினம் இன்னும் முங்கிக் கிடக்கிறது. காழ்ப்பும் காட்டிக் கொடுப்பும் கீழறுப்பும் சகிப்பின்மையும் தமிழ்ச் சமூகத்தின் ரத்தத்தில் ஊறியவை.

சரி, பின்னணி எதுவாகவும் இருக்கட்டும். ஓர் அரசாங்கம் நூலைத் தடை செய்யும் சட்டப் பிரிவை நீக்குதல் குறித்துப் பரிசீலிக்க வேண்டிய காலகட்டம் இது. தடை செய்தல் என்பது ஒரு பிரிவுக்குத் தற்காலிகச் சந்தோசத்தைத் தரலாம். பொதுநிலையில் அந்தச் சந்தோசத்திற்கு எந்த அர்த்தமும் இல்லை. எந்தக் காலகட்டத்திலும் இல்லாத வகையில் ஒவ்வொரு தனிமனிதக் கருத்து வெளிப்பாட்டுக்கும் வெளி உருவாகிவிட்ட காலகட்டம் இது. கருத்து விவாதங்களை ஊக்கப்படுத்தும் வகையிலும் அவற்றை ஆரோக்கியமாக நடத்துவது குறித்தும் வழிமுறைகளை உருவாக்குவதை வேண்டுமானால் அரசாங்கம் செய்யலாம். கல்வியிலும் பொது அரங்குகளிலும் அவற்றுக்கான இடங்களை எவ்வாறு உருவாக்குவது என்பது குறித்துச் சிந்திக்கலாம். நூலைத் தடை செய்யும் நடைமுறை ஆயிரமாயிரம் பூக்கள் மலரும் இக்காலகட்டத்திற்கு ஒவ்வாத ஒன்று.

●

இந்து தமிழ் திசை, 26-12-2020.

16

புதிய அறிதல்களை வழங்கும் இலக்கியம்

இலக்கியத்திற்கான அடிப்படையைப் பற்றிப் பேசும் தமிழ் இலக்கண மரபு நிலம், பொழுது ஆகியவையே முதன்மையானது என்கிறது. நிலத்தை இயற்கை அமைப்புக்கு ஏற்பக் குறிஞ்சி, முல்லை, மருதம், நெய்தல், பாலை எனப் பிரிக்கிறது. ஒவ்வொரு நிலத்திற்கும் ஏற்ற வகையில் மக்களின் வாழ்க்கை முறை அமையும். பழக்க வழக்கங்கள், உணவு, உடை, சடங்குகள், நம்பிக்கைகள் என அனைத்தும் ஒவ்வொரு நிலத்திற்குமான தனித்தன்மை கொண்டிருக்கின்றன. இந்தியாவைப் பொருத்த வரையில் ஒவ்வொரு ஐம்பதிலிருந்து நூறு கிலோ மீட்டர் தூரத்திற்கும் நில அமைப்பும் வாழ்க்கை முறையும் மாறிவிடுகின்றன. ஓர் ஆறு இருந்தால் ஆற்றுக்கு இந்தக் கரையில் ஒருவிதமான வாழ்க்கை, ஆற்றுக்கு அந்தக் கரையில் ஒருவிதமான வாழ்க்கை முறை. எங்கள் ஊரில் ஒரு வழக்கு உண்டு. 'அக்கரைக்காரர்களுக்குப் பெண் கொடுக்கக் கூடாது' என்பார்கள். ஒரே சாதிதான். ஆனாலும் வாழும் நில அமைப்பு வேறாக இருப்பதால் புதிய வாழ்க்கை முறைக்குப் பொருந்துவது கஷ்டம்; அதனால் திருமண வாழ்க்கையில் பெண்ணுக்குத் துன்பம் வரும் என்று கருதும் வழக்கு இது.

இப்படி விதவிதமான வாழ்க்கை முறை இங்கே நிலவுவதால்தான் இலக்கியத்தில் புதிய புதிய அனுபவங்கள் வந்துகொண்டே இருக்கின்றன.

குறிப்பிட்ட ஒருபகுதியில் இருக்கும் சடங்கைப் பற்றி எழுதினால் அதைப் புதிய அனுபவமாக, அறிதலாகக் கொண்டாடுவதுதான் வளர்ந்த சமூகத்தின் இயல்பாக இருக்கும். ஆனால் அத்தகைய பார்வை இப்போது நம் சமூகத்தில் இல்லை. இலக்கியம் எப்போதும் புதிய அறிதல்களை நமக்கு வழங்கிக் கொண்டே இருக்கும் கலை வடிவம். அப்படித்தான் இலக்கிய வாசிப்பு அமைய வேண்டும். ஒரு நூலுக்குள் நுழையும் போது புதிய வாழ்க்கை ஒன்றுக்குள் நுழைகிறோம் என்னும் புரிதலும் அதை அறியும் ஆவலும் ஆர்வமும் தேவை. ஆனால் இங்கே அப்படிப்பட்ட வாசிப்பு முறை இல்லை.

புதிதாக வரும் எதையும் எதிர்க்கும் மனோபாவமே நம்மிடம் இருக்கிறது. புதுவிதமான சடங்கு ஒன்றைப் பற்றி எழுதினால் உடனே அதைப் பொதுவாக்கி நாம் கொண்டிருக்கும் நடுத்தர வர்க்க விழுமியப் பார்வைக்குள் அடக்கி 'இது இழிவுபடுத்துகிறது' என்று கூறி எதிர்க்கும் போக்கு வலிமை பெற்று வருகிறது. இந்தப் போக்கு சாதி, மதம், மொழி, இனம் ஆகிய தனக்கு வசதியான எல்லாவற்றையும் துணைக்கு அழைத்துக்கொள்கிறது. சகல வகையான படைகளையும் திரட்டிக்கொண்டு வந்து எழுத்தை எதிர்க்கிறது. இலக்கியத்திற்குள் புதிய வரவுகளை இந்தப் போக்கு தடுக்கிறது. புதிய பார்வைகளை அவமதிக்கிறது. இலக்கியம் நடுத்தர வர்க்கம் ஏற்றுக்கொண்ட விழுமியங் களைப் போற்றுவதாக மட்டுமே இருக்க வேண்டும் என்று நிர்ப்பந்திக்கிறது. பனிப்படலம் போல எல்லா இடத்திலும் அளவு கோலாக இந்த நடுத்தர வர்க்க விழுமியங்களே ஆக்கிரமித்துக் கொண்டிருக்கின்றன. இது இலக்கிய மலர்ச்சியை முடக்கும் செயல். இதை இலக்கிய ரீதியாக எப்படி எதிர்கொள்வது என்பதுதான் இன்று எழுத்தாளர்கள் முன் உள்ள சவால்.

●

29–01–21
(For Indian writer's forum)

17

'ஜெய் பீம்' பிரச்சினை எதன் குறியீடு?

சாதியவாதம் எப்படி எப்படிச் செயல்படும், எதுவரையிலும் செல்லும், எத்தகையவர்களை எல்லாம் உள்ளிழுத்துக் கொள்ளும் என்பவற்றை 'ஜெய் பீம்'படம் தொடர்பான சர்ச்சை காட்டுகிறது. காட்சி மாற்றம் செய்த பிறகும் பெயர் தொடர்பான பிரச்சினையைக் கிளப்பிப் பெரிதாக்கி எச்சரிக்கை, மிரட்டல், இழிவுபடுத்தல், வழக்கு, நஷ்ட ஈடு என நீட்டிச் செல்கிறது. இவை மேலிருந்து கீழாகப் பரவிச் சாதித் திரட்சியைத் தக்க வைத்துக் கொள்ளவும் திரட்சிக்கு வெளியில் உள்ளோரையும் ஈர்த்துக் கொள்ளவும் பயன்படுகின்றன. இப்பிரச்சினையில் ஒவ்வொரு நாளும் ஒவ்வொரு கோணத்தைப் பேசுவது, அதில் ஒவ்வொரு நாளும் ஒவ்வொரு பிரிவு அல்லது நபர்கள் ஈடுபடுவது என முறை வைத்துச் செயல்பட்டுப் பிரச்சினையை வீர்யம் குறையாமல் எடுத்துச் செல்வதில் சாதியவாதம் நிறுவனமாக இயங்குகிறது. இத்தகைய ஒருங்கிணைவை இதற்கு முன் கண்டதில்லை. மதவாதத்திடமிருந்து கற்றுக் கொண்ட பண்பு மாற்றம் இது.

எந்த ஒரு கலைப் படைப்பிலும் தமக்குத் தோன்றும் குறைகளை, ஆட்சேபணைகளை விமர்சனங்களாக ஒருவரோ அமைப்போ முன்வைப்பதற்குத் தடையேதும் இல்லை. அச்சு, தொலைக்காட்சி, சமூக வலைத்தளங்கள் எனப் பல ஊடக வாய்ப்புகளும் எல்லோருக்கும் எளிதாகக்

கிடைத்திருக்கும் காலம். அதன் காரணமாகவே விமர்சனம் எல்லையின்றி விரிந்து செல்கிறது. காட்சிகளை விவாதிப்பதிலும் போதாமைகளை வெளிப்படுத்துவதிலும் தவறில்லை. புனைவின் கூறுகளையும் நுட்பச் செயல்பாடுகளையும் அறிந்திருக்கும் ஒருவர்தான் விமர்சிக்க வேண்டும் எனவும் இன்று சொல்ல இயலாது. எத்தகைய கருத்து வேண்டுமானாலும் வெளிவரட்டும். எந்தப் பிரிவிலிருந்தும் கருத்து பேசப்படட்டும். காவல்துறையில் புகார் அளிப்பதும் நீதிமன்றத்தில் வழக்குத் தொடுப்பதும் ஜனநாயக முறையிலான வழிமுறைகளே. அவற்றிலும் ஈடுபடட்டும். ஆனால் படைப்பாளர் அல்லது படைப்புக் குழுவின் செயல்பாடுகளை முடக்குவதும் இதைச் செய்துதான் ஆக வேண்டும் என நிர்ப்பந்திப்பதும் படைப்புக்குரிய வெளிகளை அடைக்கவுமான முறையில் மிரட்டுவதும் உதைப்போம், வர விட மாட்டோம் என அச்சுறுத்துவதும் ஏற்பானதல்ல.

குறிப்பிட்ட குழுவினர் அவ்வாறு மிரட்டலில் ஈடுபடும்போது அதைத் தடுக்க வேண்டும்; சரியான எதிர்ப்புத் திசை நோக்கித் தலைமைகள் நடத்த வேண்டும். பிரச்சினையை ஆரோக்கியமாக விவாதிக்கும் வழிமுறைகளை நோக்கிச் செலுத்த வேண்டும். அதுதான் ஒரு பிரச்சினை குறித்த பார்வைகளை முன்வைக்கவும் புரிந்துகொள்ளவும் அடுத்த கட்டத்திற்குப் படைப்புச் செயல்பாடு களை நகர்த்தவும் உதவும். ஆனால் படைப்பின் மேல் எதிர்ப்பைக் காட்டும் எந்தக் குழுவும் ஆக்கப்பூர்வமான வழியில் விவாதத்தை எடுத்துச் செல்வதில்லை. சம்பந்தப்பட்டவர்களின் குரல்களுக்கு மதிப்பளிப்பதில்லை. மாறுபட்ட கருத்தைப் பொருட்படுத்துவதும் இல்லை. எல்லாவற்றுக்கும் உள்நோக்கம் கற்பித்து அதைத் தமது நலனுக்குப் பயன்படுத்தும் பெருத்த சுயநலமே விவாதத்தை மேலெடுத்துச் சிக்கலாக்குகிறது.

சாதியவாதமும் மதவாதமும் எப்போதும் வெறிகொள்ளச் செய்யும் உத்திகளையே கையாளுகின்றன. சமூகப் பதற்றமே தம்மை நிலைநிறுத்திக்கொள்ளத் தேவை எனக் கருதுகின்றன. இந்நிலை இந்தப் படக்குழுவை மட்டும் பாதிப்பதோடு நின்று விடாது. இனி வரும் படங்கள் பார்வையாளருக்கு நம்பிக்கை தரும் பின்னணிகளையோ பாத்திரங்களையோ உருவாக்கு வதைத் தடுக்கும். புனைவுகளையும் இது பாதிக்கும். சமூகத்தில் நிலவும் எதையும் உயர்வுபடுத்தித்தான் காட்ட வேண்டும், சொல்ல வேண்டும் என்னும் நிர்ப்பந்தம் நேர்ந்தால் உயிர்ப்பற்ற படைப்புகளே உலவும். உயர்வுகளைக் கேள்வி கேட்பதும் அவற்றின் இருப்பை விமர்சிப்பதுமே படைப்பின் ஆதாரம். அவ்வடிப்படையே தகர்ந்து போகும். படைப்புகள் அடுத்தடுத்த கட்டம் நோக்கி மலர்ச்சி பெற்றுச் செல்வதற்குச்

சாதியவாதமும் மதவாதமும் பெரும் அச்சுறுத்தலாக இன்று முழு உருப்பெற்றுவிட்டன.

'ஜெய் பீம்' படக்குழு இதை எதிர்கொண்டிருக்கும் விதம் வித்தியாசமாகவும் சூழ்நிலை சார்ந்ததாகவும் இருக்கிறது. உண்மைக் கதையைக் கொண்டு உருவாக்கப்பட்ட படம் என்பதை விளம்பர உத்தியாகப் பயன்படுத்தினர். இது புனைவு எனவும் யாரையும் குறிப்பன அல்ல என்பதையும் படத்தின் தொடக்கத்தில் குறிப்பிட்ட போதும் விளம்பரத்திற்குப் பயன்படுத்திய 'உண்மை' என்பதே பரவலாகிப் படத்திற்கு எதிராகிவிட்டது. எத்தகைய உண்மை நிகழ்வாக இருப்பினும் அது புனைவாகும் போது எத்தனையோ மாற்றங்கள் நிகழத்தான் செய்யும். மாற்றங்கள் இயல்பாக அமையலாம்; திட்டமிட்டும் செய்யலாம். கலையாக்குவதற்கான நுட்பங்கள் அவை.

எதார்த்தத்தில் உண்மை நிகழ்வின் வழக்கு நடந்து முடிந்து தீர்ப்பு வரப் பதின்மூன்று ஆண்டுகள் ஆயின. படத்திலோ ஓரிரு மாதங்கள்தான். இத்தனை விரைவாக நீதி கிடைக்கும் அமைப்பு முறை நம்மிடம் இல்லை. திரைப்படத்தின் வேகம் கருதி, பார்வையாளர் கவனத்தைத் தக்க வைக்கும் உத்தியாக இந்தக் கால விரைவைக் கொண்டிருக்கிறார்கள். உண்மை நிகழ்வில் பாதிக்கப்பட்டவர்கள் குறவர்கள். புனைவில் இருளர்கள். இருளர் வாழ்வைப் பின்னணியாகக் கொள்வது படைப்பாளருக்கு வசதியாக இருந்திருக்கலாம். இரு பிரிவினரும் பழங்குடியினர் என்னும் ஒற்றுமை படைப்புக்குப் போதுமானது. இப்படிப் பல. இந்த மாற்றத்தை ஏன் செய்தீர்கள், அப்படிச் செய்திருக்கலாமே என்றெல்லாம் சொல்வதில் பயனில்லை. அது படைப்புச் செயல்பாட்டில் நேரும் தலையீடு. என்ன செய்வது, உண்மைக்கும் படைப்புக்குமான இடைவெளி நுட்பங்களை அறிந்து செயல்படும் சமூகம் நமதல்ல.

புனைவுகளுக்கான விளக்கம் கொடுத்தல், விமர்சனங் களுக்குப் பதில் சொல்லல், நாட்காட்டிக் காட்சியை மாற்றி அமைத்தல், தம் நிலைப்பாட்டைத் தெளிவாக வெளிப்படுத்தியமை எனப் படக்குழுவின் எதிர்கொள்ளல்கள் வரிசைக்கிரமமாக நடந்தேறின. பட உரையாடல் உருவாக்கத்தில் சிறுபங்காற்றிய எழுத்தாளர் கண்மணி குணசேகரனுக்குப் பிரச்சினை ஏற்படாமல் உரிய நேரத்தில் பதிலளித்துக் காத்தது இதில் முக்கியமானது. தமக்கு உள்நோக்கம் எதுவும் இல்லை எனவும் ஏற்பட்ட சிரமங்களை உணர்வதாகவும் கண்மணி குணசேகரனுக்குப் பட இயக்குநர் பேசியிருக்கிறார். சாதியவாதம் தமக்கு ஆதரவான ஒருவரைக்கூடச் சிறுபிரச்சினையில் சட்டென எதிரியாக்கிவிடும். பலரது உழைப்பில் விளையும் கலை திரைப்படம். அதில் சிலரது

பங்கு சிறு அளவிலானதாக இருக்கும். பேச்சு வழக்கைச் சரிபார்த்துக் கொடுத்த சிறுவேலைதான் கண்மணி குணசேகரன் செய்தது. இந்தப் பணிக்கு ஓர் எழுத்தாளரை நாடியதைத் திரைப்படத் துறையில் நிகழ்ந்திருக்கும் நல்ல மாற்றமாகக் கருதலாம்.

அப்பணிக்கு உரிய தொகை வழங்கியதோடு நன்றி தெரிவித்துப் பெயரையும் போட்டது குழுவின் நல்லெண்ணத் திற்குச் சான்று. அவரது பங்களிப்பு அத்துடன் முடிந்து போனது. படத்தலைப்பு விவகாரம் உள்ளிட்டவற்றை அவரோடு விவாதித்திருக்க வேண்டும் எனவோ படம் தொடர்பான தகவல்களை அவருக்குத் தெரிவித்திருக்க வேண்டும் எனவோ எதிர்பார்க்க முடியாது. தன் நிலையைப் பொதுவெளியில் வைத்தபோது அவரது சங்கடத்தை உணர்ந்து வருத்தம் ஏற்பட்டது. சங்கடத்தை நீக்க அவரது விளக்கமும் பட இயக்குநரின் பதிலும் தக்க சமயத்தில் உதவின. இவை மட்டுமல்ல. வியாபாரத்தோடு தொடர்புடைய கலை திரைப்படம் என்பதால் நிதி உதவி செய்தல் உள்ளிட்ட நன்மைகளும் நடந்தன. அவற்றையும் ஆரோக்கிய மான எதிர்கொள்ளல் என்றே சொல்லலாம்.

சூர்யாவுக்கு ஆதரவாகத் திரைப்படத் துறையிலிருந்தும் எழுத்தாளர்கள், ஆர்வலர்கள், செயல்பாட்டாளர்கள் எனப் பல தரப்பிலிருந்தும் குரல்கள் வந்தன. எதிர்தரப்பைக் கேலி செய்தல், இழிவுபடுத்தல் என ஆக்ரோசம் காட்டிய சில வன்மையான குரல்களும் இருந்தன. சமூக வலைத்தளம் போன்ற ஜனநாயகப் பரப்பில் விவாதம் செல்லும்போது இரு தரப்பிலிருந்தும் பல வகையான குரல்கள் எழுவது இயல்பானதுதான். எனினும் சூர்யாவோ படக்குழுவோ நிதானம் தவறவில்லை என்பது மகிழ்ச்சியானது. ஆதரவுக் குரல்களின் அடுத்த கட்டமாகச் சூர்யாவின் சாதிப் பின்னணிக் குரல்கள் இப்போது எழத் தொடங்கியுள்ளன. இதை ஆரோக்கியமான தாகக் கருத முடியவில்லை.

திரையரங்கில் படம் வெளியாகியிருந்தால் இவை எடுபட்டிருக்க வாய்ப்பில்லை. மிரட்டலுக்கு ஏற்பப் பல திரையரங்குகள் குறிவைக்கப்பட்டிருக்கலாம். சில பகுதிகளில் வெளியிடவே இயலாமல் போயிருக்கலாம். திரையரங்கு களுக்குக் காவல்துறை பாதுகாப்புப் போடவும் நேர்ந்திருக்கலாம். சூர்யாவின் படங்களை எதிர்காலத்தில் திரையிடக் கூடாது எனச் சட்டமன்ற உறுப்பினர் ஒருவரே திரையரங்க உரிமையாளர் களுக்குக் கடிதம் எழுதும் நிலையில் இப்படம் திரையரங்கில் வெளியாகியிருந்தால் ஏற்பட்டிருக்கும் அசம்பாவிதங்களைக் கற்பனையும் செய்ய முடியவில்லை. இப்படம் ஓடிடி தளத்தில் வெளியானது நல்லது. பல அசம்பாவிதங்களைத் தொழில்நுட்பம்

தவிர்த்திருக்கிறது. இனிப் பலரும் ஓடிடி தளத்தில் தம் படத்தை வெளியிடுவதையே நாடக் கூடும். ஏற்கனவே திரையரங்குகளின் நிலை கவலைக்கிடமாக உள்ளது. அவை பிழைத்திருப்பது கடினம் என்பதையே இப்பிரச்சினை உணர்த்துகிறது.

இப்பட விவகாரத்தில் பல எழுத்தாளர்களும் அறிவுஜீவிகளும் செயல்பட்ட விதம் வருத்தம் தருவதாக இருக்கிறது. ஏற்கனவே சாதி சார்ந்த அடையாளத்திற்குள் தம்மை இருத்திக் கொண்டவர்கள் வெளிப்படையாகப் பேசினர். அவ்வடையாளத்திற்கு உட்படாதவர்கள் பலரும் இப்போது சாதிக்கு ஆதரவாகப் பேச முன்வரும் நிலை ஏற்பட்டது. ஆதரவுக் கருத்தாக இருப்பினும் சரி, எதிர்ப்புக் கருத்தாக இருப்பினும் சரி, வெளியில் பேச இயலாத இக்கட்டான நிலையில் சிலர் இருக்க நேர்ந்ததையும் பார்க்க முடிந்தது. ஏதோ ஒருவிதத்தில் சாதியவாதத்திற்கு எதிர்வினை புரிய வேண்டியவர்களாக ஆனார்கள். உண்மைச் சம்பவத்தில் சம்பந்தப்பட்ட தோழர் கோவிந்தனுக்குத் தம்மைச் சாதிக்குள் அடையாளப்படுத்திக் கொள்வதைத் தவிர்க்கும் தெளிவு இருக்கிறது. அறிவுஜீவிகளுக்கு அது இல்லை.

படைப்பில் ஆதிக்கத்தையோ ஒடுக்கத்தையோ காட்டுவதற்கு உரையாடலைப் பயன்படுத்தலாம்; உடை உள்ளிட்ட தோற்றம் உதவலாம்; பேச்சுத் தொனி, வட்டார வழக்கு என மொழியைக் கொள்ளலாம்; வீடு, நிலம் முதலிய பின்னணியை அமைக்கலாம்; நாட்காட்டி, பெயர் போன்ற குறியீடுகளையும் காட்டலாம். அவை குறிப்பிட்ட ஒரு நபரைக் குறிப்பதாகவோ சாதியின் முழுமையைக் குறிப்பதாகவோ ஆகாது. இது படைப்பாளர்களுக்கும் அறிவுஜீவிகளுக்கும் தெரியாத நுட்பம் ஒன்றும் கிடையாது. எனினும் சாதியவாதத்திற்கு ஆட்பட்டுப் புனிதமாக்கும் செயலுக்கு அவர்களும் துணை போனது எதிர்காலப் படைப்புச் செயல்பாடுகளுக்கு ஊறுதான்.

நிலவுடைமையை அல்லது நிலவுடைமை மதிப்பீடுகளைக் கொண்டிருக்கும் எந்தச் சாதியும் ஆதிக்கமானதுதான். பொருளாதார நிலையில் பின்தங்கியிருந்தாலும் சமூக நிலையில் ஆதிக்க சாதிதான். அதற்கு ஆதரவாக எந்த நிலையிலும் ஒரு படைப்பாளர் எப்படிப் பேச முடியும்? ஒடுக்கப்பட்ட சாதி சார்ந்த பிரச்சினை எழும்போதுகூட ஏதோ ஒரு புள்ளியில் அது சாதியவாதமாக மாறுமானால் அதைப் படைப்பாளர் ஆதரிக்க முடியாது. இந்நிலையில் ஆதிக்க சாதி ஆதரவுக் குரல் படைப்பாளரிடமிருந்து பெருமளவு ஒலிப்பது அச்சத்தை மிகுவிக்கிறது. ஆதரவுக் குரல் தரும் படைப்பாளருக்கு எதிராகச்

சாதியவாதம் மாறுவதற்கு ஏதேனும் சிறுசந்தர்ப்பம் போதும். அப்போது படைப்பாளருக்கு ஆதரவாக ஜனநாயக சக்திகள்தான் துணை நிற்கும்.

சாதியவாதத்திற்கு ஆதரவான படைப்பாளர்கள் எதிர் காலத்தில் நல்ல படைப்புகளை வழங்க முடியுமா என்பதும் எனக்குக் கேள்வியாக இருக்கிறது. சாதி அடையாளமற்று ஒரு பாத்திரத்தைப் படைப்பில் உருவாக்குவது நம் சூழலில் இயலாது. குறிப்பிட்ட சாதியைச் சேர்ந்த ஒரு பாத்திரத்தின் இழிவுகளை எழுதினால் அது ஒட்டுமொத்த சாதிக்கும் எதிரானதாகப் பார்க்கப்படும் காலம் வந்துவிட்டது. குறியீடுகளும் இனி உதவாது. அப்படியானால் எதிர்காலத்தில் திரைப்படங்களோ எழுத்தாக்கங்களோ எவ்விதம் உருவாகும்? என்னவாக மாறும்? எத்தகைய உத்திகளை மேற்கொள்ளும்? சொல்முறை எப்படி அமையும்? மேன்மைப்படுமா? கீழிறங்குமா? ஜெய் பீம் பிரச்சினை எதன் குறியீடு?

●

உயிர்மை, டிசம்பர் 2021.

18

ஆயிரமாயிரம் கைகள்

மன்னராட்சிக் காலம் போல அதிகாரக் குவிப்பைக் கொண்டதல்ல ஜனநாயகம். அதிகாரப் பகிர்வு, பரவலாக்கம் ஆகியவை ஜனநாயகத்தின் அடையாளம். இந்தியாவைப் பொருத்தவரை அதிகாரப் பகிர்வும் பரவலாக்கமும் விரைவாக நடக்கவில்லை. அதற்கு இந்து மதத்தின் அடிப்படையாகிய சாதியமைப்பைக் காப்பாற்றும் 'சனாதன தருமம்' பெரும் தடையாக இருக்கிறது. சாதியமைப்பு பல நூற்றாண்டுகளாகக் கட்டமைத்திருக்கும் உளவியலைச் சாதகமாக்கிக் கொண்டு மாற்றங்களைத் தவிர்க்க அது முனை கிறது. தவிர்க்க முடியாதபோது மாற்றங்களின் வேகத்தை வெகுவாகக் குறைத்து மெதுவாக்கவும் மென்மையாக்கவும் வழிகளைக் கண்டுபிடிக்கிறது. சமூகத்தில் தோன்றும் எழுச்சிகளை உள்வாங்கித் தன்வயமாக்கிக் கொள்வதை இடைவிடாமல் செய்கிறது. தேவைப்படும் போது கலவரங்களை உருவாக்குகிறது; வன்முறையை ஏவுகிறது. எதை யும் செய்து எவ்வகையிலாவது அதிகாரத்தைத் தக்க வைத்துக்கொள்ளச் சனாதன தருமம் இடை விடாமல் போராடுகிறது.

ஜனநாயகத்தில் அதிகாரப் பரவலாக்கம் நடப்பதற்குக் கருத்துரிமை அவசியம். பல்வேறு குரல்கள் எழ வேண்டும், அனைத்துக்கும் உரிய அங்கீகாரம் வழங்க வேண்டும், எல்லாவற்றையும் கணக்கில் எடுத்துக்கொண்டு சமூக நடைமுறைகளை வகுக்க வேண்டும் என்பன ஜனநாயகத்தின்

செயல்பாட்டு முறை. ஆனால் கருத்துரிமை என்பது சனாதன தருமத்திற்கு எதிரானது. ஒவ்வொரு அடுக்கிலும் மேலே இருக்கும் பிரிவினர் சொல்வதை அப்படியே கேட்டுக்கொள்வதே அடுத்த நிலையிலிருக்கும் பிரிவினரின் கடமை என்பது அது வகுத்திருக்கும் கொள்கை. எல்லோரும் பேசக் கூடாது. பேசுவோர் யார், கேட்போர் யார் என்பதில் தெளிவான பிரிப்பு உண்டு. எங்கும் ஒற்றைக்குரல்தான் ஒலிக்க வேண்டும்.

சனாதன தருமம் கருத்துரிமையை வளர விடுவதில்லை. குரல்களை அது சகித்துக் கொள்வதில்லை. சாதிய அமைப்பில் நிலவும் விழுமியங்களை முன்னிறுத்திக் கருத்துரிமையைக் கட்டுப்படுத்துகிறது. முடியாதபோது சட்டங்களைப் பயன்படுத்துகிறது. கருத்துரிமையின் எல்லைகளை விரிவாக்கும் வகையில் சட்டங்கள் இல்லை. சட்டத்தின் அடிப்படை நோக்கம் சமூக ஒழுங்கு சீர்குலையக் கூடாது என்பதுதான். எல்லா உரிமைகளின் பின்னாலும் சட்டம் ஒழுங்குக் குண்டாந்தடி நிற்கிறது. கருத்துரிமைக்கோ பெரிய குண்டாந்தடி. எந்த நேரத்திலும் ஓங்கி அடிக்கச் சனாதன தருமத்தின் கை தயாராக இருக்கிறது. நூற்றாண்டுகளாகப் பெருகிச் சமூக வெளியை ஆக்கிரமித்திருக்கும் சனாதன தருமத்திற்கு ஆயிரமாயிரம் கைகள்.

●

26–07–22

(75ஆவது சுதந்திர தினத்தை ஒட்டிப் பெண் அமைப்பு கேட்டுக் கொண்டதற்கு இணங்க எழுதியது.)

19

மகாவித்துவான் காட்டிய எதிர்வினை

திரிசிரபுரம் மகாவித்துவான் ஸ்ரீமீனாட்சி சுந்தரம் பிள்ளை (1815-1876) அவர்கள் பத்தொன்பதாம் நூற்றாண்டில் வாழ்ந்த மாபெரும் புலவர்; திறன் வாய்ந்த கவிஞர். 'பத்தொன்பதாம் நூற்றாண்டுக் கம்பர்' என்று பலரால் போற்றப்பட்டவர். உ.வே.சாமிநாதையர் உள்ளிட்ட பல மாணவர்களை உருவாக்கிய ஆசிரியர். மரபு சார்ந்த விழுமியங்களைக் கடைபிடித்தவர். தமிழிலக்கிய மரபை ஆழமாக உள்வாங்கி அதன் சாரமும் வடிவமும் துலங்கப் பல செய்யுள் நூல்களை இயற்றியவர். நினைத்த வுடன் பாடும் அபாரமான ஆற்றல் வாய்ந்தவர். பத்தொன்பதாம் நூற்றாண்டைச் சேர்ந்தவர் என்றாலும் மரபு சார்ந்தே செயல்பட்டவராக இருந்த போதும் 'கருத்துரிமைப்' பிரச்சினை அவரையும் விடவில்லை.

கருத்துரிமை என்னும் கருத்தாக்கம் ஜனநாயக சமூகத்தின் விளைபொருளாக இருக்கலாம். சட்டரீதியான உரிமைகள் ஜனநாயக காலத்திலேயே கிடைத்திருக்கலாம். ஆனால் இப்பிரச்சினை எல்லாக் காலத்திலும் இருந்திருக்கிறது. குறிப்பாகப் படைப்பாளர்கள் இதிலிருந்து தப்பிக்க முடிந்த தில்லை. மரபிலிருந்து விலகாமல் சமூக நியதி களைக் கடைபிடித்து வந்த போதும் கால மாற்றம் இப்பிரச்சினையை உருவாக்கியிருக்கிறது. இடம்

சார்ந்தும் கருத்துரிமைப் பிரச்சினை ஏற்பட்டிருக்கிறது. விழுமியங்களைக் காணும் பார்வையில் நேர்ந்த மாற்றங்களும் காரணம் ஆகியுள்ளன. அப்படித்தான் மகாவித்துவானுக்கும் பிரச்சினை வந்திருக்கிறது.

திருவிடைமருதூர் என்பது தஞ்சாவூர் மாவட்டத்தில் உள்ளது. இவ்வூர் தேவாரப் பாடல் பெற்ற தலம். அப்பர், ஞானசம்பந்தர், சுந்தரர் ஆகிய மூவரும் இங்கு கோயில் கொண்டுள்ள மகாலிங்கேசுவரரைப் பாடியுள்ளனர். 'திருவிடைமருதூர் மும்மணிக் கோவை' என்னும் நூல் பட்டினத்தடிகள் எழுதிப் பதினோராம் திருமுறையில் இடம்பெற்றுள்ளது. கருவூர்த் தேவர் 'திருவிடைமருதூர்ப் பதிகம்' பாடியுள்ளார். இவ்வாறு பல இலக்கியச் சிறப்புகளைப் பெற்ற திருத்தலம் அது.

பத்தொன்பதாம் நூற்றாண்டைச் சேர்ந்தவரும் இரண்டாம் சரபோஜி மன்னரின் அவைக்களப் புலவருமான கொட்டையூர் சிவக்கொழுந்து தேசிகர் 'திருவிடைமருதூர்ப் புராணம்' எழுதியுள்ளார். சிவக்கொழுந்து தேசிகர் படைப்புகளில் மிகுந்த ஈடுபாடு கொண்ட மகாவித்துவான் 'திருவிடைமருதூர்ப் புராணத்தைத்' தம் மாணவர்களுக்குப் பாடம் சொன்னார். அப்போது அந்நூலின் நயம் அவரை ஈர்த்ததோடு திருவிடைமருதூரின் மீதும் ஈடுபாடு உருவாயிற்று. பெருஞ்சிறப்புடைய திருவிடைமருதூர் தொடர்பாக ஏதேனும் நூல் இயற்ற வேண்டும் என்னும் ஆசை ஏற்பட்டது. அவருடைய அன்பர்கள் பலர் 'அவ்வூர் தொடர்பாக ஓர் உலா நூல் இயற்ற வேண்டும்' என்று வலியுறுத்தினர். அவ்வேண்டுகோளை ஏற்றுத் 'திருவிடைமருதூர் உலா' என்னும் நூலை மகாவித்துவான் இயற்றினார். உலாவின் இலக்கணத்தையும் மரபாக அது பாடப்படும் விதத்தையும் உட்கொண்டும் திருவிடைமருதூர் தொடர்பான நூல்களை எல்லாம் பயின்று அவ்வூர் பற்றிய செய்திகளைத் தொகுத்தறிந்தும் தம் உலாவில் பயன்படுத்திக் கொண்டார். தகவல்களும் இலக்கியச் சுவையும் நிரம்பியதாக நூல் அமைந்தது.

இறைவனோ அரசனோ யானை, குதிரை உள்ளிட்ட வாகனத்தில் ஏறி நகரை வலம் வரும்போது வீதியின் இருபுறமும் உள்ள வீடுகளில் வசிக்கும் பெண்கள் அவன் மீது காதல் கொள்வதாகப் பாடுவது உலா என்னும் இலக்கிய வகை. பேதை, பெதும்பை, மங்கை, மடந்தை, அரிவை, தெரிவை, பேரிளம் பெண் என்னும் ஏழு பருவப் பெண்களும் காதல் கொண்டு பிதற்றுவ தாக இவ்விலக்கியம் பாடும். நூற்றுக்கணக்கான உலா நூல்கள் தமிழில் உள்ளன.

ஒருவரது பெருமையை இருவகைகளில் சொல்வது தமிழ் இலக்கிய மரபு. புறப்பொருள் சார்ந்து 'வீரத்தில் சிறந்தவன்' என்று பாடுவர். அகப்பொருள் சார்ந்து 'காமத்தில் சிறந்தவன்' என்று பாடுவர். வீரத்திலும் காமத்திலும் சிறந்தவனாக இருப்பதே ஆண் ஒருவனுக்குரிய பெருமை. சங்க இலக்கியம் தொடங்கி இம்மரபு தொடர்ந்து வந்திருக்கிறது. அதன் ஒருவகை வடிவம்தான் உலா. முக்கியமான நாட்களில் அரசன் தன் பரிவாரங்களோடு நகர்வலம் வருவது வழக்கம். அதே போல விசேஷ நாட்களில் இறைவன் தம் வாகனத்தில் வீதியுலா வருவது இன்று வரைக்கும் வழக்கிலிருக்கிறது. இந்த நடைமுறையை இலக்கிய உத்தியாகப் பயன்படுத்திக் கொண்ட இலக்கிய வகையே உலா. சிற்றிலக்கிய வகைகளில் மிகுந்த முக்கியத்துவம் வாய்ந்தது இது. கலிவெண்பா என்னும் கடினமான யாப்பில் இது பாடப்படும்.

உலா நூல்கள் பலவற்றைக் கற்றுப் புலமை வாய்ந்திருந்த மகாவித்துவான் தம் திறனை எல்லாம் பயன்படுத்தித் 'திருவிடைமருதூர் உலா' நூலை இயற்றினார். அந்நூல் 1870ஆம் ஆண்டு திருவிடைமருதூர் மகாலிங்கேசுவரர் கோயிலிலேயே அரங்கேற்றம் செய்யப்பட்டது. சிவதாணுத் தம்பிரான் என்பவர் முன்னிலையில் பல வடமொழி வித்வான்களும் ஊர்ப் பெரியவர்களும் மிராசுதார்களும் நிறைந்திருந்த அவையில் அரங்கேற்றம் சில நாட்கள் தொடர்ந்து நடந்தது. நூலின் அருமையை உணர்ந்து பலரும் பாராட்டினார்கள். 'புறங்கூற்றாளர்' சிலர் நூலைப் பற்றி இழிவாகப் பேசி அவ்வூர் மக்களிடம் தவறான கருத்துக்களைப் பரப்பினர். அரங்கேற்றம் நிகழ்ந்து கொண்டிருந்த போதே இந்தத் தூஷணையும் நடைபெற்றது.

தஞ்சையை அப்போது ஆண்ட மராட்டிய மன்னர்களின் உறவினர்கள் சிலர் திருவிடைமருதூரின் ஒரு பகுதியில் வசித்தனர். அவர்களிடம் சென்று 'இந்த ஸ்தலத்தில் ஸ்வாமி வருகையில் வீதியில் உள்ள பெண்கள் காமம் கொண்டு பிதற்றினார்களென்று இவ்வூர் உலாவை இயற்றிய ஆசிரியர் சொல்லியிருக்கிறார். இந்த வீதியில் நீங்கள் குடியிருக்கிறீர்கள். உங்கள் ஜாதி ஸ்திரீகளுக்கு அபவாதம் அல்லவா இது?' என்று அந்தப் புறங்கூற்றாளர் சொல்லிக் கலகத்தை மூட்டிவிட்டனர். இதனால் மகாவித்துவானுக்குச் சில இடையூறுகள் ஏற்பட்டன. அவை என்னவென்று விரிவாகத் தெரியவில்லை. அவ்வூருக்குள் நுழையத் தடை விதித்திருக்கலாம். அவரை யாரும் ஆதரிக்கக் கூடாது என்று வாய்மொழியாகச் சொல்லியிருக்கலாம். அதைப் பற்றிச் 'சில அசௌகரியங்கள் நேர்ந்தன' என்று உ.வே. சாமிநாதையர் குறிப்பிடுகிறார்.

இறைவனோ அரசனோ நகர்வலம் செல்லும்போது பெண்கள் கண்டு காதல் கொள்வர்; காதல் மீறிய காமத்தில் பிதற்றுவர் என எழுதுவது உலா இலக்கிய மரபு. அம்மரபின்படியே 'திருவிடைமருதூர் உலா' நூலும் இயற்றப்பட்டிருந்தது. இம்மரபை அறியாத மராட்டியர்களிடம் சென்று புறங்கூற்றாளர்கள் 'உங்கள் ஜாதிப் பெண்களுக்கு இழிவு' என்று கோள் மூட்டி விட்டனர். பெண்களை உடைமையாகக் கண்டு வெளியுலகத்தில் உலவ விடாத, பிற ஆண்கள் முன்னால் வரவிடாத கட்டுப்பாடுகள் மிகுந்திருந்த காலம் அது. பெண்களையும் ஒழுக்கத்தையும் தொடர்புபடுத்தும் பார்வை இன்றைக்கு வரைக்கும் தொடர்ந்து வருகிறது. இன்று போலப் பெண்கள் நிலையில் முன்னேற்றம் இல்லாத காலத்தில் இந்த அபவாதம் பெருமளவு எடுபட்டிருக்கிறது. அரச குடும்பத்தைச் சேர்ந்த பெண்களை நூல் இழிவுபடுத்துகிறது என்று சொல்லும்போது அதன் முக்கியத்துவம் கூடியிருக்கும் என்பது உறுதி.ஆகவே புறங்கூற்றாளர் பேச்சு எடுபட்டு மகாவித்துவானுக்குப் பல பிரச்சினைகள் உருவாயின.

இப்பிரச்சினைகளை மூன்று வகையாக மகாவித்துவான் எதிர்கொண்டார். முதலாவது, நூல் அரங்கேற்றத்தின் போது அவரது மாணவரும் கும்பகோணம் கல்லூரியின் ஆசிரியருமாகிய தியாகராச செட்டியாரை துணை வைத்துக்கொண்டார். உடன் இருப்பதற்காகவே தினமும் மாலையில் கல்லூரிப் பணி முடிந்ததும் கும்பகோணத்திலிருந்து திருவிடைமருதூருக்குத் தியாகராச செட்டியார் வந்தார். அன்றைய அரங்கேற்றப் பகுதி நிறைவுற்றதும் சபையோரை நோக்கி 'இதில் எவருக்கேனும் ஏதாவது ஆட்சேபமுண்டா? இருந்தால் நான் சமாதானம் கூறுவேன்' என்று தியாகராச செட்டியார் கேட்பார். அரங்கேற்றம் முடியும் வரை ஒவ்வொரு நாளும் தியாகராச செட்டியார் வருகையும் அவர் கேள்வியும் தொடர்ந்தன.

அரங்கேற்றம் முடிந்த பிறகும் நூலைப் பற்றிய அபவாதம் முடிவுக்கு வரவில்லை. புறங்கூற்றாளர்கள் மீண்டும் மீண்டும் 'பெண்களை இழிவுபடுத்தி எழுதப்பட்ட நூல்' எனப் பரப்பிக் கொண்டே இருந்தனர். மகாவித்துவான் மீது அபரிதமான பற்றுக் கொண்டிருந்தவர் பட்டீச்சுரம் ஆறுமுகத்தா பிள்ளை என்பவர். பெருநிலக்கிழார். செல்வாக்குப் பெற்றவர். கடுமையான நடவடிக்கைகளை மேற்கொள்ளும் இயல்புடையவர். அவரது அழைப்பின் பேரில் மகாவித்துவான் ஒருமுறை பட்டீச்சுரம் சென்று தங்கினார். அப்போது ஆறுமுகத்தா பிள்ளை வீட்டில் ஒரு திதி வந்தது. திதி விருந்துக்குப் புறங்கூற்றாளர்கள் உட்படப் பலரையும் அவர் அழைத்தார். அனைவரும் மனம் மகிழும்படி பெருவிருந்து படைத்தார். விருந்து முடிந்ததும் ஓரிடத்தில்

அனைவரும் கூடினர். கூடியிருந்தோரை நோக்கி 'திருவிடைமருதூர் உலாவைப் பற்றிக் குற்றம் சொல்பவர்கள் இப்போது சொல்லலாம். ஐயா அவர்கள் சமாதானம் சொல்வார்கள்' என்று அறிவித்தார்.

நூற்றுக்கும் மேற்பட்டோர் கூடியிருந்த அந்த அவையில் திருவிடைமருதூர் உலா மீண்டும் அரங்கேற்றப்பட்டது. அப்போது மகாவித்வானின் மாணவராக இருந்த உ.வே. சாமிநாதையர் நூலை வாசித்தார். மகாவித்துவான் விளக்கம் சொல்லிக் கொண்டே வந்தார். புறங்கூற்றாளர்கள் தவறென்று சொல்லிக் கொண்டிருந்த இடங்களைக் குறிப்பாக எடுத்துக்காட்டி மரபிலிருந்தும் பிற உலா நூல்களிலிருந்தும் சான்றுகள் கொடுத்து உரிய சமாதானங்களைக் கூறினார். பகலுணவுக்குப் பிறகு தொடங்கி இரவு பன்னிரண்டு மணி வரைக்கும் இந்த 'இரண்டாம் அரங்கேற்றம்' நடைபெற்று முடிந்தது. எல்லோரும் நூலையும் மகாவித்துவானையும் போற்றினர். முன்பு குறை கூறிப் பரப்பியவர்களும் இப்போது பாராட்டினர்.

புறங்கூற்றாளர்களைப் பார்த்து 'நீங்கள் இப்பொழுது சொன்னது உண்மைதானா? இனி எங்கேனும் உலாவைப் பற்றித் தூஷணமான வார்த்தைகள் உங்கள் வாக்கிலிருந்து வெளிப்படுமானால் நான் சும்மா விட மாட்டேன். அறிந்து கொள்ளுங்கள்' என்று கண்டிப்புடன் ஆறுமுகத்தா பிள்ளை சொன்னார். அதற்குப் பிறகே நூலைப் பற்றிய புரளிகள் அடங்கின. அரசு நிறுவனம் சார்ந்த தியாகராச செட்டியார் துணை, செல்வாக்கு மிகுந்த நிலக்கிழார் ஆறுமுகத்தா பிள்ளையின் முயற்சி ஆகியவற்றைக் கொண்டு நூல் தொடர்பான பிரச்சினையை மகாவித்துவான் எதிர்கொண்டார்.

இப்பிரச்சினையை உருவாக்கிய இருவர் பின்னர் மகாவித்துவானிடமே பாடம் கேட்க மாணவர்களாக வந்து சேர்ந்தனர். அவர்களை அங்கீகரித்து மாணவர்களாக மகாவித்துவான் ஏற்றுக்கொண்டார். தம் குருவுக்குப் பிரச்சினை கொடுத்தவர்கள் என்று அவ்விருவரையும் புறக்கணித்தும் இழிவுபடுத்தியும் பிற மாணவர்கள் பேசினர். அப்படிச் செய்யக் கூடாது என்று மகாவித்துவான் கண்டித்தும் மாணவர்கள் கேட்கவில்லை. திருவாவடுதுறை ஆதீனத் தலைவர் சுப்பிரமணிய தேசிகரிடம் இப்பிரச்சினை சென்றது. 'இணரெரி தோய்வன்ன இன்னா செயினும் புணரின் வெகுளாமை நன்று' என்னும் திருக்குறளை எடுத்துக்காட்டி அவ்விருவரையும் நல்லவிதமாக நடத்த வேண்டும் எனப் பிற மாணவர்களுக்குத் தேசிகர் அறிவுரை சொன்ன பிறகே சுமுகமாயிற்று. 'நன்னயம்' செய்து புறங்கூற்றாளரைத் தம் வசமாக்கிக் கொண்ட மகாவித்துவானின் மூன்றாம் எதிர்வினை இது.

இவையெல்லாம் புற அளவில் அவர் செய்த எதிர்வினைகள். ஒரு படைப்பாளராக இப்பிரச்சினையை அவர் எப்படி எதிர்கொண்டார்? அவர் மனதில் இப்பிரச்சினை எந்த அளவு பாதிப்பை ஏற்படுத்தியது? அவர் இலக்கிய வாழ்வில் இப்பிரச்சினை எப்படி எதிரொலித்தது?

புராணம், பிள்ளைத்தமிழ், கலம்பகம், அந்தாதி உள்ளிட்ட ஒவ்வொரு இலக்கிய வகையிலும் பல நூல்களை இயற்றிய மகாவித்துவான் 'திருவிடைமருதூர் உலா' நூலுக்குப் பிறகு தம் வாழ்நாளில் வேறு உலா நூல் எதையும் இயற்றவில்லை. அவர் இயற்றிய முதலும் முடிவுமான ஒரே உலா அது மட்டுமே. தம் நூலை இழிவுபடுத்திய சமூகத்திற்கு ஒரு படைப்பாளராக மகாவித்வான் காட்டிய இந்த எதிர்வினை துயரமானது. ஒரு படைப்பாளரின் மன அவஸ்தையை வெளிப்படுத்துவது.

○

பயன்பட்ட நூல்கள்:

1. உ.வே. சாமிநாதையர், 'திரிசிரபுரம் மகாவித்துவான் ஸ்ரீமீனாட்சிசுந்தரம் பிள்ளையவர்களின் சரித்திரம்', இரண்டு பாகங்கள், 1986, தஞ்சாவூர், தமிழ்ப் பல்கலைக்கழகம், மறுபதிப்பு.

2. உ.வே. சாமிநாதையர், 'என் சரித்திரம்', 2019, சென்னை, டாக்டர் உ.வே.சாமிநாதையர் நூல் நிலையம், பதினொன்றாம் பதிப்பு.

●

அருஞ்சொல், 01-02-22.

20

கருத்துரிமை விருது

ஒடிய மொழியின் நவீன இலக்கியத் தந்தை யாகிய ஃபகீர் மோகன் சேனாபதி அவர்களின் பெயரால் அமைந்த இந்தப் பல்கலைக்கழகத்தின் வேந்தர், ஒடிசாவின் ஆளுநர் மேதகு கணேசி லால் அவர்களே, ஒடிய மொழி மற்றும் இலக்கியத் துறை அமைச்சர் மாண்புமிகு அஸ்வினிகுமார் பாத்ரா அவர்களே, மக்களவை உறுப்பினர் திரு. பிரதாப் சந்ர சாரங்கி அவர்களே, இப்பல்கலைக்கழகம் அமைவதில் பங்காற்றிய இந்த மாவட்டத்தின் முன்னாள் ஆட்சியரும் ஓய்வுபெற்ற அதிகாரியும் எழுத்தாளருமாகிய திரு. சஞ்சீப்குமார் ஹோதா அவர்களே, மதிப்பிற்குரிய துணைவேந்தர் சந்தோஷ் குமார் திரிபாதி அவர்களே, பேராசிரியர்களே, பல்கலைக்கழகப் பணியாளர்களே, இலக்கிய ஆர்வலர்களே, அன்பிற்குரிய மாணவர்களே! அனைவருக்கும் வணக்கம்.

இந்தியாவின் தென்கோடி மாநிலமான தமிழ்நாட்டைச் சேர்ந்தவன் நான். அங்கிருந்து வெகுதொலைவில் இருக்கும் கிழக்கு மாநிலமான ஒடிசாவில் உள்ள பல்கலைக்கழகம் ஒன்று எனக்கு மதிப்புமிக்க விருதை வழங்கியிருப்பது குறித்துப் பெரிதும் மகிழ்ச்சியடைகிறேன்.

இந்தியாவில் இருமொழிக் குடும்பங்கள் இருக்கின்றன. தென்னிந்தியாவில் முழுமையாகவும்

பிற பகுதிகளில் ஓரளவும் பரவியிருப்பவை திராவிட மொழிகள். இருபத்தைந்துக்கும் மேற்பட்ட மொழிகளைக் கொண்ட குடும்பம் இது. ஒடியா உட்பட நூற்றுக்கும் மேற்பட்ட மொழிகளைக் கொண்ட இந்தோ–ஆரிய மொழிக் குடும்பம் இன்னொன்று. இவ்விரு மொழிக் குடும்பங்களும் வெவ்வேறு தன்மைகளைக் கொண்டவை. ஆனால் நெடுங்காலமாக இலக்கியக் கொடுக்கல் வாங்கல்களைக் கொண்டவை. அரசியல், மதம் உள்ளிட்டவை மக்களைப் பிரித்து வைக்க முயல்பவை. இலக்கியம் ஒருபோதும் பிரிவை முன்னிறுத்தாது; இணைவைச் சாத்தியப்படுத்தும். மனித உணர்வுகளை மையப்படுத்துபவை கலையும் இலக்கியமும். மொழியாகிய கருவியின் விளைவு இலக்கியம் என்றாலும் மொழி உட்பட எல்லா வகை எல்லைகளையும் கடந்து ஊடுருவிச் செல்லும் ஒளியாக அது விளங்குகிறது. அந்த வகையில் ஒடிய இலக்கியப் பிதாமகர் ஒருவரின் பெயரால் வழங்கப்படும் விருதைப் பெறுவதில் பெருமை கொள்கிறேன்.

ஃபகீர் மோகன் சேனாபதியின் எழுத்து எதையாவது வாசித்துப் பார்க்க வேண்டும் என்று இந்தச் சந்தர்ப்பத்தில் முயன்றேன். தமிழ் மொழியில் மட்டுமே வாசிக்கும் திறன் கொண்டவன் நான். ஃபகீர் மோகன் சேனாபதியின் எழுத்துக்கள் எதுவும் தமிழில் கிடைக்கவில்லை. மிகவும் வருத்தமாக இருக்கிறது. ஒடிய மொழியில் நாவல், சிறுகதை, தன்வரலாறு, கவிதை, மொழிபெயர்ப்பு எனப் பல தளங்களில் அவர் செயல்பட்டிருக்கிறார். ஒடிய இலக்கியத்தின் தந்தை, முன்னோடி என்றெல்லாம் பெரிதும் போற்றப்படுகிறார். ஒடிய மொழி உரைநடைக்கு ஏற்றம் கொடுத்தவர் எனக் குறிப்பிடப்படுகிறார். அத்தகைய ஒருவரின் எழுத்து எதுவும் என் மொழியில் வாசிக்கக் கிடைக்கவில்லை என்பதை எப்படிப் புரிந்துகொள்வது என்று தெரியவில்லை.

என்னை இங்கே கொண்டு வந்து நிறுத்தியிருப்பது, இந்த விருதுக்குத் தகுதியாக்கியிருப்பது மொழிபெயர்ப்புத்தான். என் படைப்புகள் பலவும் ஆங்கிலத்தில் மொழிபெயர்க்கப்பட்டுள்ளன. இந்திய மொழிகளிலும் வெளியாகியுள்ளன. ஒடிய மொழியிலும் ஒரு நாவல் வந்திருக்கிறது. மாதொருபாகன் *(One part woman)* நாவலை திரு. சூர்யதாஸ் மொழிபெயர்த்து தௌலி புக்ஸ் வெளியிட்டுள்ளது. இதைச் சாத்தியப்படுத்தியவர் எழுத்தாளரும் பதிப்பாளருமான திரு. மனோதாஸ் அவர்கள். இந்நாவல் ஆங்கிலம் வழியாக ஒடிய மொழிக்கு வந்திருக்கிறது.

ஒவ்வொருவரும் பன்மொழி வல்லுநர்களாக இருக்க இயலாது. மொழிபெயர்ப்பு வாயிலாகவே இவ்வுலகத்தை அறிந்து

கொள்ள இயலும். ஆனால் நாம் மொழிபெயர்ப்பில் எந்த அளவுக்குக் கவனம் செலுத்துகிறோம் என்னும் கேள்வி எனக்குள் எழுகிறது. உலக மொழி இலக்கியங்களை நம் மொழிகளுக்குக் கொண்டு வருவதில் ஆர்வம் இருக்கிறது. ஆங்கிலம் வழியாக உலக இலக்கியங்களை மொழிபெயர்த்துக் கொள்கிறோம். இந்திய மொழி இலக்கியங்கள் இன்று ஓரளவு ஆங்கிலத்தில் மொழிபெயர்க்கப்படுகின்றன. அதற்குரிய புத்தகச் சந்தையும் உருவாகியிருக்கிறது. ஆனால் இந்திய மொழிகளுக்கு இடையே யான மொழிபெயர்ப்புகள் மிகக் குறைவு. சில மொழிகளுக்கு இடையே மொழிபெயர்ப்புகளே இல்லையோ என்றே சந்தேகப்படுகிறேன். தமிழிலிருந்து நேரடியாக ஒடிய மொழிக்கு வந்த நூல் ஏதேனும் இருக்குமா? அதே போல ஒடியாவிலிருந்து தமிழுக்கு நேரடியாக மொழிபெயர்க்கப்பட்ட நூல் ஏதேனும் உண்டா?

இந்திய இலக்கிய மொழிபெயர்ப்புகளில் ஈடுபடும் அரசு சார்ந்த நிறுவனங்களான சாகித்திய அகாதமி, நேஷனல் புக் டிரஸ்ட் ஆகியவற்றின் வெளியீடுகளிலும் எல்லா இந்திய மொழி களுக்கும் சமமான பிரதிநிதித்துவம் வழங்கப்படவில்லையோ என்று சந்தேகம் வருகிறது. தமிழ், மலையாளம், தெலுங்கு, கன்னடம் ஆகிய தென்னிந்திய மொழிகளுக்கு இடையேயான பரிவர்த்தனை கூடுதல். இவை அண்டை மாநிலங்கள் என்பதும் திராவிட மொழிக் குடும்பத்தைச் சேர்ந்தவை என்பதும் காரணம் ஆகலாம். இந்தி மொழி இலக்கியங்கள் பெருவாரியாகத் தமிழில் கிடைப்பதற்கு இந்திய ஒன்றிய அரசு அதற்கு மிகுந்த முக்கியத்துவம் கொடுப்பது காரணமாக இருக்கும். இந்தியாவின் கிழக்கு மாநில மொழிகளில் வங்க மொழியிலிருந்து ஏராளமான மொழிபெயர்ப்புகள் தமிழுக்கு வந்திருக்கின்றன. ஒடியா, அஸ்ஸாமி ஆகிய மொழிகளிலிருந்து குறிப்பிட்டுச் சொல்லத்தக்க வகையில் மொழிபெயர்ப்புகள் வரவில்லை.

ஒடிய எழுத்தாளர் ரிஷிகேஷ் பண்டாவின் எழுத்துக்கள் இருநூல்களாகத் தமிழில் வந்துள்ளன. தமிழ்நாடன் மொழி பெயர்ப்பில் ‘ஏழு கார்ட்டூன்களும் ஒரு வண்ண ஓவியமும்’ என்னும் தலைப்பில் வெளியான சிறுகதைத் தொகுப்புக்கு சாகித்திய அகாதமி வழங்கும் மொழிபெயர்ப்பு விருது கிடைத்திருக் கிறது. அவர் எழுதிய ‘பிரம்மராட்சஸ்’ நாடகம் ‘நானே கடவுள் நானே மிருகம்’ எனத் தமிழில் ராஜ்ஜா மொழிபெயர்த்துச் சாகித்ய அகாதமி வெளியிட்டுள்ளது. இந்த இருநூல்களும் ஆங்கிலம் வழியாகத் தமிழுக்கு மொழிபெயர்க்கப்பட்டவை. இன்னும் சில நூல்கள் நேஷனல் புக் டிரஸ்ட், சாகித்திய அகாதமி ஆகியவற்றின் வெளியீடுகளாக வந்திருக்கலாம். எனக்குத் தெரியவில்லை.

இவையும்கூட ஏன் நேரடியாக ஒடிய மொழியிலிருந்து மொழிபெயர்க்கப்படவில்லை? அதற்கான காரணம் பற்றிச் சிந்திக்க வேண்டியிருக்கிறது. ஒடியாவிலிருந்து தமிழுக்கும் தமிழிலிருந்து ஒடியாவுக்கும் பெயர்க்கப்பட்ட இலக்கியங்கள் பற்றிய கணக்கெடுப்பு, ஆய்வு ஏதும் இருப்பதாகத் தெரியவில்லை. ஒடிசாவுக்கும் தமிழகத்திற்கும் உள்ள உறவுநிலைகள் பற்றி, இருமொழிகளையும் ஒருவர் கற்றுக்கொள்வதில் உள்ள சிரமங்கள் குறித்துக் கவனம் செலுத்த வேண்டும்.

ஃபகீர் மோகன் சேனாபதியின் எழுத்து எதையும் வாசிக்காமல் அவர் பெயரால் நிறுவப்பட்ட இவ்விருதைப் பெறுவதில் சற்றே சங்கடம் ஏற்படுகிறது. அவர் நாவல்கள் பத்தொன்பதாம் நூற்றாண்டு நிலவுடைமை அமைப்பு பற்றிய பதிவுகளையும் விமர்சனங்களையும் கொண்டது என அறிகிறேன். நிலவுடைமை சார்ந்த வேளாண் வாழ்க்கையை எழுதுபவன் நான். அவ்வாழ்வின் விழுமியங்களை விசாரணைக்கு உட்படுத்துவதை என் எழுத்தின் பொதுப்போக்காகக் கொண்டிருக்கிறேன். நம் சமூகத்தில் நவீன மாற்றங்கள் பெருமளவு ஊடுருவி வாழ்வின் போக்கைப் புறத்தில் மாற்றியுள்ளன. ஆனால் அகத்தில் அந்த அளவுக்கு மாற்றம் வரவில்லை. பெருநகரத்தில் நவீன வசதிகளைப் பெற்று வாழ்வோரும் நிலவுடைமை விழுமியங்களைக் கடைபிடிப்போராகவே உள்ளனர். சாதிப் படிநிலையை இன்றுவரை தக்க வைத்துக் கொண்டிருப்பவை நிலவுடைமை விழுமியங்கள்தான். நகரவாசிகளும் சாதிப் படிநிலையை ஏற்றுக் கொண்டவர்களே. திருமணத்தின் போது சாதி பற்றிய பேச்சை எடுக்காத குடும்பங்கள் இல்லை. வாழ்வியல் சடங்குகள் அனைத்தும் சாதி சார்ந்தவையே.

இன்று ஜமீன்தார்கள் இல்லை; பண்ணையார்கள் இல்லை; கொத்தடிமைகளும் இல்லை. நிலவுடைமை அமைப்பில் பெருமாற்றங்கள் ஏற்பட்டுள்ளன என்பது உண்மைதான். ஆனால் பல நூற்றாண்டுகளாக நிலைபெற்றிருந்த நிலவுடைமை அமைப்பு விதைத்திருக்கும் மனோபாவங்களில் பல இன்னும் உயிரோடு இருக்கின்றன. நிலவுடைமை பெற்றிருந்த சாதிகள் இன்றும் அதிகாரப் படிநிலையில் முன்னே இருக்கின்றன. சமூக சமத்துவத்தையும் அதிகாரச் சமத்துவத்தையும் எட்ட இன்னும் காலமாகலாம். நிலவுடைமை விழுமியங்கள் ஆழ நிலவும் காலத்தில்தான் வாழ்ந்து கொண்டிருக்கிறோம். ஆகவே ஃபகீர் மோகன் சேனாபதி போன்றவர்கள் எழுதியவற்றின் தொடர்ச்சியைத்தான் என் போன்றவர்கள் எழுதி வருகிறோம் என்று தோன்றுகிறது. இந்த எண்ணமே இவ்விருதைப் பெறுவதற்கான நியாயம் எனக் கருதுகிறேன்.

அவர் எழுத்தில் சித்திரிக்கும் ஒடிசாவின் கிராமச் சித்திரம் ஒன்றை அறிந்துகொள்ள விரும்புகிறேன். *Chha maana Atha Guntha* என்னும் நாவல் ஆங்கிலத்தில் *Six Acres and a Third* என வந்திருப்பதாக அறிகிறேன். அதைப் பற்றிய மதிப்புரை ஒன்றை வாசித்தபோது பத்தொன்பதாம் நூற்றாண்டுத் தமிழ்நாட்டுக் கிராமம் ஒன்றை நினைவுபடுத்தும் கதையமைப்பைக் கொண்ட நாவலாகத் தோன்றியது. என் கிராமத்தை நினைவுபடுத்தினாலும் சரி, ஒடிசாவுக்கென்று இருக்கும் தனித்தன்மை கொண்ட கிராமத்தை அது காட்டினாலும் சரி, வாசிக்க ஆவலாக இருக்கிறேன். ஒவ்வொரு மொழியிலும் தொடக்க கால நாவல்கள் நம் மரபான நாட்டுப்புறக் கதை சொல்லும் முறையையும் நவீன உரைநடைக்கான கூறுகளையும் கொண்டு வாசகரை விளித்துப் பேசும் தன்மை கொண்டவையாகவே இருக்கின்றன. சேனாபதியின் நாவலும் அத்தகையது என அறிகிறேன். தமிழ் மொழியின் முதல் நாவல் 'பிரதாப முதலியார் சரித்திரம்' 1879ஆம் ஆண்டு வெளியானது. அந்நாவலோடு சேனாபதியின் நாவலை ஒப்பிட்டுப் பார்க்க வேண்டும் என ஆவல் கொண்டிருக்கிறேன். தமிழின் முதல் நாவல் ஒடியாவில் மொழிபெயர்க்கப்பட்டால் ஒப்பிட்டு வாசிக்கும் வாய்ப்பு உங்களுக்கும் அமையும்.

அவரது தன்வரலாற்று நூலும் மிகவும் சுவையானது என்று கேள்விப்படுகிறேன். தன்வரலாற்று நூல்கள் இந்திய மொழிகளில் மிகவும் குறைவாகவே எழுதப்பட்டுள்ளன. ஆனால் அவற்றை வாசிக்க விரும்புவோரின் எண்ணிக்கை மிகுதி. சக மனிதர்களின் வாழ்வை எட்டிப் பார்ப்பதில் பெருஞ்சுகம் காண்போர் நாம். சக மனிதர்களைக் குறித்துப் புறம் பேசுவதிலும் நமக்கு மிகுந்த மகிழ்ச்சி உண்டு. அதனால் தன் வரலாற்று நூல்களுக்கு வாசகர் மிகுதி. வாசக எதிர்பார்ப்புக்கு ஏற்ப நூல்கள் இல்லை.

தம் சொந்த வாழ்வைப் பொதுவெளியில் வைப்பதற்கான தயக்கம் இந்திய மனநிலையின் பொதுப்போக்கு. வெளிப்படையாகப் பேசுவதை இழிவாகக் கருதுவதும் பலவற்றை மறைத்து வைப்பதுமான இயல்புகளே தன்வரலாறு எழுதுவதைத் தடுக்கின்றன. சிலவற்றை எழுத்தில் கொண்டுவரவே கூடாது என்னும் நம்பிக்கையும் நம்மிடையே உண்டு. அவற்றைக் கடந்து ஃபகீர் மோகன் எழுதியிருப்பது ஆவலைத் தூண்டுகிறது. சாதனையாளர் ஒருவரின் தன்வரலாற்றுக்கு எப்போதும் மதிப்பு கூடுதல்தான். ஆனால் அந்நூலை வாசிக்க வழியில்லை. இந்த நிலையில் ஃபகீர் மோகன் சேனாபதியின் எழுத்துக்கள் தமிழ் உள்ளிட்ட இந்திய மொழிகளில் வெளியாவதற்கு அவர்

பெயரால் அமைந்த இப்பல்கலைக்கழகம் பெருந்திட்டம் தீட்டிச் செயல்பட வேண்டும் எனக் கனிவுடன் கேட்டுக்கொள்கிறேன்.

இந்த விருது தொடங்கப்பட்ட 2004இல் முதல் விருதைப் பெற்றவர் கன்னட எழுத்தாளர் யு.ஆர். அனந்தமூர்த்தி அவர்கள். கன்னட மொழியில் அவர் எழுதிய போதும் அதைக் கடந்து இந்திய இலக்கிய அடையாளமாகத் திகழும் பேராளுமை அவர். அவருக்குப் பிறகு பதினெட்டு ஆண்டு கழித்து இதைப் பெறும் எழுத்தாளன் நான். பேராளுமையின் பின்தொடர்ச்சியாக இருப்பது மதிப்பைத் தருகிறது. ஒடிய இலக்கிய முன்னோடியின் பெயரால் உருவாகியிருப்பினும் இவ்விருது ஒடிய மொழி எழுத்தாளர்களுக்கு வழங்கப்படுவதல்ல. இந்திய மொழி எழுத்தாளர்களுக்கும் இந்தியாவில் இருந்து ஆங்கிலத்தில் எழுதுபவர்களுக்கும் வழங்கப்படும் என விதி வகுக்கப்பட்டுள்ளது. இந்த விதிமுறை மிகவும் சிறப்பானது. இதனால்தான் இன்று உங்கள் முன் நான் நிற்கிறேன். ஃபகீர் மோகன் சேனாபதி நூல்களை வாசிக்க இயலவில்லையே என வருத்தப்படுகிறேன். இவ்விருதைப் பற்றிய செய்திகள் ஆங்கில ஊடகங்களிலும் தமிழிலும் வெளியாகியிருக்கின்றன. இந்தியா முழுவதும் இவ்விருது அறியப்படுகிறது. அதற்குக் காரணம் விருதுக்கான இவ்விதிதான்.

இந்தியாவைப் பன்மைத்துவம் கொண்ட நாடு என்கிறோம். பல மொழிகள், வேறுபட்ட நில அமைப்புகள், பலவிதமான பண்பாடுகள். யூக்லிபட்ஸோ தேயிலையோ வளர்க்கப்படும் ஒற்றைப்பயிர் தோட்டமல்ல இந்தியா. சோலைக் காடுகளில் இயற்கையாக வளர்ந்திருக்கும் மரம்செடிகொடிகளில் இருந்து தோன்றும் பல வண்ணப் பூக்கள் போல இந்தியாவின் நிலவியலும் வாழ்வியலும் தோன்றுகின்றன. இவற்றுக்குள் பரிவர்த்தனை நடப்பதற்கு இத்தகைய விருதுகள் பெரிதும் உதவும்.

‘மாதொருபாகன்’ நாவலால் உருவான பிரச்சினையில் கருத்துரிமைக்கு ஆதரவாகச் சென்னை உயர்நீதிமன்றம் அற்புத மான தீர்ப்பை வழங்கியது. மாதொருபாகன் பிரச்சினையைப் பெரிதாக விவாதித்த ஊடகங்கள் அந்தத் தீர்ப்பைப் பற்றி முழுமையாக மௌனம் சாதித்தன. என்றும் கருத்துரிமைக்குக் கைவிளக்காக விளங்கும் தீர்ப்பு அது. அதன் வழிகாட்டலில் மீண்டும் நான் எழுதத் தொடங்கி ஐந்தாண்டுகளுக்கு மேலாகி விட்டது. எனினும் தமிழ்ச் சமூகத்தின் பொதுவெளியிலும் அறிவுத்தளத்திலும் இலக்கிய உலகிலும் என்னைக் குறித்து ஒரு தயக்கம் நிலவுவதை உணர்கிறேன். என் நூல்களைப் பற்றிப் பேசத் தயக்கம். கல்வி நிறுவனங்களுக்கு என்னை அழைக்கத் தயக்கம். இலக்கிய நிகழ்வுகளில் என் இருப்பினால் தயக்கம். சர்ச்சை

தொடர்பான செய்திகளை ஆவலோடு வெளியிட்ட பத்திரிகைகள் உள்ளிட்ட ஊடகங்களுக்கு இப்போது என் எழுத்துக்களைப் பிரசுரிக்கத் தயக்கம். ஆனால் எந்தத் தயக்கமும் இல்லாமல் ஒடிசாவிலிருந்து என்னை அழைத்து விருது வழங்குகிறீர்கள். இது என் எழுத்துக்குக் கிடைத்திருக்கும் விருது மட்டுமல்ல. இது கருத்துரிமைக்கான விருது.

இவ்விருதை வழங்கும் பல்கலைக்கழகத்திற்கும் தேர்வுக் குழுவுக்கும் என் மனமார்ந்த நன்றிகள்.

●

(ஒடிசா மாநிலம், பலசூரில் உள்ள ஃபகீர் மோகன் சேனாபதி பல்கலைக்கழகம் 2022, ஜூலை 11 அன்று வழங்கிய இலக்கிய விருதைப் பெற்றுக்கொண்டு ஆற்றிய ஏற்புரை)

காலச்சுவடு, ஆகஸ்ட் 2022

21

சல்மான் ருஷ்டி நூறாண்டு வாழ்க!

The opponents of the novel may certainly be entitled to its critique, as the proponents of the novel are entitled to applaud it. But shutting down life of the town, holding it to ransom and effecting threats to the author is not the way.

'இந்த நாவலை ஆதரிப்பவர்கள் எப்படி அதைப் பாராட்டுவதற்கு உரிமை பெற்றவர்களோ அதைப் போன்றே இந்த நாவலை எதிர்ப்பவர்கள் நிச்சயமாக அதைப் பற்றி விமர்சிக்க உரிமை பெற்றவர்கள்தான். ஆனால் நகரத்தின் இயல்பு வாழ்வைக் குறிவைத்து, அதை மிரட்டிப் பணிய வைத்து நூலாசிரியருக்கு மிரட்டல் விடுவதென்பது அதற்கான வழியல்ல.'

–'மாதொருபாகன்' வழக்கில்
உயர்நீதமன்றத் தீர்ப்பு.

கிட்டத்தட்ட முப்பத்தைந்து ஆண்டுகளாக ஒளிவு, அடைக்கலம், இடப்பெயர்வு என நிம்மதியற்ற வாழ்க்கையில் இருக்கும் எழுத்தாளர் சல்மான் ருஷ்டி மீது இப்போது கொடூரத் தாக்குதல் நடந்திருக்கிறது. அவர் உயிருக்கு வைத்த குறி இத்தனை ஆண்டு களுக்குப் பிறகும் சிறிதுகூட வன்மம் குறையாமல் உயிர்ப்போடு இருந்திருக்கிறது. அமெரிக்காவின் நியூயார்க் நகருக்கு அருகில் ஆயிரக்கணக்கில் மக்கள் கூடியிருந்த இலக்கியக் கூட்டம் ஒன்றில், பாதுகாப்புகளையும் மீறி இளைஞர் ஒருவர் நுழைந்து கத்தியால் குத்தியிருக்கிறார். பத்து இடங்களில்

குத்து என்கிறார்கள். ஒரு கண்ணில் பார்வை திரும்பாது என்கிறார்கள். உயிருக்கு ஆபத்தில்லை என்றாலும் எழுபத்தைந்து வயது மூப்புடைய ருஷ்டி முன்போல இயங்க முடியுமா என்று தெரியவில்லை.

ஒருவர் உடலைத் தாக்கி அழித்து அவரைப் பொது வெளியிலிருந்து அகற்றுவதன் மூலம் அவர் கருத்துக்களை யும் ஒழித்துவிட முடியும் என்பது மிகப் பழைய நம்பிக்கை; வழிமுறை. கருத்துக்கள் சூன்யத்திலிருந்து உருவாவதில்லை. அவை அசரீரியாக ஒலிக்க முடியாது. கருத்துக்கள் ஒருவரிட மிருந்து இன்னொருவருக்குத் தாவிப் பரவிச் செல்லும். ஆனால் கருத்துக்களின் வலுவைக் குறைக்கலாம்; பரவலின் வேகத்தைத் தணிக்கலாம்; எல்லைகளைச் சுருக்கலாம். அதற்கு ஒருவரைப் பொதுவெளியிலிருந்து அகற்றுதல் உதவும் என்பதை எல்லாவகை அடிப்படைவாதமும் தெளிவாகப் புரிந்து வைத்திருக்கின்றன. மதவாதமும் சாதியவாதமும் இவ்விசயத்தில் கொண்டிருக்கும் தெளிவு மிகுதி.

சல்மான் ருஷ்டியை முன்வைத்துக் கருத்துச் சுதந்திரம் பற்றி ஏற்கனவே பலபடப் பேசிவிட்டோம். அவர் மீதான தாக்குதலை எவ்விதம் எதிர்கொள்வது? அதன் விளைவுகள் உலக அளவில் எப்படி இருக்கும்? எழுத்தாளர்கள் இனித் தம்மை எவ்வாறு வடிவமைத்துக் கொள்வார்கள்? அச்சமின்றித் தம் படைப்புகளை உருவாக்க முடியுமா? சுயதணிக்கையின் விழுக்காடு கூடுமா? இவையெல்லாம் சிந்தனைக்குரிய வினாக்கள்.

அவற்றுக்குப் பதில் காண்பதற்கு முன் சல்மான் ருஷ்டி மீதான தாக்குதலுக்குக் கண்டனம் தெரிவிக்கலாமா கூடாதா என்பதே இப்போது முக்கியப் பிரச்சினையாக இருக்கிறது. கண்டனம் தெரிவித்த எழுத்தாளர்கள் சிலருக்கு மிரட்டல்கள் வந்திருக்கின்றன. கண்டனம் தெரிவித்த ஜே.கே. ரௌலிங்கிற்கு 'அடுத்து நீங்கள்தான்' என்று ஒருவர் மிரட்டல் விட்டிருக்கிறார். கண்டனம் தெரிவித்த இலங்கையைச் சேர்ந்த எழுத்தாளர் ஜிஃப்ரி ஹாசனுக்கும் எதிர்ப்புகள் வந்திருக்கின்றன. அதேசமயம் இதற்கு முன் கருத்துச் சுதந்திரத்திற்கு ஆதரவாக வலுவான குரல் எழுப்பிய தரப்புகள் எல்லாம் ருஷ்டி விஷயத்தில் மௌனமாக இருக்கின்றன.

உலக அரசியலில் இன்று வலதுசாரித்தனம் வலுப் பெற்றிருக் கிறது. அரசியல் தலைவர்கள் பலர் அதற்கு ஆதரவானவர்கள். அல்லது அதை எதிர்கொள்ள வேண்டிய நிலையில் இருப்பவர்கள். அடிப்படை வாதத்தை மையப்படுத்தி அதற்கு ஆதரவாகவோ எதிராகவோதான் இன்றைய அரசியல் இயங்குகிறது. ஆகவே

கண்டனக் குரல் எழுப்புவதன் மூலம் எத்தகைய அரசியல் நெருக்கடிகள் நேரும் என்னும் கணக்கு முன்னால் வந்து நிற்கிறது. நாடுகளுடனான உறவுகள் பாதிக்கப்படலாம்; உள்நாட்டு மக்கள் பிரிவினரின் எதிர்ப்பைச் சந்திக்க நேரலாம். ஜனநாயகத்தின் முக்கியமான பலம் வாக்குச்சீட்டு; முதன்மையான பலவீனமும் அதுதான். வாக்கு வங்கியைக் கணக்கிட்டே கட்சிகள் முடிவுகளை எடுக்கின்றன.

இலக்கிய அமைப்புகள், எழுத்தாளர்களிடம் இருந்தும் பெரிதாகச் சலனம் ஏதுமில்லை. ருஷ்டி மீதான தாக்குதல் செய்திகளைத் தவிர அதைப் பற்றிய பார்வைகளை முன்வைக்கும் கட்டுரைகளைத் தமிழில் காண முடியவில்லை. ஆங்கிலத்திலும் இந்திய மொழிகளிலும்கூட விரிவான பார்வைகள் வெளிப்பட்டதாகத் தெரியவில்லை. ருஷ்டியின் மீதான தாக்குதலை எங்கோ நேர்ந்த சாதாரண விபத்து ஒன்றாகக் கருதிக் கடந்து போகிறோமா? முப்பது ஆண்டு களுக்கும் மேலாக ருஷ்டி பற்றிப் பேசிப் பேசி நேர்ந்த சலிப்பா? எந்தச் சமயத்திலும் இப்படி நடக்கலாம் என்னும் எதிர்பார்ப்பு பொதுத்தளத்தில் பொதிந்திருந்ததா? அறிவாளி வர்க்கம் இத்தனை மௌனத்தைக் கொண்டிருப்பதற்குக் காரணம் விளங்கவில்லை.

பெரும்பான்மை மதவாதம் கருத்துரிமைக்கு எதிராகச் செயல்படுகையில் ஆவேசமாக எழும் குரல்கள் இப்போது முடங்கிவிட்டன. தாக்குதலைக் கண்டித்து சிறு ஆர்ப்பாட்டம் இல்லை. கூட்டங்கள் இல்லை. துண்டுப் பிரசுரம் எதையும் காண முடியவில்லை. என்னவாயிற்று? சிறுபான்மையினர் மீதான கரிசனத்தையும் இத்தகைய மதவாதத் தாக்குதலைக் கண்டிப்பதையும் தொடர்புபடுத்திக் கொள்கின்றனர். ஒன்றைக் கண்டிக்கும்போது அது சிறுபான்மையின மக்களுக்கு எதிராக மாறிவிடலாம் என்னும் எச்சரிக்கை தேவைதான். ஆனால் சிறுபான்மையினர் மனம் வருந்த நேரும் என்று கருதி மௌனம் காப்பது சரியல்ல.

பொதுத்தளத்தில் மதத்தையும் கடவுளையும் மக்கள் தம் வாழ்வுக்குக் கைக்கொள்வதற்கும் மதவாதத்தின் செயல்பாட்டுக்கும் மிகப் பெரிய இடைவெளி இருக்கிறது. கடவுள் நம்பிக்கை கொண்டும் மதம் சார்ந்த பண்பாட்டு நடவடிக்கை களை மேற்கொண்டும் வாழ்ந்து வரும் மக்களின் உணர்வுகளை மதவாதம் சந்தர்ப்பம் பார்த்துப் பயன்படுத்திக் கொள்கிறது. மதவாதம் எப்போதும் மக்கள் நலன் சார்ந்ததல்ல; சுயநலன் சார்ந்தது. ஆகவே மக்களை முன்னிறுத்தி மதவாதத்தின் செயல்களைக் கண்டிக்கத் தவறக் கூடாது. இது போன்ற

சந்தர்ப்பங்களில் மௌனத்தால் மக்களை வெல்ல முடியாது. ஒற்றைச் சொல் என்றாலும் போதும்; அது மக்கள் மனத்தில் பாயும்.

எல்லா மதங்களுமே ஒருவழிப் பாதையைச் சமைப்பவை. நம்பிக்கைகளை மூலதனமாகக் கொண்டவை. தம் கருத்துக்களின் மீது எந்த விமர்சனமும் எழுவதை விரும்பாதவை. கேள்வி கேட்பதை ஒருபோதும் அனுமதிக்காதவை. தம் அதிகாரத்தைக் கட்டியமைப்பதற்குக் கடவுளைப் பயன்படுத்துபவை. இவற்றை யெல்லாம் கொண்டு மதத்தை நிறுவனமாக்குவதை மதவாதம் பெரிதும் விரும்புகிறது. மதம் என்னும் நிறுவனம் தமக்கெனக் கொண்டிருக்கும் விதிகள், கொள்கைகளைப் பரிசீலனைக்கு உட்படுத்துவதில்லை. பரிசீலிக்கக் கோரும் குரல் ஒவ்வொன்றை யும் தனக்கு எதிரானதாகக் காண்கிறது. தன் அதிகாரக் கோரமுகத்தை வெளிப்படுத்துகிறது. மதவாதத்தைத் துணை யாகக் கொள்வதற்கும் தயங்குவதில்லை.

அச்சுறுத்தல், மிரட்டல் என்று மதவாதம் களம் இறங்குகின்றது. பெரும்பாலான சந்தர்ப்பங்களில் அதுவே போதுமானதாக இருக்கின்றது. தேவைப்பட்டால் மத வெறியேற்றிப் போராட்டத்தைத் தூண்டுகிறது. ஒரு கருத்தைப் பரிசீலிப்பதில் துளிகூட விருப்பமற்ற மதவாதத்தின் நோக்கம் கருத்தை உருத்தெரியாமல் அழித்துவிடுவதுதான். அது திரைப்பட மாக இருந்தால் திரையிடுவதைத் தடுப்பது; புத்தகமாக இருந்தால் தடை செய்வது. அடுத்த கட்ட நடவடிக்கையாக அதனோடு தொடர்புடையவர்களை அழித்தொழிப்பதை மதவாதம் கையிலெடுக்கிறது. எல்லாவற்றுக்கும் மக்களின் வழிபாட்டுணர்வைச் சாதகமாகப் பயன்படுத்திக் கொள்ள முடிகிறது.

ஆர்ப்பாட்டம், போராட்டம், புத்தக எரிப்பு ஆகியவற்றை ஜனநாயக வழியிலான எதிர்ப்பு என்று ஏற்றுக்கொள்ளலாம். நீதிமன்ற நடவடிக்கைகளை வரவேற்கலாம். ஆனால் நீதிமன்றத்திற்குச் செல்வதை மதவாதம் விரும்புவதில்லை. சட்டம் தனக்குச் சாதகமாகப் பெரும்பாலும் இருக்காது என்பதை மதவாதம் அறிந்திருக்கின்றது. அதனால்தான் தடை செய்யச் சொல்லி அரசை வற்புறுத்துகின்றது. கருத்துக்கு உரியவரை அழித்தொழிக்க முனைகிறது. கடவுள், அன்பு, கருணை என்று மதம் போதிக்கும் அடிப்படைக் கொள்கைகள் எல்லாம் மதவாதத்தின் முன் மறைந்து போகின்றன.

உயிரைக் குறி வைக்கும் நிலையில், ஆதரவாகக் கண்டனங்கள் கூட எழாத இச்சூழலில் எழுத்தாளர்கள் எப்படித்தான் இயங்குவது? எழுத்தில் சுயதணிக்கை செய்துகொள்ளலாம். அது

ஓரளவுக்குத்தான் சாத்தியம். தணிக்கை என்று தொடங்கினால் ஒரு வரியைக்கூட எழுத முடியாது. எழுதிய வரி ஒவ்வொன்றும் பிரச்சினைக்குரியதாகத் தோன்றும். எழுத்து என்பது மதத்தின் இயல்புகளுக்கு எதிரான பண்புகளைக் கொண்டது. எழுத்து எதன் மீதும் விமர்சனம் வைக்கும். எல்லா விழுமியங்களையும் பரிசீலிக்கக் கோரும். விழுமியங்களின் போதாமையை உணர்த்தும். ஒற்றைத்தன்மையை மறுத்து வெவ்வேறு கோணங்களில் நின்று பார்க்கும். பாதிக்கப்பட்டவர் பக்கமிருந்து எப்போதும் பேசும். இந்நிலையில் சுயதணிக்கையின் பங்கு வெகுகுறைவு. அதுவும் எழுத்தோட்டத்தின் போக்கில் சுயதணிக்கை ஓடி ஒளிந்து கொள்ளும்.

சமூகத்தை முன்னெடுத்துச் செல்லும் வலு எழுத்திற்கு உண்டு. ஒவ்வொரு மாற்றத்தையும் முதலில் பதிவு செய்வது எழுத்துத்தான். மாற்றத்தை அறிவதோடு அதை அடுத்த கட்டத்திற்கு நகர்த்துகிறது எழுத்து. எழுத்தில் பலவகை பாணிகள் உண்டு. நேரடி எழுத்துக்குப் பதிலாக வேறுவகை பாணிகளைப் பயன்படுத்த முயல்வது நல்லது என்றும் நினைக்கிறேன். ஆனால் புனைவம்சங்கள் கூடுதலாக இருப்பதை விரும்பாத காலம் இது. எதையும் நேரடியாக வெளிப்படுத்துவதை விரும்பும் தலைமுறையின் காலம். நேரடி எழுத்திலேயே புனைவம்சங்களை மிகுவிக்கும் உத்திகளைத் தேடலாம்.

சல்மான் ருஷ்டி மீதான தாக்குதலில் ஈடுபட்டவர் இருபத்து நான்கு வயது இளைஞர். அவருக்குப் போதுமான அளவு இலக்கிய வாசிப்போ இலக்கியத்தைப் புரிந்துகொள்ளும் திறனோ இருந்திருக்க முடியாது. சல்மான் ருஷ்டி நாவல் எதையாவது அவர் வாசித்திருப்பாரா? 'சாத்தானின் பாடல்கள்' நூலை யேனும் படித்திருப்பாரா? இருந்தால் அதை உள்வாங்கிக் கொள்ளும் திறன் உடையவரா? பள்ளி அளவிலும் உயர்கல்வியிலும் இலக்கிய ரசனையை வளர்க்கும் பாடத்திட்டத்தை எல்லா நாடுகளும் உருவாக்க வேண்டும். இலக்கியத்தின் மீதும் எழுத்தாளர்கள் மேலும் மதிப்பு ஏற்படும் வகையிலான கல்வி அவசியம். 'மாதொருபாகன்' நாவல் பிரச்சினையில் தீர்ப்பு வழங்கிய சென்னை உயர்நீதிமன்றம் ஒரு பரிந்துரையைச் செய்தது.

அதிகாரிகள், காவல்துறையினர் ஆகியோருக்கு இலக்கியம், கலைகள் ஆகியவற்றைப் பற்றிய புரிதல் இல்லை. அவை தொடர்பான பிரச்சினைகள் வரும்போது சட்டம் ஒழுங்கு சார்ந்தே அவர்கள் அணுகுகின்றனர். கருத்துரிமை சார்ந்த பிரச்சினை இது என்று அவர்கள் உணர வேண்டும். அதற்கு இலக்கிய ரசனையை மிகுவிக்கும் தொடர் நிகழ்ச்சிகளை அரசு நடத்த வேண்டும் என்பதே அந்தப் பரிந்துரை. அதை அதிகார

மட்டத்திற்கு என்றில்லாமல் பொதுக்கல்வியிலேயே இருக்க வலியுறுத்தலாம். கலைச் சுவை அறிந்த மனம் ஒருபோதும் வன்முறையில் ஈடுபடாது. ஒழுக்க நெறிகளை வலியுறுத்தும் பாடத் திட்டங்களுக்கு மாற்றாக ரசனையை ஊட்டும் பாடத்திட்டங் களை நோக்கிச் சமூகம் செல்ல வேண்டும்.

இன்றைய சூழலில் ஒரு நூலைத் தடை செய்வதைக்கூட ஏற்றுக்கொள்ளலாம் போலத் தோன்றுகிறது. சமூக ஊடகப் பெருக்கக் காலத்தில் எதையும் நிரந்தரமாகத் தடை செய்துவிட முடியாது என்பது நிதர்சனம். அச்சு ஊடகத்தின் காலம் முடிந்து கொண்டிருக்கிறது. ஆனால் அதைப் பற்றிய அச்சம் முடிந்தபாடில்லை. அச்சு அளவுக்குச் சமூக ஊடகங்கள் பற்றிப் பயமில்லை. ஆகவே உங்களுக்குப் பிடிக்கவில்லையா, உங்கள் அதிகாரம் செல்லுபடியாகும் இடங்களிலெல்லாம் தடை செய்து கொள்ளுங்கள் என்று ஒவ்வொரு எழுத்தாளரும் அறிவித்துவிடலாம் என்றே எண்ணத் தோன்றுகிறது. மூடுண்ட மதவாதத்தின் முன் வேறென்னதான் செய்வது?

சல்மான் ருஷ்டி மீதான தாக்குதல் சம்பவம் ஒரு நூலைத் தடை செய்வதை ஆதரிக்கும் இடத்தை நோக்கி என்னைத் தள்ளுகிறது. ஒருவர் தமக்கு வழங்கப்பட்டிருக்கும் வாழ்நாளை முழுமையாக வாழ்வதற்கு இவ்வுலகம் அனுமதிக்க வேண்டும். எல்லாவற்றையும்விட உயிர் பெரிது; உயிர் இனிது. 'உயிரே, நினது பெருமை யாருக்குத் தெரியும்? நீ கண்கண்ட தெய்வம்' என்கிறார் மகாகவி பாரதியார். ஆம், உயிரே தெய்வம். ஊனுடம்பு ஆலயம் என்றும் அதில் உறையும் தெய்வம் உயிர் என்றும் சொல்லும் இறைத் தத்துவங்கள் உள்ளன. உயிரெனும் தெய்வத்தை அழித்தொழிக்கும் உரிமை யாருக்கும் இல்லை.

'உங்கள் கருத்தில் எனக்கு உடன்பாடு இல்லாமல் இருக்க லாம். ஆனால் அதைச் சொல்வதற்கான உங்கள் உரிமைக்காக உயிரையும் கொடுத்துப் போராடுவேன்' என்னும் வால்டேரின் வாசகம் எக்காலத்தும் உயிர்ப்போடு விளங்குகிறது. இதில் உயிரைக் கொடுத்தல் என்பதை மாற்றுக் கருத்துக்குரிய உரிமையை நிலைநாட்டுவதற்கு இறுதி எல்லை வரை செல்லலாம் என்பதாகவே எடுத்துக்கொள்ள வேண்டும். உண்மையாகவே உயிரைக் கொடுக்க வேண்டும் என்பதல்ல.

'உயிரைக் கொடுத்தல்' என்னும் கருத்தாக்கம் மிகவும் பழையது. போரில் ஈடுபட்டு உயிரிழப்பது வீரம் என்று கருதிய காலம் ஒன்று இருந்தது. கொல்வதைக் கொண்டாடிய காலம் கழிந்து போயிற்று. இன்றைய நாகரிகச் சமூகம் போரே கூடாது என்னும் இடத்திற்கு வந்து சேர்ந்திருக்கிறது. மரண தண்டனை

என்பதே காட்டு மிராண்டித்தனம் என்கிறோம். பல நாடுகள் மரண தண்டனையை ஒழித்துவிட்டன. எக்காரணத்திற்காகவும் மனிதன் உயிரை விடக் கூடாது. எக்காரணத்திற்காகவும் ஒரு மனிதன் உயிரை இன்னொரு மனிதன் எடுக்கவும் அனுமதிக்கக் கூடாது.

சல்மான் ருஷ்டி நலம் பெற்று வந்து நூறாண்டு காலம் வாழ வேண்டும் என்று வாழ்த்துகிறேன். அவர் மீதான கொடூர வன்முறைத் தாக்குதலுக்கு என் வன்மையான கண்டனத்தைப் பதிவு செய்கிறேன்.

●

காலச்சுவடு, செப்டம்பர் 2022.

22

நீதிமன்றமே நல்லது

30 ஏப்ரல் 2023 அன்று நீலம் பண்பாட்டு மையம் நடத்திய இலக்கிய நிகழ்வில் கவிஞர் விடுதலை சிகப்பி வாசித்த 'மலக்குழி மரணம்' என்னும் கவிதை இந்து மதக் கடவுள்களை இழிவு படுத்துகிறது எனக் கூறிப் 'பாரத் இந்து முன்னணி' என்னும் அமைப்பு காவல் நிலையத்தில் புகார் அளித்துள்ளது. அதனடிப்படையில் விடுதலை சிகப்பி மீது ஐந்து சட்டப் பிரிவுகளின் கீழ் வழக்குப் பதிவு செய்யப்பட்டுள்ளது. அவருக்கும் அவர் குடும்பத்திற்கும் தொடர்ந்து அச்சுறுத்தல் வந்து கொண்டிருக்கிறது. இந்நிலையில் அவர் தம்மைக் கைது செய்யாமல் இருப்பதற்காக முன்பிணை பெற்றுள்ளார். பல்வேறு இலக்கிய அமைப்புகளும் எழுத்தாளர்கள், கலைஞர்களும் கருத்துரிமைக்கு ஆதரவாகக் குரல் எழுப்பினர். புகார் கொடுத்துள்ள இந்துத்துவ அமைப்புக்கும் வழக்குப் பதிவு செய்துள்ள காவல்துறைக்கும் தமிழ்நாடு அரசுக்கும் கடும் கண்டனங்கள் தெரிவிக்கப்பட்டுள்ளன.

கருத்துரிமை சார்ந்த பிரச்சினைகள் ஏற்படும் போது இவ்வாறு கூட்டுக் குரல்கள் ஒலிப்பது அவசியம். சில படைப்பாளர்கள் 'இது நல்ல கவிதை இல்லை' என்று சொல்லிவிட்டு ஆனாலும் கவிஞருக்கு ஆதரவு தெரிவிக்கிறோம், கருத்துரிமை யின் பக்கம் நிற்கிறோம் என்று சொல்கிறார்கள். இது போன்ற சந்தர்ப்பங்களில் கவிதைத் திறனாய்வுக்குள்

இறங்க வேண்டியதில்லை. அது எதிர்த் தரப்புக்கே சாதகமாகும். மாதொருபாகன் பிரச்சினையின் போதும் 'இது நல்ல நாவல் இல்லை, என்றாலும் கருத்துரிமையின் பக்கம் நிற்கிறோம் என்றோர் உண்டு. நாவலைப் பற்றி அந்தச் சமயத்தில் எதிர்மறை யாக விமர்சித்து எழுதியவர்களும் உண்டு. 'எழுத்தாளர்களே இது நல்ல நாவல் இல்லை என்றுதான் சொல்கிறார்கள்' என்னும் வாதத்தை எதிர்த்தரப்பு வைத்து தம்மை நியாயப்படுத்திக் கொள்ள அது உதவியது.

மாவட்ட ஆட்சியர் அலுவலகத்தில் நடந்த 'சமாதானக் கூட்டத்தில்' அப்படி ஒரு குரல் எழுந்தது. 'அது இலக்கியவாதி களுக்கு இடையே இருக்கும் சர்ச்சை. அதை இப்போது பேச வேண்டியதில்லை' என்று என்னுடன் வந்த வழக்கறிஞர் சுவாமிநாதன் பதில் கொடுத்தார். 'இல்லை, அந்தத் துறை சார்ந்தவர்களே அதை நாவல் என்று ஏற்றுக் கொள்ளவில்லையே' என்று விவாதம் தொடரும் நிலை ஏற்பட்டது. அதைக் கடந்து செல்லச் சில நிமிடங்கள் தேவைப்பட்டது. ஆனால் என்ன செய்வது? சில படைப்பாளர்கள் எந்தச் சூழலிலும் இலக்கியத்தை மாசு மருவில்லாமல் காப்பாற்ற முனைகிறார்கள். அவர்களால் தான் இலக்கியம் வாழ்கிறது. இருக்கட்டும், நல்லது. அவர்களின் ஆதரவையும் சாதகமாகவே எடுத்துக் கொள்வோம்.

'மாதொருபாகன்' பிரச்சினை தொடர்பான வழக்குத் தீர்ப்பு 'எழுத்து என்பது தனிப்பட்ட வெளிப்பாடுகளுக்கான ஒரு கருவியாகும். எரிச்சலூட்டக் கூடியதாக அவை இருந்தாலும் கூட நமது செறிவான கலாச்சாரப் பாரம்பரியம் என்ற பின்னணியை மனதில் கொண்டு அவை புரிந்துகொள்ளப்பட வேண்டும்' (ப. 154, 155) என்று கூறியுள்ளது. நமது செறிவான கலாச்சாரப் பாரம்பரியத்தில் கடவுள்களைக் கேலி செய்தல், கேள்வி கேட்டல், தொன்மமாகப் பயன்படுத்தல் என்பவை தொடர்ந்து வருபவை. காளமேகப் புலவர், அவ்வையார், இரட்டைப் புலவர் உள்ளிட்ட பல புலவர்கள் பாடிய பாடல்கள் இதற்குச் சான்றுகளாக உள்ளன.

திருவிழாவின் போது கருட வாகனத்தில் உற்சவம் செல்லும் பெருமாளைப் பார்த்து 'பெருமாள் இருந்த இடத்தில் சும்மா இராமையினால் ஐயோ பருந்தெடுத்துப் போகிறதே பார்' என்று காளமேகப் புலவர் பெருமாளைக் கேலி செய்கிறார். சும்மா இராமல் பெருமாள் ஏதோ சேட்டை செய்த காரணத்தால் பருந்து அவரைத் தூக்கிச் செல்கிறதாம். என்ன சேட்டை செய்திருப்பார்? நம் ஊகத்திற்கே விட்டுவிட்டார் புலவர். அதேபோலச் சிவபெருமான் உற்சவத்தைப் பார்த்து 'நச்சரவம் பூண்ட தில்லை நாதரே, தேவரீர்' என்று விளித்து 'பிச்சை எடுத்துண்ணப்

புறப்பட்டுச் செல்லும் போது மேள முழக்கங்களும் பரிவாரங் களும் எதற்காக?' என்று ஏளனம் செய்கிறார்.

சிவபெருமான் மனைவியாகிய அங்கயற்கண்ணியின் வாகனம் அன்னப் பறவை. அவ்வாகனத்தில் உற்சவம் செல்வதைக் கண்டு 'கணவனாகிய மதுராபுரிச் சொக்கநாதர் பித்தேறினார் என்று அன்னம் இறங்காமல் அலைகின்றாள் அங்கயற்கண்ணி' என்கிறார் புலவர். 'வலிமிகுந்த மும்மதத்து வாரணத்தை ஐயோ எலியிழுத்துப் போகின்றது' என்று பிள்ளையார் உற்சவத்தைக் கேலி செய்கிறார். திருவிழாவில் கடவுள்கள் உற்சவம் செல்லும் காட்சிகளைக் கண்டு இவ்வாறு அவர் எழுதிய பாடல்களை வாசிக்கும் போது ஒரு மெல்லிய சிரிப்பேனும் வராமல் இருக்காது.

இன்னொரு பாடல்:

அப்பன் இரந்துண்ணி ஆத்தாள் மலைநீலி
ஒப்பரிய மாமன் உறிதிருடி - சப்பைக்கால்
அண்ணன் பெருவயிறன் ஆறுமுகத் தானுக்கிங்கு
எண்ணும் பெருமை இவை.

ஆறுமுகக் கடவுளாகிய முருகனின் அப்பன் பிச்சைக்காரன்; ஆத்தாள் மலைநீலி; மாமனாகிய திருமால் உறிதிருடி; அண்ணனோ சப்பைக்காலும் பெருவயிறும் கொண்டவன். இதுதான் முருகனுக்குரிய பெருமைகளாம். திருமாலைத் திருடன் என்றும் பிள்ளையாரை சப்பைக்கால் பெருவயிறன் என்றும் சரமாரியாகத் திட்டுகிறார் காளமேகப் புலவர். 'குதிரை விற்க வந்தவனோடு கூடிப் பிள்ளையாரைப் பெற்றெடுத்தாள் மதுரை மீனாட்சி' என்று ஒரு பாடல் சொல்கிறது. குதிரை விற்க வந்தவன் வேறு யாருமல்ல, சிவபெருமான்தான். 'தங்கைக்கு மேலே நெருப்பை இட்டார்; அக்காளை ஏறினாராம்' என்று சிவபெருமானைக் குறிப்பிடுகிறது இன்னொரு பாடல். 'என்னது, அக்காளை ஏறினாரா?' என்று எவரும் அதிர்ந்து போக வேண்டாம். அக்+காளை – அந்தக் காளை வாகனத்தில் ஏறி ஊர்வலம் சென்றார் என்று அர்த்தமாம். கடவுளைப் புலவர் என்ன பாடு படுத்தியிருக்கிறார் பாருங்கள்.

கடவுள்களைக் கேலி செய்தும் இகழ்ந்தும் கோபித்தும் வசையாகவும் பாடுவது தமிழ் இலக்கிய மரபு. தனிப்பாடல்களில் பல பாடல்கள் இவ்விதம் உள்ளன. சைவ வைணவக் கடவுளர் களைப் பற்றிய புராணக் கதைகள் இப்படியெல்லாம் பாடுவதற்கு வழி வகுத்துள்ளன. இவற்றை யாரும் 'கடவுளை இழிவுபடுத்து கிறது', 'எங்கள் மனம் புண்பட்டு விட்டது' என்று சொல்லித் தூக்கி எறிந்துவிடவில்லை. மாறாகப் போற்றிச் சுவைத்து

அடுத்தடுத்த காலத்திற்கு எடுத்து வந்து சேர்த்துள்ளனர். இப்பாடல்களுக்குச் சுவையாகப் பொருள் எழுதியுள்ளனர். கற்றலைச் சுவையாக்க இப்பாடல்களைப் பயன்படுத்தியுள்ளனர்.

'இந்து மதக் கடவுள்களைப் பேசுவது போலப் பிற மதக் கடவுள்களைப் பேச முடியுமா?' என்னும் கேள்வியைத் திரும்பத் திரும்ப முன்வைக்கின்றனர். இது தர்க்கமற்ற கேள்வி. இந்துக் கடவுள்களை இவ்வாறு உரிமையோடு பேசுவதற்கு நம் இலக்கிய மரபு இடம் கொடுத்துள்ளது. கடவுள்களை இகழ்ந்து பேசுவதை 'நிந்தாஸ்துதி' என்று நம் பக்தி மரபும் ஏற்றுக் கொள்கிறது. நிந்தாஸ்துதி என்பதற்கு 'இகழ்வது போலப் புகழ்தல்' என்பது தமிழ் லெக்சிகன் கூறும் அகராதிப் பொருள். நிந்தித்தலையும் (இகழ்தல்) ஒருவகைத் துதியாக ஏற்றுக் கொள்வது நம் பக்தி மரபு. ஆகவே அதைப் பின்பற்றி கடவுள்களை இகழ்ந்து எழுதும் இலக்கிய மரபும் உருவாகியுள்ளது. மூவர் தேவாரத்திலேயே நிந்தாஸ்துதி உள்ளது என்றும் குறிப்பாகச் சுந்தரர் இவ்வகைப் பாடல்களைப் பாடியுள்ளார் என்றும் தனிப்பாடல்களை ஆய்வு செய்த தமிழன்பன் எழுதியுள்ளார்.

இம்மரபு நவீன கவிதைகளிலும் எழுத்துக்களிலும் தொடர்ந்து வருகிறது. 'அணில் முதுகில் விரல் பட்டதும் மூன்று கோடுகள் விழுந்தன என்றால் சீதையை இராமன் தொட்டதே இல்லையா?' (கவிதை வரிகளை நினைவிலிருந்து எழுதுகிறேன்) என்று கேட்டுக் கவிதை எழுதியவர் நீலமணி. புதுமைப்பித்தனின் 'சாப விமோசனம்' கதையில் இராமனை 'அவன் சொன்னானா?' என ஒருமையில் கோபத்துடன் அகலிகை பேசுகிறாள். குறியீடாகவும் உருவகமாகவும் இந்துக் கடவுள்களையும் கதைகளையும் நவீன இலக்கியம் பயன்படுத்திக் கொண்டுள்ளது. இந்த மரபில் வைத்தே விடுதலை சிகப்பியின் கவிதையையும் காண வேண்டும்.

இத்தனை காலம் மலக்குழிகள் பற்றி நம் இலக்கியம் பேசியதில்லை. இப்போது பேசக் காலம் கனிந்திருக்கிறது. சிவபெருமான் பிச்சாடனர், வெட்டியான், மீனவர், கூலியாள் என்றெல்லாம் வேடம் புனைந்து பல திருவிளையாடல்களை நிகழ்த்தியவர். திருமால் எடுத்த அவதாரங்கள் அநேகம். மீனாகவும் பன்றியாகவும் ஆமையாகவும் அவதரித்துள்ளார். இப்போது ஒரு கவிஞர் மூலமாக மலக்குழி சுத்தம் செய்யும் தூய்மைப் பணியாளராகியுள்ளார். தூய்மைப் பணியாளர்களைத் தெய்வங்கள் என்றும் வணங்கத் தக்கவர்கள் என்றும் தானே நம் தலைவர்கள் சொல்கின்றனர். அப்படியானால் கடவுளுக்கு என்ன இழிவு? விடுதலை சிகப்பியின் கவிதை கடவுளை மகிமைப்படுத்தியல்லவா இருக்கிறது?

கவிஞர் மீது புகார் அளித்திருப்போர் நம் இலக்கிய மரபு, பக்தி மரபு பற்றிய புரிதல் இல்லாதவர்கள், மத அடிப்படைவாத அரசியலை முன்னெடுப்பவர்கள்தான். சூழலில் தம் அரசியலைப் பரப்பவும் அழுந்தப் பதிக்கவும் இப்படியெல்லாம் செய்வார்கள். அவர்களுக்கு இலக்கிய மரபை எல்லாம் சொல்லிப் புரிய வைக்க முடியாது. அந்தப் புரிதலை எல்லாம் கடந்து அரசியல் செய்பவர்கள் அவர்கள். புகாரை ஏற்றுக் காவல்துறை வழக்குப் பதிவு செய்திருக்கிறது. காவல்துறையும் அரசும் சட்டம் ஒழுங்குப் பிரச்சினை ஏற்பட்டுவிடக் கூடாது என்பதற்கே முக்கியத்துவம் தருவார்கள்.

கருத்துரிமையா சட்டம் ஒழுங்கா என்றால் சட்டம் ஒழுங்கின் பக்கமே அரசு நிற்கும். கலை இலக்கியம் சார்ந்த கருத்துரிமைப் பிரச்சினைகள் ஏற்படும்போது அதைச் சட்டம் ஒழுங்குப் பிரச்சினையாக மட்டும் பார்க்கக் கூடாது; பிரச்சினை ஏற்படுமானால் அதைக் கட்டுப்படுத்துவது அரசின் கடமை. அதைவிடத் தனிநபர் கருத்துரிமை முக்கியம் என மாதொருபாகன் வழக்குத் தீர்ப்பு தெளிவுபடுத்தியிருக்கிறது. காவல்துறை யினருக்குக் கருத்துரிமை தொடர்பாகப் பயிலரங்குகள் நடத்த வேண்டும் எனவும் அத்தீர்ப்பு பரிந்துரை செய்திருந்தது. இவையெல்லாம் நடைமுறைக்கு வரவில்லை.

மத அடிப்படைவாதிகள் தம் புகார் மீது அரசு நடவடிக்கை எடுக்கவில்லை என்றால் எடுக்கச் சொல்லி நிர்ப்பந்தம் கொடுக்கப் பலவிதமான முறைகளைக் கையாள்வார்கள். எழுத்தாளரை மன்னிப்புக் கேட்கச் சொல்லி எச்சரிப்பதோடு மிரட்டவும் செய்வார்கள். நடவடிக்கை எடுக்கச் சொல்லி அரசை நிர்ப்பந்திப்பார்கள். அதற்கு ஊர்வலம், ஆர்ப்பாட்டம் முதலிய வழிமுறைகளைக் கையாள்வார்கள். இவையெல்லாம் ஜனநாயக முறையிலான போராட்ட வடிவங்கள்தான் எனினும் அடிப்படைவாதிகள் இவற்றைக் கையாளும் முறையே வேறாக இருக்கும். எழுத்தாளரையும் அவர் சார்ந்தவர்களையும் உயிர் அச்சுறுத்தலுக்கு ஆளாக்குவார்கள். அடிப்படைவாதிகள் பல பெயர்களில் வருவார்கள்; பல வழிகளைக் கையாள்வார்கள்; பலவிதமான தொனிகளில் பேசுவார்கள். காளியின் கரங்கள் போல எண்ணற்று விரிபவை அவை. அவற்றை எல்லாம் அரசே சரியாகப் புரிந்து கையாளுமா என்பது சந்தேகம்தான்.

இந்நிலையில் நாம் என்ன செய்யலாம்? மாதொருபாகன் தீர்ப்பில் ‘இலக்கியம், கலாச்சாரம் போன்ற விஷயங்களைத் தீர்மானிப்பதற்கு அரசு, காவல்துறை அதிகாரிகள் சிறந்த

நபர்களாக இருக்க மாட்டார்கள் என்றும் இத்தகைய விஷயங் களை இந்தத் துறைகளைச் சார்ந்த நிபுணர்களின் ஞானத்திற்கும் தேவைப்பட்டால் நீதிமன்றங்களிடமும் விட்டு விடுவதே சிறந்ததொரு தீர்வாக இருக்கும்' (ப.149) என்று கூறப்பட்டுள்ளது. கருத்துரிமைப் பிரச்சினை ஏற்படும்போது துறை சார்ந்த நிபுணர்களின் கருத்துக்களைக் கேட்டு அரசு முடிவெடுக்க வேண்டும் என்றும் அத்தீர்ப்பு பரிந்துரை செய்திருந்தது. இப்போது அது சாத்தியமில்லை. நீதிமன்றத்திடம் விட்டுவிடுவதே நல்லது என்று நினைக்கிறேன்.

நீதிமன்றத்திற்குப் போய்விட்டால் சட்ட வழிமுறை களைக் கைக்கொண்டு எதிர்கொள்ளலாம். வழக்குப் பதிய வேண்டாம் என்றோ வழக்கைத் திரும்பப் பெற வேண்டும் என்றோ அரசுக்கு நாம் கோரிக்கை வைக்கலாம். இதற்கு எதிரான கோரிக்கைகளை எதிர்த்தரப்பு வைக்கும். அடிப்படைவாதம் தாக்குதல் தொடுக்கவும் கொலை செய்யவும் தயங்காது. அவர்களின் வழிமுறைகளைப் படைப்பாளர் எதிர்கொள்வது மிகவும் கடினம். அதைவிட நீதிமன்றத்திற்குச் சென்றுவிடுவதே சிறந்தது. விடுதலை சிகப்பி மீது வழக்குப் பதிவு செய்யப்பட் டுள்ளது. அவர் முன்பிணை பெற்றுள்ளார். அதன் பின்னும் எங்கெங்கிருந்தோ மிரட்டல்கள் வந்து கொண்டேயிருக்கின்றன. அவரைத் தூக்கிலிட வேண்டும் என்று பேசுகிறார்கள். லட்சம் பேரைத் திரட்டி அவர் வீட்டுக்கு முன் போராட்டம் நடத்துவோம் என்கிறார்கள். கிராமத்தில் வசிக்கும் அவர் பெற்றோரும் உறவினர்களும் அச்சுறுத்தலுக்கு ஆளாகிறார்கள். இவற்றையெல்லாம் எவ்வாறு எதிர்கொள்வது?

நீதிமன்றத்தில் வழக்கு இருக்கும்போது மிரட்ட முடியாது. போராட்டங்களுக்கு அரசு அனுமதி கிடைக்காது. நீதிமன்றமும் இவற்றை எல்லாம் அனுமதிக்காது. ஆகவே இப்போதைய நிலையில் நீதிமன்றத்திடம் இந்தப் பிரச்சினையைக் கையளித்து விடுவதே கவிஞருக்கு நல்லது என்று நினைக்கிறேன். நீதி கிடைக்கக் கொஞ்ச காலம் ஆகலாம். செலவும் அலைச்சலும் இருக்கும். ஆனாலும் நீதிமன்றமே நல்லது. எனவே வழக்கைத் திரும்பப் பெறும்படி அரசை வலியுறுத்த வேண்டாம் என்பதே என் எண்ணம். மாதொருபாகன் பிரச்சினையின் தொடக்கத்தி லேயே நீதிமன்றத்திற்குச் சென்றிருந்தால் என் துன்பங்கள் குறைந்திருக்கும் என்று என் அனுபவத்தில் உணர்ந்து இதைச் சொல்கிறேன்.

○

பயன்பட்ட நூல்கள்

1. வீ.பா. கணேசன் (மொ.ஆ.), வழக்கு எண் 1215/2015 (மாதொருபாகன் வழக்குத் தீர்ப்புரை), 2016, சென்னை, பாரதி புத்தகாலயம்.

2. சு.அ. இராமசாமிப் புலவர் (உ.ஆ.), 'தனிப்பாடல் திரட்டு' (முதற் பகுதி), 1963, சென்னை, கழக வெளியீடு.

3. ஈரோடு தமிழன்பன், 'தனிப்பாடல் திரட்டு ஓர் ஆய்வு', 2003, சென்னை, பூம்புகார் பதிப்பகம்.

●

அருஞ்சொல், 13—05—23.

23

இலக்கியக் களம்; கருத்துரிமைக் களம்

விடுதலை சிகப்பி எழுதிக் கவியரங்கில் வாசித்த 'மலக்குழி மரணங்கள்' கவிதை கடவுளை இழிவுபடுத்துகிறது எனவும் தங்களைப் புண்படுத்துகிறது எனவும் இந்துத்துவக் குழுக்கள் அளித்த புகார் காரணமாக அவர் மீது வழக்கு பதிவு செய்யப்பட்டிருக்கிறது. எதிர்ப்போர் பல வகைகளில் அதை வெளிப்படுத்துகின்றனர். இது வரைக்கும் பொதுவெளியில் சிறுகவனமும் பெறாத, பெயர்கூடத் தெரியாத, எந்த அடையாளமும் இல்லாத அமைப்புகள் அறிக்கைகள் விடுகின்றன. முகம் தெரியாதவர்கள் எல்லாம் அவர் கவிதைக்கு எதிராகப் பேசுகிறார்கள். அவரும் அவர் குடும்பத்தாரும் மிரட்டப்படுகின்றனர்.

அக்கவிதை எழுதியதற்காக என்ன தண்டனை என்பதைக் கூடச் சிலர் தீர்மானித்து அறிவிக்கிறார்கள். தங்களுக்குப் பிடிக்காத கருத்தைக் கூறுவோர் அனைவருக்கும் தூக்குத் தண்டனை கொடுத்துவிட வேண்டும் என்றால் மனித குலமே மிஞ்சாது. கடைசி மனிதன் மட்டுமே எஞ்சுவான். அவனும் தனியாக வாழ முடியாமல் தற்கொலை செய்துகொள்ளக் கூடும். ஐந்தறிவு உயிர்களுக்கே உடல்ரீதியாகவும் செயல்பாடுகளிலும் பல வேறுபாடுகள் உள்ளன. ஒன்றைப் போல மற்றொன்று

இருப்பதில்லை. ஒன்று சுறுசுறுப்பு; மற்றொன்று சோம்பேறி. ஒன்று ஓடும்; ஒன்று நடக்கும். உயிர்கள் எவையும் அச்சில் வார்த்தவை அல்ல.

பன்றி மேய்ப்பவர் ஒருவரை எனக்குத் தெரியும். கிட்டத்தட்ட நாற்பது பன்றிகள் இருக்கும் கூட்டம். வெளியில் இருந்து பார்ப்பவருக்கு எல்லாம் ஒரேமாதிரி தெரியும். ஒவ்வொன்றுக்குமான வித்தியாசத்தை அவர் அறிவார். முன்னோடும் பிள்ளை எது, பிரச்சினையை உருவாக்குவது எது என்பதெல்லாம் அவருக்குத் தெரியும். அவற்றின் மேல் கவனம் குவித்திருப்பார். பெயர் சூட்டி அடையாளப்படுத்தி யிருப்பார். ஒன்றின் பெயரை அவர் சத்தமாக உச்சரித்தால் அது தலைதூக்கிப் பார்க்கும். அவர் இடும் கட்டளைகளை ஏற்கும். ஆட்டு மந்தைகளிலும் இந்த நடைமுறைகளைப் பார்க்கலாம். விலங்குகளிலேயே இப்படி என்றால் சிந்திக்கும் திறனுடைய மனிதர்களில் எத்தனையோ விதங்களைப் பார்க்கலாம். அதுவும் கருத்துக்கள் என்று வந்துவிட்டால் பல வண்ணங்கள்தான். கருத்து வேறுபாடுகள், மோதல்கள், விவாதங்களுக்கு இடையேதான் வாழ்கிறோம். கருத்துக்களில் ஒற்றுமை ஏற்பட்டாலும் செயல், வழிமுறை, பார்வை ஆகியவற்றில் கட்டாயம் வேறுபாடு இருக்கும். இதுதான் இயல்பு.

கருத்துரிமையை எதிர்ப்போருக்கு இந்த அடிப்படைக் கூறு புரிவதில்லை. தம் கருத்தின் மீது ஓர் அடி விழுந்தால் உடனே பதறிப் போகின்றனர். அது தம் கருத்தின் அடிநிலையையே தகர்த்து விடும் என்று அஞ்சுகின்றனர். அந்தக் கருத்தே அவர்களுக்கு அரசியல் அதிகாரத்தைப் பெற்றுத் தந்திருக்கிறது. அதுவே அவர்களுக்கு ஓர் அடையாளத்தை உருவாக்கிக் கொடுத்திருக்கிறது. கருத்து தகர்ந்தால் தம் நலன்கள் எல்லாம் தகர்ந்துவிடும் என்பதை உணர்ந்துள்ளனர். அக்கருத்தினால் பலன் பெற்றவர்கள் எல்லோரும் உடனே ஒன்றிணைந்து குரல் எழுப்புகின்றனர். அவ்வாறு குரல் எழுப்புவதால் தமக்குப் பலன் கிடைக்கக் கூடும் என்னும் எதிர்பார்ப்பும் இருக்கிறது.

அப்படித்தான் ‘மலக்குழி மரணம்’ கவிதையை எதிர்ப்போர் அனைவரும் ஓரணியில் திரண்டு ஒரே குரலில் பேசுகின்றனர். அவர்களோடு இணங்கும் உயர்நிலை அதிகாரம் தாம் பேசாமல் மௌனம் காத்து எதிர்ப்புக்கு ஆதரவளிக்கின்றது. இச்சூழலில் கருத்துரிமையை ஆதரிப்போர்தான் பல குரல்களில் பேசு கின்றனர். எப்போதுமே அறிவுத்தளத்தில் செயல்படுவோரிடையே கருத்து வேறுபாடுகளும் மோதல்களும் வலுவாக இருப்பது இயல்புதான். ஆனால் நடைமுறையின் பரிமாணத்தைக்

கவனத்தில் கொள்ளாமல் இத்தகைய விவாதங்கள் நடப்பது வருத்தத்திற்குரியது.

சிகப்பி எழுதியிருப்பது கவிதையே இல்லை என்று ஒருவர் சொல்லலாம். அது நல்ல கவிதை இல்லை என்று இன்னொருவர் சொல்லலாம். இந்த விவாதங்கள் கவிதை சார்ந்தவை என்பதில் சந்தேகமில்லை. ஆனால் இக்கவிதைக்கும் எழுதியவருக்கும் கருத்துரிமை சார்ந்த பிரச்சினை வந்திருக்கும் சந்தர்ப்பத்தில் விவாதித்துக் கொண்டிருப்பது பொருத்தமானதல்ல. அது எதிர்தரப்புக்கே ஆதரவாகச் செல்லும். 'இசை'யின் முகநூல் பதிவு இது: 'தோழர் விடுதலை சிகப்பியின் படைப்பு வெளிப்பாட்டு உரிமைக்காக அவர் பக்கம் நிற்கிறேன்; ஒரு கவிதை மாணவனாக அது நல்ல கவிதை இல்லை என்றும் கூறிக் கொள்கிறேன்' (10–05–23). 'அது நல்ல கவிதை இல்லை' என்று அவர் சொல்லட்டும். அதை 'படைப்பு வெளிப்பாட்டு உரிமைக்காக அவர் பக்கம் நிற்கிறேன்' என்பதைச் சொல்லும்போது சேர்த்துச் சொல்ல வேண்டியதில்லை.

அப்பதிவில் கருத்திட்டுள்ள கவின்மலர் 'அதைச் சொல்லித்தான் உங்க ஆதரவைச் சொல்லணும்னு அவசியம் இல்லை. ஆதரவு தெரிவித்தால் உங்க இலக்கியத் தூய்மைக்கு பங்கம் வந்துடுமோ என்கிற பயம் தேவையில்லாதது. உங்க போஸ்ட் மார்ட்டத்தை அப்புறமா வேறொரு நேரத்தில் செய்யலாமே?' என்று சொல்லியிருந்தார். அதே போலக் க. மோகனரங்கன் 'கவிதை மாத்திரம் அல்ல, எல்லாக் கலைப் படைப்புகளுமே Subjective ஆனவைதான். அலைவரிசையைப் பொருத்து ஆளுக்கு ஆள் அதன் சுவையும் பொருளும் தரமும் மாறுபடும். நாம் தொடங்கிய காலத்தில் கவிதை என்று நம்பி நாம் வாசித்தவற்றையும் எழுதியவற்றையும் இப்போது நினைத்தால் நமக்கே கொஞ்சம் கூச்சமாகத்தான் இருக்கும். தமிழ் கூறு நல்லுலகில் அலட்சியமாகப் பார்க்கப்படுவதும் ஆகக்குறைவாக படிக்கப்படுவதுமான இலக்கிய வடிவம் கவிதையாகவே இருக்கும் என்பது என் யூகம். அதை எழுதியதற்காக ஒருவர் மீது வழக்கு பதிவது சரியா என்பதே நாம் விவாதிக்க வேண்டியது. மற்றபடி அது நல்லதா அல்லவா என்பதை காலம் தீர்மானிக்கும்' என்று கூறியிருந்தார்.

மேற்கண்ட கருத்துக்கள் நடைமுறையைக் கருத்தில் கொண்டு சொன்னவை. அவற்றோடு என்னால் முழுமையாக இயைய முடிந்தது. இலக்கியம் எங்கும் ஓடிவிடப் போவதில்லை. அதைக் காப்பாற்ற யாரும் வரிந்து கட்டிக்கொண்டு நிற்க வேண்டியதுமில்லை. ஆனால் கருத்துரிமைப் பிரச்சினையில்

படைப்பாளரின் உயிருக்கு அச்சுறுத்தல் ஏற்படுகிறது. அவரது அன்றாட வாழ்க்கை கடுமையாகப் பாதிக்கப்படுகிறது. ஓடி ஒளிந்து வாழ நேர்கிறது. காவல் நிலையத்திற்கும் நீதிமன்றத் திற்கும் நடையாய் நடக்க வேண்டியுள்ளது. சில ஆண்டுகளுக்கு முன்னர் எம்.எம். கல்புர்கி, கோவிந்த் பன்சாரே, நரேந்திர தபோல்கர் கௌரி லங்கேஷ் ஆகியோருக்கு நடந்ததை நாமறிவோம். மத அடிப்படைவாதம் எப்படிச் செயல்படுகிறது என்பதற்குச் சமகாலச் சாட்சியங்கள் அவர்கள்.

பக்தி இலக்கிய காலகட்டத்தைப் பின்னணியாகக் கொண்டு சோலை சுந்தர பெருமாள் எழுதிய 'தாண்டவபுரம்' நாவலுக்கு ஏற்பட்ட எதிர்ப்பைத் தொடர்ந்து அவர் இறப்பு வரைக்கும் பெரும் அச்சத்தில் வாழ்ந்தார். நீதிமன்றப் படிக்கட்டு களில் ஏறி ஏறிச் சோர்ந்து போனார். துரை. குணா, புலியூர் முருகேசன் உள்ளிட்ட பல எழுத்தாளர்கள் படும் பாடுகளைக் கண்டுகொண்டிருக்கிறோம். வலுவான அரசியல் பின்புலம் கொண்டவராக இருந்தும் மனுஷ்யபுத்திரன் தாம் எழுதிய ஒரு கவிதைக்காகப் பிரச்சினைகளை எதிர்கொண்டதும் சமீப காலத்தில்தான். இந்தியா முழுக்க இப்படிப் பலவற்றை எடுத்துக் காட்டலாம். சாதி, மத அடிப்படைவாதிகளால் ஓர் எழுத்தாளருக்குப் பிரச்சினை ஏற்படுகிறது என்றால் பாதிக்கப் பட்ட பலரையும் மனதில் நிறுத்தி அதை நாம் அணுக வேண்டும். எழுதியவர் நிலையை மறந்துவிட்டு எழுத்தின் மேல் விமர்சனம் வைப்பது சரியான அணுகுமுறை ஆகாது.

சர்ச்சைக்கு உள்ளான கவிதையை விளக்க வந்த டி. தருமராஜ் (யாதும் காடே, யாவரும் மிருகம் #21, நீல ஆரவாரம், 15–05–23) அது தலித்தியத்திற்கு எதிரான கவிதை என்று வாசிக்கிறார். தொன்மங்களை மறுவாசிப்பு செய்யும்போது பலவிதமான சாத்தியங்கள் இருக்கின்றன. கவிதையில் கடவுளைச் சாதாரண மனிதராக்கி விடுவதுதான் பிரச்சினை என்கிறார். கவிதையில் கடவுளுக்கு மனிதச் செயல்களை ஏற்றினாலும் 'அவர் கடவுள்' என்னும் நினைவு சிறிது அகல வில்லை. அதற்குக் கவிதையில் வரும் வில், அம்பு, கதாயுதம், இலங்கை ஆகிய சொற்கள் பயன்படுகின்றன. வாசிப்போர் ஓரிடத்திலும் சாதாரண மனிதரைக் காண்பது போலக் கடவுளைக் காண வழியேயில்லை. கடவுள் என்னும் அடையாளமும் நினைவும் அழியாமல் தொடர்கின்றன. மலக்குழிக்குள் இறக்கிவிடுவது என்பது கடவுளைக் காலி செய்வதற்கான ஒரு உத்தி. சீதை ஏன் மலக்குழியை மூடினாள்? தன் வஞ்சத்தைத் தீர்த்துக்கொள்ளச் சீதைக்கும் இதுதான் சரியான சந்தர்ப்பம்.

கவிதைக்குள் ஒருசேரப் பல விஷயங்கள் நடக்கின்றன. எல்லாவற்றுக்கும் பின்னணிக் காரணங்கள் இருக்கின்றன. ஒவ்வொருவரின் கருத்துநிலைக்கு ஏற்பவும் கவிதையை வாசிக்கலாம்; விளக்கலாம். கவியரங்கில் அக்கவிதையை வாசித்தபோது எழுந்த ஆரவாரத்தையும் கைத்தட்டலையும் டி. தருமராஜ் எதிராகவே காண்கிறார். சாதிப் படிநிலையைக் கவிதை தலைகீழாக்குவது ஒன்றே ஆரவாரத்திற்குப் போதுமானது. கவிதையின் நுட்பங்கள் ஒருபக்கம் கிடக்கட்டும். இந்தத் தலைகீழாக்கம் சாதாரண விஷயமல்ல. எத்தனையோ அவதாரம் எடுத்த கடவுளை யாரும் சிந்தித்தே பார்க்க இயலாத ஓர் அவதாரமாக்குகிறது கவிதை. அதுதான் ஒருபக்கம் வரவேற்பு; இன்னொரு பக்கம் எதிர்ப்பு. வரவேற்போர் வாசிப்பு எப்படி இருக்கிறது என்பதற்கு முக்கியத்துவம் தரட்டும். எதிர்ப்போர் நோக்கிலிருந்து அவர்கள் வாசிப்பின் லட்சணத்தை எடுத்துப் பேசி 'இந்த வாசிப்பு தவறு' என்று வலுவாகச் சொல்ல ஏன் முடியவில்லை? அதுதானே இப்போதைய தேவை?

டி. தருமராஜின் வாசிப்பும் விளக்கமும் சரியாகவே இருக்கட்டும். எனினும் கவிஞரின் இருப்பு, பிரச்சினைக்கு உள்ளாகியிருக்கும் சந்தர்ப்பத்தில் கவிதை மீதான எதிர்வாசிப்பை நிகழ்த்த வேண்டியதில்லை. எதிர்ப்போர், கவிதையை எதிர்க்கிறோம் என்னும் போர்வையில் கவிஞரையே குறிவைக்கின்றனர். அவர்கள் கவிதை தொடர்பான ஆய்வு, விளக்கம் எதிலும் ஈடுபடுவதும் இல்லை. நாம் விளக்கம் சொன்னாலும் அதைக் காது கொடுத்துக் கேட்கும் மனநிலையிலும் இருப்பதில்லை. எனினும் எதிர்ப்போரை நோக்கியே நம் குரல்கள் இருக்க வேண்டும். கவிஞரை நோக்கியும் கவிதையை ஆதரிப்பவர்களை நோக்கியும் குரலுயர்த்துவதால் யாருக்குப் பயன்?

இலக்கியவாதிகள் இந்தச் சமயத்தில் கவிஞரின் நிலையைப் புரிந்துகொண்டு தம் கருத்துக்களைத் தெரிவிக்க வேண்டும். அது நடைமுறையில் கவிஞருக்கு உதவும். கருத்துரிமையை ஆதரிப்பதே கவிஞருக்கு எதுவும் நேர்ந்துவிடக் கூடாது, அவர் தம் சிக்கல்களில் இருந்து விடுபட வேண்டும் என்பதற்காகத்தான். என் ஆதரவையும் தெரிவித்துவிட்டேன் என்று திருப்திப்பட்டுக் கொள்வதற்காக அல்ல. நம் ஆதரவும் எழுத்தும் பாதிக்கப்பட்டவருக்கு ஏதாவது ஒருவகையில் உதவக்கூடும் என்னும் எண்ணம் மனதில் இருக்க வேண்டும். எழுத்தின் வலிமையை நடைமுறை சார்ந்து நம் இலக்கிய வாதிகள் இன்னும் சரியாக உணரவில்லை என்றே தோன்றுகிறது. தாம் இயங்கும் பத்திருபது பேர் கொண்ட குழுவுக்குள் தான்

அப்படியெல்லாம் மனசு புண்படக் கூடாது

நம் கருத்துக்கள் செல்லும் என்று நினைப்பது நடைமுறையை உணராத குறுகலான பார்வை.

நான் மீண்டும் மீண்டும் நடைமுறை, நடைமுறை என்று ஏன் சொல்கிறேன் என்றால் 'மாதொருபாகன்' பிரச்சினை சார்ந்த அனுபவம்தான் காரணம். அவ்வழக்கின் தீர்ப்பு முழுமையாக இணையத்தில் கிடைக்கிறது. ஆங்கிலத்திலான அத்தீர்ப்பு வீ.பா. கணேசன் மொழிபெயர்ப்பில் 'வழக்கு எண் 1215/2015' என்னும் தலைப்பில் நூலாகவும் வெளியாகியுள்ளது. எழுத்தாளர்கள் அனைவரும் அத்தீர்ப்பை வாசிக்க வேண்டும். 150 பக்கங்களுக்கு மேல் விரியும் அத்தீர்ப்பில் நீதிபதிகள் பல மேற்கோள்களைக் காட்டியுள்ளனர். 'மாதொருபாகன்' நாவல் பற்றித் தமிழிலும் ஆங்கிலத்திலும் வெளியான பல மதிப்புரைகள், கட்டுரைகளை எல்லாம் வாசித்து அவற்றிலிருந்து மேற்கோள்களை எடுத்தாண்டுள்ளனர். தியடோர் பாஸ்கரன், அ.கா. பெருமாள், அம்பை, லாவண்யா சுந்தரராஜன், நந்தினி கிருஷ்ணன் உள்ளிட்ட பலர் கருத்துக்களையும் நீதிபதிகள் பயன்படுத்தியுள்ளனர். அறிஞர்கள் பலரின் நூல்களை எடுத்துக் காட்டியுள்ளனர். அவற்றை எல்லாம் கொண்டுதான் அவர்கள் ஓர் முடிவுக்கு வந்துள்ளனர்.

விடுதலை சிகப்பி தொடர்பான வழக்கு நீதிமன்றத்தில் உள்ளது. அது நடந்து முடிய மாதங்களோ ஆண்டுகளோ ஆகும். நீதிபதிகள் அந்தரத்திலிருந்து தீர்ப்புச் சொல்ல முடியாது. அவர்களுக்குப் பல சான்றுகள் தேவை. இந்தக் கவிதை பற்றி எழுதப்பட்டுள்ள ஒவ்வொரு குறிப்பும் சான்றாகப் பயன்படக் கூடும். கவிதைக்கு ஆதரவான கருத்துக்கள் கணக்கில் கொள்ளப்படும். கடவுள் என்னும் தொன்மத்தை மறுவாசிப்புச் செய்தல் தொடர்பான கருத்துக்கள், கோட்பாடுகள், நூல்கள் ஆகியவை வழக்கறிஞர்களுக்கும் நீதிபதிகளுக்கும் பெரிய அளவில் உதவும். வழக்கறிஞர்கள் தம் வாதத்திற்கு ஆதரவாக இலக்கியவாதிகளின் கருத்துக்களை எடுத்துக் காட்டுவர். அவற்றை ஆதாரங்களாக நீதிமன்றத்தில் சமர்ப்பிப்பர். இலக்கியவாதிகளின் கருத்துக்களுக்கு அந்த அளவு முக்கியத்துவம் உண்டு.

கருத்துரிமையை ஆதரிப்போர் இது கவிதையா, நல்ல கவிதையா, இது எத்தகைய பொருள் தருகிறது என்றெல்லாம் பார்க்காமல் தம் ஆதரவை வழங்க வேண்டும். இலக்கியக் களம் வேறு; கருத்துரிமைக் களம் வேறு. இலக்கியக் களத்தில் உரையாடலாம்; விவாதிக்கலாம்; முரண்படலாம்; வாளெடுத்துச் சண்டை செய்யலாம். கருத்துரிமைக் களம் அப்படியானதல்ல. இலக்கியத்திற்குச் சிறிதும் தொடர்பில்லாத எதிராளிகள் பல

ஆயுதங்களோடு நம் முன் நிற்கின்றனர். இழிவு செய்கிறது, அவமானப்படுத்துகிறது, புண்படுத்துகிறது என்றெல்லாம் சொல்லிக்கொண்டு ஆக்ரோசம் காட்டுகின்றனர். அவர்களை எதிர்கொள்ள வேண்டிய நிலையில் படைப்பாளர் இருக்கிறார். அவரைத் தனித்து விட்டுவிடக் கூடாது. இலக்கியத்திற்குள் இருக்கும் வேறுபாடுகளை எல்லாம் கடந்து எல்லா வகையிலும் படைப்பாளரோடு நாம் நிற்க வேண்டும். ஆம், எந்த இலக்கிய நிபந்தனையும் விதிக்காமல் படைப்பாளரை ஆதரித்து நிற்க வேண்டிய களம் கருத்துரிமைக் களம்.

○

பயன்பட்டவை:

1. வீ.பா. கணேசன் (மொ.ஆ.), வழக்கு எண் 1215/2015, 'மாதொருபாகன்' வழக்குத் தீர்ப்புரை, 2016, சென்னை, பாரதி புத்தகாலயம்.

2. கிழக்கு டுடே இணைய இதழ்.

●

நீலம், ஜூன் 2023.

24

எரிப்பு என்னும் குறியீடு

டானியல் ஜெயந்தன் எழுதிய 'வயல் மாதா' (கருப்புப் பிரதிகள், 2023) சிறுகதைத் தொகுப்புக்குப் பிரான்ஸ் நாட்டில் 18–06–2023 அன்று வெளியீட்டு நிகழ்வு நடைபெற்றது. அதைத் தொடர்ந்து அந்நூலுக்கு ஒரு பிரிவினர் எதிர்ப்புத் தெரிவித்துள்ளனர். எழுத்தாளருக்கு மிரட்டல் விடுத்ததோடு நூல் பிரதிகளைக் கிழித்தும் எரித்தும் பிரான்சில் போராட்டம் நடத்தியுள்ளனர். 2015ஆம் ஆண்டு 'மாதொருபாகன்' நாவலுக்கு எதிராகப் போராட்டம் நடத்தியோரும் அதன் பிரதிகளைப் பொதுவெளியில் எரித்தனர். நூல் பிரதியை எரிப்பது அதன் கருத்துக்களை அழிப்பதன் குறியீடு என்று சொல்லலாம். 'எரித்தல்' எங்கிருந்து வந்திருக்கக் கூடும்?

மழை வேண்டிச் செய்யும் சடங்குகளில் ஒன்று 'கொடும்பாவி கொளுத்துதல்.' பாவச் செயல்கள் பெருகிவிட்டதால்தான் மழைப் பொழிவு இல்லை எனக் கருதி ஒட்டுமொத்தப் பாவத்தின் உருவக மாகப் பொம்மை ஒன்றைச் செய்து அதைப் பல ஊர்களுக்கு இழுத்துச் சென்று இறுதியில் இறப்புச் சடங்குகளுடன் தீயில் எரித்தலே இச்சடங்கு. பாவனைச் சடங்காகிய இது இருபதாம் நூற்றாண்டில் ஒரு போராட்ட வடிவமாக உருப்பெற்றது.

மக்களுக்குத் துன்பம் விளைவிக்கும் வகையில் ஆட்சி செய்யும் ஆட்சியாளர்களைக் கொடும்பாவி யாகச் சித்திரித்து உருவப் பொம்மையைக் கொளுத்துதல் போராட்டமாக நடந்ததுண்டு.

1980களில் ஈழத்துக்கு ஆதரவு தெரிவிக்கும் மாணவர் போராட்டங்களில் சிங்கள ஆட்சியாளர்களின் கொடும்பாவி கொளுத்துவது பரவலாக நடந்தது. இருபத்தொன்றாம் நூற்றாண்டில் இத்தகைய போராட்டம் எதுவும் நடந்ததாக நினைவில் இல்லை.

தமிழ்ப் புறப்பொருள் இலக்கணத்தில் 'உழபுல வஞ்சி' என்றொரு துறை உண்டு. போரில் பகை நாட்டைத் தீயிட்டுக் கொளுத்துதல் என்று அதற்குப் பொருள். போர் என்பது களத்தில் நேருக்கு நேராக மோதிக் கொள்வது மட்டுமல்ல. பகை நாட்டின் வளத்தைப் பலவகையிலும் அழித்துப் பல்லாண்டுகள் அம்மக்கள் மேலெழாத வண்ணம் துன்பத்திற்கு ஆளாக்குதலும் போரில் அடங்கும். வீடுகள், தீவனப் போர்கள், வேளாண் பயிர்கள், சேமிப்புத் தவசங்கள் ஆகியவற்றைத் தீயில் எரிப்பதன் வழியாக அம்மக்களின் அடிப்படை வாழ்வாதாரங்களை அழிக்கும் நடைமுறை இது.

மக்கள் வழக்கில் 'தீக்கிரையாக்குதல்' என்று இதைக் கூறுவதுண்டு. மன்னர்கள் அவ்வாறு செய்வதைப் புகழ்ந்து வரலாற்று நூல்களிலும் 'பகை நாட்டை அம்மன்னன் தீக்கிரை யாக்கினான்' என்று எழுதுவர். பல காலமாக மக்கள் உழைப்பில் உருவானவற்றைச் சிதைப்பதன் மூலமாக அந்நாட்டின் வலிமையை அழிப்பது நோக்கம். மீண்டும் பழைய வலிமையைப் பெற வேண்டுமானால் இன்னும் பல காலம் அதற்கென உழைக்க வேண்டும். போர் என்பது கருவிகளைக் கொண்டு சண்டை செய்வது என்பதோடு முடிந்து விடுவதல்ல. நாட்டின் வாழ்வாதாரங்களை அழித்து இயல்பு வாழ்க்கையையே முடக்குவதாகும்.

உக்ரைன் போரில் இத்தகைய நடைமுறைகளை இப்போதும் காண்கிறோம். கட்டிடங்களைத் தரை மட்டமாக்குதல், வேளாண் நிலங்களை அழித்தல், அணைக்கட்டுகளைத் தகர்த்தல் எனத் தொடர்ந்து செய்திகள் வருகின்றன. போர் முடிந்தாலும் அந்நாடு பொருளாதார வலிமையை இழந்து நிற்கும். அதைப் பெறுவதற்கு இன்னும் பல்லாண்டுகள் அம்மக்கள் இடைவிடாது உழைத்தாக வேண்டும். சாதி, மதக் கலவரங்களின் போது குறிப்பிட்ட பிரிவினரின் சொத்துக்களைக் குறிவைத்து அழிக்கும் வீடுகளுக்குத் தீ வைத்தல், வாகனங்களை எரித்தல், கால்நடைகளைக் கொல்லுதல் என்னும் கொடூரச் செயல்களையும் நம் காலத்தில் காணத்தான் செய்கிறோம்.

பருண்மையான நடைமுறையாக மன்னராட்சி காலத்தில் இருந்த 'உழபுலவஞ்சி' என்னும் தீயிட்டுக் கொளுத்துதல்

இருபதாம் நூற்றாண்டில் குறியீட்டுத் தன்மை கொண்டு போராட்ட வடிவங்களில் ஒன்றாக மாறியது. ஆங்கிலேய ஆட்சியில் ஒத்துழையாமை இயக்கத்தின் ஒருபகுதியாக 'அந்நியத் துணி பகிஷ்கரிப்பு' என்பதைக் காந்தி அறிவித்தார். 'அந்நியத் துணிகளைப் பகிஷ்கரித்தலை' ஆட்சியாளர்களுக்கும் பொதுச்சமூகத்திற்கும் உணர்த்த வேண்டும். அதற்கு அடையாள மாகத் தம்மிடமிருந்த அந்நியத் துணிகளைப் பொதுவிடத்தில் காந்தியர்கள் கொளுத்தினர். அநேகமாக 'எரிப்பு' நவீனப் போராட்ட வடிவம் பெற்றது அப்போதுதான் என்று தோன்றுகிறது.

தொடக்கத்தில் காந்தியராக இருந்த பெரியார் அப்போராட்ட வடிவத்தைப் பின்னர் விரிவாக்கினார். திராவிடர்களை இழிவாகச் சித்திரிக்கிறது என்னும் கருத்தோட்டத்தில் கம்பராமாயணத்தையும் பெரியபுராணத்தையும் எரிக்க வேண்டும் என்னும் கருத்துப் பரப்பல் 1940களில் தீவிரமாக நடந்தது. எரிப்பு எதுவும் நடந்ததாகத் தெரியவில்லை. ஆனால் அரசியல் சாசனத்தை எரிக்கும் போராட்டத்தைப் பெரியார் நடத்தினார். தொழிலாளர்கள், அரசு ஊழியர்களின் போராட்டங்களில் அரசு ஆணைகள், அறிவிப்புகள், ஒப்பந்தங்கள் ஆகியவற்றை எரித்தல் ஒரு நடைமுறையாக வளர்ந்தது.

ஜனநாயக வழிமுறைப் போராட்டங்களில் ஒன்றாக எரிப்பை அரசு ஏற்றுக்கொள்ளவில்லை. எல்லாக் காலத்திலும் எரிப்பைச் சட்ட மீறலாகவே அரசு கருதிவந்திருக்கிறது. ஊர்வலம், ஆர்ப்பாட்டம், உண்ணாவிரதம் ஆகியவற்றை அரசு அனுமதி பெற்று நடத்தலாம். சாலை மறியல், வேலை நிறுத்தம், கடையடைப்பு ஆகியவற்றுக்கு அரசு அனுமதி கிடையாது. அது போலவே எதையும் எரிப்பதற்கும் அரசு அனுமதி தருவதில்லை. எரிப்பு என்பது சட்ட மீறல்தான்.

அவ்வகையில் ஒரு நூலை எரிப்பதையும் சட்ட மீறலாகவே காண வேண்டும். அரசியல் சாசனம், அரசு ஆணை, பழைய இலக்கியம் ஆகியவற்றைச் சட்டத்தை மீறி எரித்தல் அவற்றில் உள்ள கருத்துக்கு எதிரான குறியீட்டு நடவடிக்கையாகிறது. ஆனால் வாழும் எழுத்தாளர் ஒருவரது நூலை எரித்தல் என்பது கருத்தை எதிர்ப்பதாக மட்டும் நிற்பதில்லை. எழுத்தாளரின் உயிருக்கு அச்சுறுத்தல், அன்றாட வாழ்வுக்கு மிரட்டல் என்பவையும் எரித்தல் வடிவத்தில் அடங்குகின்றன.

கருத்தைக் குறிவைப்பதைக் கடந்து எழுத்தாளரைக் குறி வைப்பதாக நோக்கம் திசை மாறுகிறது. எழுத்தாளருக்கான வெளி முடங்குகிறது. தொடர்ந்து அவர் எழுதுவதைத் தடுக்கிறது. ஒளிந்து கொள்ளுதல், இடம்பெயர்தல், உயிரச்சத்தோடே

வாழ்தல் என எழுத்தாளரின் உயிர் வாழும் அடிப்படை உரிமையே பறிக்கப்படுகிறது. சாதி, மத அடிப்படைவாதம் மேலோங்கும் இக்காலத்தில் எரிப்புக்கான குறியீட்டுப் பொருள் மாறிவிட்டது.

இந்நிலையில் ஒருவர் தாம் விலை கொடுத்து வாங்கிய ஒருநூலைத் தன்னளவில் கிழிக்கலாம்; எரிக்கலாம்; என்ன வேண்டுமானாலும் செய்துகொள்ளலாம். ஆனால் பொது வெளியில் கும்பலாகக் கூடி நூல் எரிப்பதை ஆதரிக்க இயலாது என்றே தோன்றுகிறது. ஒருநூல் பிடிக்கவில்லை என்றால் அதை வாங்காமல் தவிர்க்கலாம்; வாசிக்காமல் இருக்கலாம்; வாங்க வேண்டாம் எனப் பிறருக்குப் பரிந்துரைக்கலாம். வாங்கிய பிறகானால் எடைக்குப் போடலாம். விரும்புவோருக்குத் தானமாகக் கொடுக்கலாம். எழுதும் திறனிருப்பின் விமர்சித்து மாற்றுக் கருத்தை முன்வைக்கலாம். பேச்சாற்றல் உடையோர் தம் கருத்தை வலியுறுத்திப் பேசலாம். தமக்குப் பிடிக்காத கருத்தை எதிர்கொள்ளத் தம்மளவிலேயே அவருக்குப் பெருஞ்சுதந்திரம் இருக்கிறது. பிறர் இருப்பைப் பாதிக்காத வகையில் தம் சுதந்திரத்தை ஒருவர் பயன்படுத்துவதே நல்லது.

●

இந்து தமிழ் திசை, 07-07-23.

25

கருத்துரிமை தினம்!

2016 ஜூலை 5ஆம் நாளை என்னால் ஒருபோதும் மறக்க முடியாது.

ஒவ்வோர் ஆண்டும் ஜூலை மாதம் தொடங்கும் முன்பே அந்நாள் நினைவில் ஓடிக் கொண்டேயிருக்கும். 2014 டிசம்பரில் தொடங்கிய 'மாதொருபாகன்' நாவல் தொடர்பான சர்ச்சையை, எதிர்ப்புப் போராட்டங்களைச் சட்டம் ஒழுங்குப் பிரச்சினையாக மட்டும் கண்டு மாவட்ட நிர்வாகம் ஏற்படுத்திய நிர்ப்பந்தம் காரணமாக ஓர் ஒப்பந்தம் போடப்பட்டது. அவ்வொப்பந்தம் செல்லாது என அறிவிக்கக் கோரித் 'தமிழ்நாடு முற்போக்கு எழுத்தாளர்கள் கலைஞர்கள் சங்கத்தின்' சார்பில் அதன் அப்போதைய தலைவர் ச. தமிழ்ச்செல்வன் தொடுத்த வழக்கின் தீர்ப்பைச் சென்னை உயர்நீதிமன்றம் வெளியிட்ட நாள் 2016 ஜூலை 5. சென்னை உயர்நீதிமன்றத்தின் அப்போதைய தலைமை நீதிபதி சஞ்சய் கிஷன் கவுல், புஷ்பா சத்திய நாராயணா ஆகியோரைக் கொண்ட அமர்வு இந்தத் தீர்ப்பை வழங்கியது.

நாவலுக்கு எதிர்ப்புப் போராட்டங்கள் நடந்த நாட்களில் ஊடகங்கள் இடைவிடாமல் செய்தி களைப் பரபரப்பாக வெளியிட்டன. கருத்துரிமை தொடர்பான கட்டுரைகள், விவாதங்கள் எனத் தொடர்ந்து செயல்பட்டன. ஆனால் தீர்ப்பு

வெளியான போது அது மிகச் சிறுசெய்தியானது. அச்சு ஊடகங்கள் பலவற்றில் அது செய்தி மதிப்பையும் பெறவில்லை. சமூக ஊடகங்களில் எந்தவிதப் பரபரப்பும் இல்லை. எழுத்தாளர் ச. தமிழ்ச்செல்வன், பத்திரிகையாளர் எம். மணி ஆகியோர் தீர்ப்பை வரவேற்றும் அதன் முக்கியத்துவம் குறித்தும் கட்டுரைகள் எழுதினர். தீர்ப்பை எதிர்த்து எஸ். குருமூர்த்தி எழுதினார்; பேசினார். ஆங்கிலத்தில் சில குறிப்பிடத்தக்க கட்டுரைகள் வெளியாகின.

இவை போதுமானவை அல்ல. கருத்துரிமையின் பல கூறுகளை எடுத்து விவாதித்து, மாதொருபாகன் பிரச்சினையை எல்லாக் கோணத்தில் இருந்தும் ஆராய்ந்து மிக விரிவாக வழங்கிய தீர்ப்பு அது. அதன் ஆங்கில மூல வடிவம் இணையத்தில் பிடிஎப் வடிவில் உடனே கிடைத்தது. தீர்ப்பை முழுமையாகத் தமிழில் வீ.பா. கணேசன் மொழிபெயர்த்தார். 'வழக்கு எண் 1215/2015, 'மாதொருபாகன்' வழக்குத் தீர்ப்புரை' என்னும் தலைப்பில் அதைப் பாரதி புத்தகாலயம் டிசம்பர் 2016 இலேயே நூலாக்கியது. எனினும் அத்தீர்ப்பு தொடர்பான கவனம் எழுத்துலகில், கலையுலகில் கூடவில்லை. கருத்துரிமைப் பிரச்சினைகள் தொடர்ந்து ஏற்பட்டுக் கொண்டுள்ள சூழலில் அவற்றை அணுகுவதற்கு ஏற்ற பல தெளிவுகள், வழிமுறைகள் இத்தீர்ப்பில் உள்ளன. எடுத்துப் பேசுவதற்கான பல்வேறு கோணங்களைத் தீர்ப்பு கொடுக்கிறது. மேலும் விவாதிப்பதற்கான, விமர்சிப்பதற்கான பகுதிகளும் தீர்ப்பில் உள்ளன.

எழுத்திலக்கியத்திற்கோ கலைப் படைப்புக்கோ எதிர்ப்பு ஏற்படும் போது அதை அரசு நிர்வாகம் எப்படிக் கையாள்கிறது? உள்ளாட்சி நிர்வாகத்தைப் பொருத்தவரை தொழிலாளர் போராட்டம், மாணவர் போராட்டம், அரசு ஊழியர் போராட்டம், அரசியல் கட்சிகளின் போராட்டம் உள்ளிட்ட எந்தவகைப் போராட்டமாக இருந்தாலும் சரி அதன் கோரிக்கைகள், நியாயம் ஆகியவற்றைப் பற்றிக் கவனம் கொள்வதில்லை. அதனால் சட்டம் ஒழுங்குப் பிரச்சினை ஏற்பட்டுவிடக் கூடாது என்பதில் மட்டுமே நிர்வாகம் கவனம் செலுத்தும். போராட்டக்காரர்களிடம் காவல்துறை பேச்சுவார்த்தை நடத்தும். அதன் நோக்கம் போராட்டத்தைக் கலைப்பதே ஆகும். 'மனு எழுதிக் கொடுங்கள்; உரிய ஏற்பாடு செய்கிறோம்' என்று காவல்துறையினர் சொல்வார்கள்.

அதை நம்பாமல் போராட்டம் தொடருமானால் நிர்வாக அதிகாரிகளில் ஒரு சிலர் வருவார்கள். பேச்சு வார்த்தை நடக்கும். ஒவ்வொரு நிலையிலும் பேசிப் பார்ப்பார்கள்.

எல்லோருக்கும் ஒரே நோக்கம் போராட்டத்தை உடனடியாகக் கலைத்துவிட வேண்டும் என்பதுதான். அது நடக்காத போது என்ன நடவடிக்கை எடுத்தால் போராட்டத்தை நிறுத்த முடியும் என்று சிந்திப்பார்கள். போராட்டம் ஒரு தனிநபரைக் குறி வைத்திருக்குமானால், அவர் சாதாரண மனிதர் என்றால் அவர் மேல் நடவடிக்கை மேற்கொள்வது எளிது; உடனே நடவடிக்கைக்கு ஏற்பாடு செய்வார்கள். அத்தனிநபர் பக்கம் நியாயம் இருக்கிறதா இல்லையா என்பதைப் பற்றி உள்ளாட்சி நிர்வாகத்திற்குக் கவலையில்லை. கூட்டம் சேரக் கூடாது; முழக்கம் ஒலிக்கக் கூடாது. முக்கியமாகச் சாலைப் போக்குவரத்து பாதிக்கப்படவே கூடாது. இதுதான் ஜனநாயக வழிப் போராட்டத்தை உள்ளாட்சி நிர்வாகம் கையாளும் முறை.

'மாதொருபாகன்' எதிர்ப்புப் போராட்டத்திலும் மாவட்ட நிர்வாகம் இந்த வழிமுறையையே கையாண்டது. எதிர்ப்பாளர்களிடம் பேசிப் பேசிப் பார்த்தது. ஒன்றும் நடக்க வில்லை. போராட்டத்தின் அரசியல் பின்னணி வலுவானது என்பதும் நிர்வாகத்திற்குத் தெரிந்திருந்தது. எதிர்ப்பக்கம் இருப்பவர் ஒரே ஒருவர்; தனிநபர். அவர் எழுத்தாளர் என்பதும் கருத்துரிமை சார்ந்த பிரச்சினை இது என்பதும் கருத்துரிமைக்கு ஆதரவுக் குரல் எல்லாத் தரப்பிலிருந்தும் உருவாகியுள்ளது என்பதும் மாவட்ட நிர்வாகத்திற்கு இரண்டாம் பட்சமாகவே இருந்தன. சம்பந்தப்பட்ட ஊரில் எரிப்பு, ஊர்வலம், ஆர்ப்பாட்டம், கூட்டம், கடையடைப்பு எனத் தொடர்ந்து சட்டம் ஒழுங்குக்குப் பிரச்சினை ஏற்பட்டுக் கொண்டே யிருக்கிறது. அதை நிறுத்த வேண்டும் என்பதே ஒரே நோக்கம். ஆட்சியதிகாரத்தின் உயர்நிலையிலிருந்தும் அதற்கான அழுத்தம் கொடுக்கப்பட்டிருக்கக் கூடும். ஜனநாயகத்தில் தனிமனித உரிமை பற்றிய கவனம் நிர்வாகத்திற்கு இருப்பதே யில்லை. 'சட்டம் ஒழுங்கு' என்னும் கடிவாளப் பார்வை மட்டும்தான் செயல்படும்.

வழக்கில் மாவட்ட நிர்வாகம் இதை வெளிப்படையாக ஒத்துக் கொண்டது என்பது முக்கியம். இதைக் கண்ட நீதிபதிகள் தீர்ப்பில் தம் வியப்பைத் தெரிவித்தனர். '...நகர மக்கள் கொதித்துப் போயிருந்த நிலையில் நூலாசிரியரின் உணர்வுகள் என்ற அம்சத்தைப் பொறுத்தவரையில் அந்தச் சமயத்தில் எதையும் செய்ய முடியாத சூழ்நிலையே நிலவியது என வியக்கத்தக்க வகையில் (மாவட்ட நிர்வாகம்) தெரிவித்திருந்தது' (ப.56) என நீதிபதிகள் குறிப்பிட்டுள்ளனர். அப்படியானால் மாவட்ட நிர்வாகம் ஒருபக்கச் சார்பாக நடந்து கொண்டது என்பது அதன் கூற்று வாயிலாகவே நிரூபணமாயிற்று. எல்லாவற்றையும்

சட்டம் ஒழுங்குப் பிரச்சினையாகவே காணும் மாவட்ட நிர்வாகத்தின் பார்வை சரியல்ல என்பதைத் தீர்ப்பு விரிவாக விவாதத்தின் மூலம் சுட்டிக் காட்டியது. அதன் ஒருபகுதி இது:

'...நிலைமையைக் கட்டுக்குள் கொண்டு வருவதற்காக அரசு முயற்சி செய்யலாம்; ஆனால் அதற்காக நூலாசிரியர்கள், கலைஞர்கள், இதில் எந்தப் பிரிவைச் சேர்ந்தவராக இருப்பினும் சுற்றியிருக்கும் சூழ்நிலையின் காரணமாக அவர்களின் கருத்துரிமையின் மீது நெருக்கடி தருவதை அது அனுமதிக்கக் கூடாது. மாறாக, கருத்துரிமையை வேறு வழிகளில் காப்பதற்கான முயற்சி செய்யப்பட்டிருக்க வேண்டும். எனவே இத்தகைய முயற்சிகள், மாறுபட்ட பழக்க வழக்கங்களைக் கொண்ட வேறொரு பிரிவினரின் கண்ணோட்டத்தை மட்டுமே அடிப்படையாகக் கொண்டு எடுக்கப்படும் இத்தகைய முயற்சிகள் தீங்கிழைக்கும் ஒரு நடவடிக்கையாக முடிந்துவிடக் கூடாது என்பதில் எச்சரிக்கை நிரம்பிய கவனத்துடன் இருக்க வேண்டும் என்ற தேவையும் உள்ளது' (ப.150).

'கருத்துரிமையை வேறு வழிகளில் காப்பதற்கான முயற்சி'கள் எவை? அந்தத் துறை சார்ந்த நிபுணர்களிடம் விட்டுவிட ஏற்பாடு செய்வது ஒரு வழிமுறை எனவும் தேவைப்பட்டால் நீதிமன்றத்திடம் விட்டுவிடுவது இன்னொரு வழி எனவும் தீர்ப்பில் இரு வழிமுறைகள் கூறப்பட்டுள்ளன. அதற்கு அதிகாரிகளுக்குக் கருத்துரிமை தொடர்பான புரிதல்கள் அவசியம். அவ்வகையில் பதிப்பாளர் சார்பில் வாதாடிய வழக்கறிஞர் வி. சுரேஷ் முன்வைத்த வழிமுறைகள் சிலவற்றை நீதிமன்றம் முக்கியமானது எனக் கருதியது. அவற்றில் ஒன்று: 'கலை இலக்கியம் ஆகியவற்றை ரசிப்பதில் உருவாகும் இத்தகைய மோதல்களைக் கையாளும் விஷயங்களில் அதிகாரிகளுக்கு முறையான புரிதலை ஏற்படுத்தும் வகையில் தொடர்ந்து நிகழ்ச்சிகள் நடத்தப்பட வேண்டும்' (ப.151).

கருத்துரிமை சார்ந்த பிரச்சினைகள் ஏற்படும் தருணத்தில் அவற்றைச் சட்டம் ஒழுங்குப் பிரச்சினையாக மட்டும் காணக் கூடாது என்பதில் அரசுக்கும் அரசு சார்ந்த நிர்வாகத்திற்கும் இத்தீர்ப்பு வழிகாட்டியுள்ளது. இது கருத்துரிமை ஆதரவாளர்கள் முக்கியமாகக் கருத வேண்டிய விஷயம் என்று நினைக்கிறேன். ப. விடுதலை சிகப்பி எழுதிய கவிதை தொடர்பான விஷயத்தில் தொடக்கத்திலேயே பிரச்சினை நீதிமன்றத்திடம் சென்றதை இவ்வகையில் சரியானது என்று கருதுகிறேன். நீதிமன்றத்தின் மேல் எந்த அளவு நம்பிக்கை கொள்ளலாம் என்னும் கேள்வி இருந்தபோதும் இந்நடவடிக்கை காரணமாகச் சட்டம் ஒழுங்குப்

பிரச்சினை தவிர்க்கப்பட்டு உடனடியாகத் தனிநபர் பாதுகாக்கப் பட்டார் என்பது முக்கியம்.

அதே போன்று 'மாதொருபாகன் வழக்குத் தீர்ப்புரை' கருத்துரிமைப் பிரச்சினையில் வாசகர்களுக்கு உரிய உரிமைகள் பற்றியும் அவற்றை அவர்கள் பயன்படுத்தும் தேவை பற்றியும் குறிப்பிடுவது மிகவும் முக்கியமானது. கருத்துரிமை என்றதும் எழுத்தாளர், கலைஞர்கள் தரப்பிலிருந்து மட்டும் பேசுகிறோம். இதில் வாசகர் உரிமையும் முக்கியமான பங்கு வகிக்கிறது. அதை வலியுறுத்துவது கருத்துரிமைப் பாதுகாப்பிற்கு அரண் ஆகும். 'ஒரு புத்தகத்தால் நீங்கள் பாதிப்படையாமல் இருப்பது மிகமிக எளிது. அதற்காக நீங்கள் செய்ய வேண்டிய ஒரே வேலை அதை மூடி வைப்பதுதான்' என்னும் சல்மான் ருஷ்டியின் கூற்றை மேற்கோள் காட்டும் தீர்ப்பு 'அதுதான் இதற்கான தீர்வாக இருக்குமா?' என்று கேள்வி (ப. 19) எழுப்புகிறது. மேற்கொண்டு வாசகர் சுதந்திரம் பற்றிப் பல்வேறு தீர்ப்புகளை மேற்கோள் காட்டி விவாதிக்கும் பகுதிகள் இத்தீர்ப்பில் ஆங்காங்கே உள்ளன.

ஒருவரது பார்வையை மட்டும் கணக்கிலெடுத்து விஷயத்தைத் தீர்மானிக்கக் கூடாது என்பதைத் தீர்ப்பு வலியுறுத்துகிறது. பெரும்பாலும் ஒருவருடைய வாசிப்பி லிருந்தே பிரச்சினை தொடங்குகிறது. தம் வாசிப்பைப் பொதுவானதாக ஒருவர் மாற்றுவதற்கு ஏதுவான சூழல் இங்கே நிலவுகிறது. சுயபார்வை இல்லாத, வாசிப்புத் திறனற்ற கும்பல் ஒன்றை ஒருவரது வாசிப்பு சார்ந்தே திரட்டிவிட இயல்கிறது. அவ்வாசிப்பு வெகுஜன மதிப்பீடுகளுக்கு இசைவாக இருந்தால் போதும். கும்பல் எளிதில் கூடிவிடும். தீர்ப்பு இதைச் சரியாகக் கணக்கில் கொண்டுள்ளது.

'அழகும் கலைத்தன்மையும் நிறைந்த ஒரு படைப்பிலும் கூட ஆபாசத்தை மட்டுமே காண முயல்கின்ற ஒரு மனிதரின் பார்வையிலிருந்தல்ல; ஏனெனில் அவரது கவனம் ஒரு குறிப்பிட்ட விஷயத்தோடு அப்படியே சிறைப்பட்டு நின்றுவிடுகிறது' (ப. 81) என்று தீர்ப்பு கூறுகிறது. அதாவது ஒரு படைப்பை முழுமைப் பார்வையில் காண வேண்டும் என்கிறது. ஒவ்வொரு வாசகருக்கும் படைப்பின் ஏதேனும் ஒருபகுதி பிடிக்காமல் இருக்கலாம். அதை ஆபாசம் என்றோ சமூகத்திற்கு எதிரானது என்றோ யாரையோ இழிவுபடுத்துகிறது என்றோ கருதலாம். அதற்காக ஒட்டுமொத்தப் படைப்பும் மோசமானது என்று முடிவெடுக்கக் கூடாது. வாசகர்கள் ஒரு படைப்பை எவ்வாறு காண வேண்டும்? 'நூலாசிரியர் உண்மையிலேயே என்ன சொல்ல வருகிறார் என்பதை உணர்ந்துகொள்ள அந்தப் படைப்பாளியின்

நிலையில் தன்னை முதலில் இருத்திக் கொள்ள வேண்டும்' என்றும் 'இந்தப் புத்தகம் சென்றடைய வாய்ப்புள்ள ஒவ்வொரு பிரிவையும் சேர்ந்த வாசகரின் நிலையில் தன்னை இருத்திக் கொண்டு விருப்பு வெறுப்பற்ற ஒரு முடிவுக்கு வர வேண்டும்' என்றும் (ப. 81) தீர்ப்பு வாசிப்பு முறைகள் பற்றி எடுத்துக் கூறுகிறது.

இன்னோரிடத்தில் 'என்ன இருந்தாலும் புத்தகத்தை அல்லது திரைப்படத்தைப் படித்தே, பார்த்தே ஆக வேண்டும் என்று யாரும் யாரையும் கட்டாயப்படுத்துவதில்லை. அது பார்வையாளரின், வாசகரின் உணர்வுப்பூர்வமான ஒரு தேர்வாகும்' (ப.142) என்கிறது. வாசிப்பு முறைகள் குறித்துப் பேசும் தீர்ப்பு வாசகர் சுதந்திரம் பற்றி இப்படிக் குறிப்பிடுகிறது.

தமக்குள்ள உரிமை, சுதந்திரத்தைப் பெரும்பாலான வாசகர்கள் பயன்படுத்திக் கொண்டுதான் உள்ளனர். 'இந்தப் புத்தகத்தை நான்கு பக்கம் கூடப் படிக்க முடியவில்லை', 'பாதிக்கு மேல நகரவேயில்லை' என்றெல்லாம் வாசிப்புப் பழக்கம் உடையோர் சொல்வது சாதாரணம். மேலும் எந்த ஒரு நூலிலும் ஒரு வாசகருக்குப் பிடிக்காத பகுதிகள் இருக்கச் சாத்தியம் அதிகம். அதைக் கொண்டு வாசகர் தம் மதிப்பீட்டைச் செய்வதில்லை. ஒட்டுமொத்தப் படைப்பைக் கருத்தில் கொண்டே அதை மதிப்பிடுகின்றனர். அதனால்தான் பெரும்பாலான படைப்புகள் சார்ந்து பிரச்சினை எழுவதில்லை.

ஒரு படைப்பின் மீது பிரச்சினை எழும் சமயத்தில் அது ஒரு வாசகப் பார்வை எனக் கொள்ள வேண்டும் என்பதைத் தீர்ப்பு சொல்கிறது. அது எத்தகைய வாசகப் பார்வை என்பதை எச்சரிக்கையுடன் தீர்மானிக்க வேண்டும் எனத் தெளிவுபடுத்து கிறது. 'ஒரு படைப்பை மதிப்பீடு செய்வதற்கான சோதனை என்பது நடைமுறை அறிவுடன், கவனத்தோடு நடக்கின்ற சாதாரண மனிதனுடையதைப் போன்றதாக இருக்க வேண்டுமே தவிர, 'வழக்கத்திற்கு மாறான அல்லது உணர்ச்சிப் பிழம்பான ஒரு மனிதனை அடிப்படையாகக் கொண்டதாக' இருக்கக் கூடாது' (ப. 85) என அற்புதமான அளவுகோலைத் தருகிறது தீர்ப்பு.

எல்லாத் தரப்புக்கும் குறிப்பாகப் பிரச்சினை உருவாக்கும் தரப்புக்கு வாசகச் சுதந்திரம் பற்றிய தீர்ப்பின் இப்பகுதிகளைக் கொண்டு செல்ல வேண்டும். கருத்துரிமை விழிப்புணர்வுப் பரப்புரைக்கு இது மிகவும் பயன்படும்.

கருத்துரிமை தொடர்பான புரிதலுக்கு இவ்வாறு தர்க்கரீதி யான கருத்துத் தரவுகள் பலவற்றைக் கொண்டுள்ள இத்தீர்ப்பு வெளியான ஜூலை 5 ஆம் நாளைக் 'கருத்துரிமை தினம்'

என அனுசரிக்க விரும்புகிறேன். இந்நாளில் கருத்துரிமை தொடர்பான கருத்தரங்குகள் நடத்தலாம்; பேசலாம்; எழுதலாம்; விவாதிக்கலாம். தமிழ்நாடு அரசு மனம் வைத்தால் 'கருத்துரிமை தினம்' என்று அறிவிக்கலாம். ஏழை சொல் அம்பலம் ஏறுமா?

○

பயன்பட்ட நூல்:

வீ. பா. கணேசன் (மொ.ஆ.), வழக்கு எண் 1215/2015, மாதொருபாகன் வழக்குத் தீர்ப்புரை, 2016, சென்னை, பாரதி புத்தகாலயம்.

●

அருஞ்சொல், 01—07—23

26

பெரியாரின் கருத்துரிமை: தான், மற்றமை, மக்கள்

ஜெயகாந்தன் தாம் எழுதிய 'ஓர் இலக்கியவாதி யின் அரசியல் அனுபவங்கள்' என்னும் நூலில் பெரியார் பற்றி விவரித்துள்ள சம்பவம் ஒன்றைப் பலரும் அறிந்திருக்கக் கூடும். 1959ஆம் ஆண்டு திருச்சி யில் நடைபெற்ற எழுத்தாளர் சங்க மாநாட்டைத் தொடங்கி வைத்துத் தந்தை பெரியார் உரையாற்றிய நிகழ்வு அதுவெனவும் அப்போது தனக்கு இருபத்து நான்கு வயது எனவும் ஜெயகாந்தன் தன் நினைவி லிருந்து எழுதியுள்ளார். 1961 அக்டோபர் 15 அன்று திருச்சி, தேவர் ஹாலில் நடைபெற்ற தமிழ் எழுத்தாளர் சங்கத்தின் ஆறாவது மாநாடு அது என்றும் பெரியார் உரை உள்ளிட்ட அம்மாநாட்டுப் பதிவுகள் 'விடுதலை' இதழில் விரிவாகப் பதிவாகி யிருப்பது பற்றியும் ஆ. இரா. வேங்கடாசலபதி 'இந்து' ஆங்கில நாளிதழில் எழுதிய 'Clash of the titans' (02–05–2015) கட்டுரையில் தெளிவுபடுத்தியுள்ளார்.

அம்மாநாட்டில் புராணங்கள், இலக்கியங்கள் பற்றிப் பகுத்தறிவுக் கண்ணோட்டத்தில் முக்கால் மணி நேரம் பெரியார் உரை அமைந்தது. இன்றைக்கு எழுத்தாளர்கள் (எழுத்தாளர் என்னும் சொல்லுக்குப் பதிலாகக் 'கருத்தாளர்' என்பதைப் பெரியார் பயன்படுத்தியுள்ளார். சான்று: ஆ.இரா. வேங்கடாசலபதி கட்டுரை.) எப்படி எழுத வேண்டும்

என்றும் அவர் தம் பேச்சில் குறிப்பிட்டார். அக்கூட்டத்தில் சிறப்புரையாற்ற வந்திருந்த ஜெயகாந்தன் முதன்முதலாக அப்போதுதான் பெரியார் பேச்சை நேரடியாகக் கேட்டார். எழுத்தாளர் மாநாட்டில் இலக்கியம் தொடர்பாகப் பெரியார் பேசிய பேச்சு பொருத்தமில்லை என்று அவருக்குத் தோன்றியது. அப்பேச்சை ரசித்தாலும் அதற்கு மறுப்புத் தெரிவித்துப் பேசுவது எழுத்தாளனாகிய தன் கடமை என்று நினைத்தார்.

பெரியாரைக் குறைவுபடுத்தாமலும் அவமதிக்காமலும் தம் மறுப்புரையை ஜெயகாந்தன் அம்மாநாட்டில் வழங்கினார். சுயமரியாதைக் கொள்கையில் தனக்கிருக்கும் உடன்பாடான கூறுகளை விவரித்த ஜெயகாந்தன் தொடர்ந்து பேசினார். 'பெரியார் அவர்களின் கட்டளைக்கேற்ப என்னால் எழுத முடியாது. இந்தக் கட்டளையை அவர் இந்த மகாநாட்டில் இடுவதற்கு முன்னால் இங்கே இருப்பவர்களெல்லாம் அதற்கு விருப்பப்படுகிறவர்கள் இல்லை என்பதைத் தெரிந்துகொண் டிருக்க வேண்டும். அப்படி அவர் நம்பி அந்தக் கட்டளையை இட்டிருக்கும் பட்சத்தில் நான் அதற்கு உடன்பட மறுக்கிறேன்' என்று தம் மறுப்பைத் தெரிவித்தார். மேலும் புராணம், இதிகாசம், இலக்கியம், மொழி முதலியவை பற்றிய தம் பார்வை பெரியாரிடமிருந்து எப்படி வேறுபடுகிறது என்பதை விளக்குவ தாக அவர் பேச்சு அமைந்தது.

அப்போது வயதில் முதிர்ந்தவராகவும் (82) பெருந்திரளான தொண்டர்களைக் கொண்டவராகவும் எவரும் மதிக்கும் தலைவராகவும் இருந்த பெரியாரை இருபத்தேழு வயதே ஆன ஜெயகாந்தன் மறுத்துப் பேசினார் என்பது முக்கியமான விஷயம். அத்துடன் அதைப் பெரியார் எவ்வாறு எதிர்கொண்டார் என்பது மிகமிக முக்கியமானது. 'அந்தத் திருச்சி மகாநாட்டில் கலவரமோ குழப்பமோ நேராததற்கு ஒரே காரணம் பெரியார் அவர்களும் மேடையில் இருந்ததுதான்' என்கிறார் ஜெயகாந்தன். அவர் பேச்சைச் செவி மடலைக் கையால் குவித்து உன்னிப்பாகப் பெரியார் கேட்டார்.

தமக்கு ஆதரவான கருத்தை ஜெயகாந்தன் பேசிய போதும் மறுத்துப் பேசிய போதும் கைத்தடியைத் தட்டிப் பெரியார் உற்சாகப்படுத்தினார். 'அவரது நாகரிகம் மிக மேன்மையானது என்று நான் அப்போது உணர்ந்தேன்' என்கிறார் ஜெயகாந்தன். அவர் பேச்சால் மனம் புண்பட்டு விட்டதாகத் திராவிடர் கழகத் தோழர்கள் பலர் பெரியாரிடம் புகார் தெரிவித்தனர். அப்போது பெரியார் வழங்கிய அறிவுரை இது: 'பொது வாழ்க்கையிலே அப்படி எல்லாம் மனசு புண்படக் கூடாது. இவர் ஒருத்தர் தான் நமக்குப் பதில் சொல்லி இருக்காரு. நாம் எவ்வளவு பேரைக் கேள்வி

கேட்டிருக்கோம்? அவங்க மனசு புண்படுமேன்னு யோசிச்சோமா? அப்படியெல்லாம் யோசிச்சிக்கிட்டிருக்க முடியாது.'

பின்னர் ஜெயகாந்தனைப் பெரியார் அருகில் அழைத்தார். இருபத்தேழு வயதேயான இளைஞனை 'வாங்க ஐயா' என்று கரங்கூப்பினார். அப்போது பெரியார் விசாரித்ததுதான் மிகவும் சுவாரசியமானது. 'நீங்க பிராமணப் பிள்ளையா?' என்று கேட்டார். 'இல்லை' என்று ஜெயகாந்தன் பதில் சொன்னார். 'ரொம்ப சந்தோஷம்' என்றார் பெரியார். இப்படி மறுத்துப் பதில் சொல்பவர் ஒரு பிராமணராக இருக்கலாம் என்று பெரியார் கருதியிருக்கலாம். ஆனால் அதற்காக எந்த மரியாதைக் குறைவையும் ஏற்படுத்தவில்லை. பிராமணர் அல்ல என்பது தெரிந்ததும் தம் சந்தோசத்தை வெளிப்படுத்தியுள்ளார்.

பிராமணரல்லாத ஒருவர் இப்படிப் பதில் சொல்லும் திறன் பெற்றிருக்கிறார் என்பது பெரியாருக்கு மகிழ்ச்சி கொடுத்திருக்கலாம். அது இயல்பானதே. இந்நிகழ்வை அவரவர் கோணத்திற்கேற்ப எப்படியும் விளக்கலாம். ஜெயகாந்தனின் கோணம் என்ன என்பதும் முக்கியம். 'ஓர் ஆஸ்திக சமாஜத்தைச் சேர்ந்த மடாதிபதி போல' பெரியார் தெரிந்தார் என்கிறார் ஜெயகாந்தன். 'மிகவும் பண்போடு' தன்னை அழைத்தார் என்றும் சொல்கிறார். அதன் பின் அவர் சொல்வதுதான் பிரமாதம். 'அக்காலத்திலெல்லாம் நான் யாரையும் காலில் விழுந்து வணங்கியதில்லை. ஆனால் அப்படி ஓர் உணர்வு எனக்கு அப்போது தோன்றியது' என்று எழுதுகிறார் ஜெயகாந்தன்.

இந்தச் சம்பவத்தைக் கருத்துரிமை பற்றிப் பெரியார் கொண்டிருந்த எண்ணங்களை வெளிப்படுத்துவதாகக் காணலாம். ஒருவர் கருத்தை மறுத்துப் பேசுவதற்கு இன்னொருவருக்கு உரிமை இருக்கிறது என்பதைப் பெரியார் வலியுறுத்துகிறார். மறுத்துப் பேசுவோர் கருத்தை உன்னிப்பாகக் கவனித்து அதை ஊக்கப்படுத்துவதில் பெரியார் கவனம் செலுத்தியுள்ளார். கருத்துக்களைப் பேசும் போது யாருக்காவது மனம் புண்படத்தான் செய்யும்; அதற்காகப் பேசாமல் இருக்க முடியாது என்பது பெரியார் எண்ணம். 'அப்படியெல்லாம் மனசு புண்படக் கூடாது' என்பது பெரியாரின் அற்புதமான அறிவுரை. நம் பேச்சால் எத்தனை பேர் மனம் புண்பட்டிருப்பார்கள் என்பதை யோசித்துப் பார்த்திருக்கிறோமா என்று பெரியார் கேட்கிறார்.

இன்னொரு சம்பவத்தை நினைவிலிருந்து எழுதுகிறேன். அநேகமாகக் கடலூராக இருக்கலாம். ஒரு கூட்டத்துக்காகச் சென்றிருந்த பெரியார் மதியம் கோழி பிரியாணி சாப்பிட்டுவிட்டு

ஓய்வெடுத்துக் கொண்டிருந்தார். அருகில் உள்ள திருமண மண்டபம் ஒன்றில் ஆன்மீகக் கூட்டம் நடப்பதாக அவருக்குத் தகவல் தெரிந்தது. சரி, என்ன பேசுகிறார்கள் என்று கேட்க விரும்பித் தோழர்களோடு அம்மண்டபத்துக்குச் சென்றார். மண்டப நுழைவாயிலில் 'அசைவ உணவு உட்கொண்டோருக்கு அனுமதி இல்லை' என அறிவிப்பு வைக்கப்பட்டிருந்தது. அதைப் பார்த்ததும் 'நாம் கோழி சாப்பிட்டிருக்கிறோம். உள்ளே போக வேண்டாம்' என்று சொல்லிப் பெரியார் திரும்பி விட்டார். உடன் வந்தோர் 'நாம் கோழி சாப்பிட்டிருக்கிறோம் என்பது யாருக்குத் தெரியும்? உள்ளே போகலாம்' என்றனர். பெரியார் ஏற்றுக் கொள்ளவில்லை. 'நாம் நடத்தும் கூட்டத்திற்கு ஒரு விதிமுறை வகுத்தால் அதை அனைவரும் பின்பற்ற வேண்டும் என்று எதிர்பார்ப்போம் அல்லவா? அப்படித்தான் இதுவும். பிறர் வைத்திருக்கும் விதியையும் நாம் பின்பற்ற வேண்டும்' என்று சொன்னாராம்.

இந்தச் சம்பவத்தில் இருவிஷயங்கள் முக்கியமானவை. கடவுள் இல்லை என்று பேசிய பெரியார் கடவுளைப் பற்றிப் பேசும் ஆன்மீகக் கூட்டம் கேட்கப் போனார் என்பது முதலாவது. தாம் எதை மறுக்கிறோமோ அதைப் பற்றித் தீரத் தெரிந்துகொள்ள வேண்டும் என்பது அவர் எண்ணம். இராமாயணம், மகாபாரதம் உள்ளிட்ட இதிகாசங்களையும் பல புராணங்களையும் ஆழ்ந்து வாசித்தவர் பெரியார். அவ்வாசிப்பு அவற்றை மறுத்துப் பேச உதவியது. எதிர்தரப்பினராக இருப்பினும் அவர்களது விதிமுறைகளுக்கு மதிப்புக் கொடுக்க வேண்டும் என்பது இரண்டாவது. மற்றவர் நம்மை மதிக்க வேண்டும் என்று எதிர்பார்த்தால் நாம் மற்றவரை மதிக்க வேண்டும். ஒழுக்கம் என்பதற்கு அவர் கொடுத்த விளக்கமும் அப்படியானதுதான். 'ஒருவர் தன்னிடம் பிறர் எப்படி நடந்து கொள்ள வேண்டுமென எதிர்பார்க்கிறாரோ அப்படி எல்லாரிடமும் தான் நடந்து கொள்வதே ஒழுக்கமாகும்' என்றார்.

பெரியாரின் வாழ்வையும் பேச்சு, எழுத்துக்களையும் நுட்பமாக நோக்கினால் அவர் தம் உரிமையைப் பற்றி எத்தனை கவனம் கொண்டிருந்தாரோ அதற்கு நிகராகவோ அதைவிட அதிகமாகவோ, எதிர்கருத்துக் கொண்டிருப்போராகிய 'மற்றமை' பற்றியும் கேட்போராக இருக்கும் 'மக்கள்' குறித்தும் அக்கறை செலுத்தினார் என்பது விளங்கும். கருத்துரிமை பற்றிப் பேசுகையில் 'தான்' என்பதற்கு நிகராக மற்றமை, மக்கள் ஆகியவற்றைப் பற்றியும் பேச வேண்டும். இம்முக்கோணம் எப்போதும் பெரியார் கவனத்தில் இருந்தது.

‘என் அபிப்ராயத்தை வெளியிட எனக்கு உரிமை உண்டு; அதே போல் என் அபிப்ராயத்தை மறுக்க உங்களுக்கு உரிமை உண்டு’ என்பது பெரியார் தம் வாழ்வில் கடைபிடித்த நடைமுறை. எதிர்வினையாக வருபவற்றை உன்னிப்பாகக் கேட்பதும் அவற்றுக்கு உரிய வகையில் பேச்சிலோ எழுத்திலோ பதிலளிப்பதும் பெரியாரின் பண்பு. தம் கருத்துக்கு எதிரானவர்களைக் கைது செய்ய வேண்டும் என்றோ தண்டனை தர வேண்டும் என்றோ பெரியார் ஒருபோதும் வலியுறுத்தியதில்லை. மோசமான செயல்களைக் கண்டித்ததும் அவற்றுக்குத் தண்டனை தர வேண்டும் என்று அவர் வலியுறுத்தியதுண்டு. கருத்துக்கும் செயலுக்குமான வேறுபாட்டை அவர் மனம் கொண்டிருந்தார்.

‘நான் பேசுவனவற்றில் தப்பிதங்கள் இருக்கலாம் என்பதில் ஆட்சேபனை இல்லை. ஆனால் நான் சரி என்று நினைத்ததைச் சொல்ல எனக்கு உரிமை உண்டு என்பதில் நான் சந்தேகப்படவில்லை’ என்பது பெரியார் வாக்கு. இதில் ‘நான்’ என்பது பெரியாரைக் குறிப்பதல்ல. யார் இந்தத் தொடரைப் பயன்படுத்துகிறாரோ அவரைக் குறிக்கும். ஒவ்வொருவருக்கும் தான் சரி என்று நினைத்ததைச் சொல்ல உரிமை உண்டு என்பதே அவர் அபிப்ராயம். மற்றமையை உள்ளடக்கிப் பெரியார் சொன்னது இது.

ஒரு கருத்து சமூகத்தில் யாரைப் போய்ச் சேர்ந்து என்ன விளைவை ஏற்படுத்துமோ என்பது பெருங்கவலை தரக்கூடிய விஷயம். கேட்போராகிய மக்கள் பற்றிக் கருத்தாளர் கவலை கொண்டாக வேண்டும். ஒரு கருத்து புண்படுத்தலாம்; கொந்தளிப்பை ஏற்படுத்தலாம்; கலவரம் செய்யக்கூடத் தூண்டலாம். அதைப் பெரியார் கவனத்தில் கொண்டிருந்தார். ஆகவேதான் கருத்தைக் கேட்பவர், எதிர்கொள்பவர் நோக்கிலிருந்தும் அதாவது மக்கள் நோக்கிலிருந்தும் பெரியார் பேசினார். அவர் உரையிலும் எழுத்திலும் தம் கருத்தைப் பற்றிய ஐயங்களை முன்வைத்தார். ‘நாளை நான் எப்படி மாறப் போகின்றேன் என்பது எனக்கே தெரியாது. ஆகையால் நான் சொல்வதைக் கண்மூடித்தனமாய் நம்பாதீர்கள்’ என்றும் ‘வீண் அர்த்தமற்ற வார்த்தைகளுக்குக் காது கொடுக்காதீர்கள். ஒவ்வொன்றையும் நன்றாய் யோசித்துப் பார்த்து உங்கள் அபிப்ராயப்படி எதையும் முடிவு செய்யுங்கள்’ என்றும் சொல்லிக் கொண்டேயிருந்தார்.

ஒருவர் எப்போதும் ஒரே கருத்தைக் கூறிக்கொண்டிருக்க இயலாது. கால மாற்றத்திற்கேற்பவும் சூழலுக்கேற்பவும் கருத்து

மாறும். 'அன்றைக்கு அப்படிச் சொன்னீர்கள், இன்றைக்கு இப்படிச் சொல்கிறீர்களே' என்று கேட்பவர்களுக்குப் பதிலாக 'ஏன் கருத்து மாறக் கூடாதா?' என்று பெரியார் கேட்டார். 'எனக்காக எந்த மனிதனும் எவ்விதக் கஷ்டமும் அடைய வேண்டாம்; எதையும் நம்ப வேண்டாம். நான் கூறுபவைகளை வெகுஜாக்கிரதையாய் அலசிப் பார்க்க வேண்டுமென்றே ஆசைப்படுகிறேன்' என்றார்.

யாருக்காகத் தாம் பேசுகிறோம், எழுதுகிறோம் என்று கருதினாரோ அவர்களுடைய சுதந்திரம் பற்றியும் பெரியார் சிந்தித்தார். 'நான் ஒரு சுதந்தர மனிதன்; எனக்குச் சுதந்தர நினைப்பு, சுதந்தர அனுபவம், சுதந்தர உணர்ச்சி உண்டு. அதை உங்கள் முன் சமர்ப்பிக்கிறேன். நீங்கள் என்னைப் போலவே உங்களது சுதந்தர நினைப்பு, அனுபவம், உணர்ச்சி ஆகியவை களால் பரிசீலனை செய்து, ஒப்பக் கூடியவைகளை ஒப்பி, தள்ளக் கூடியவைகளைத் தள்ளிவிடுங்கள் என்கின்ற நிபந்தனையின் பேரிலேதான் எதையும் தெரிவிக்கிறேன்' என்றார் பெரியார்.

தாம் யாரை நோக்கிப் பேசினாரோ அந்த மக்களை ஒன்றும் தெரியாதவர்களாக, முட்டாள்களாகப் பெரியார் கருத வில்லை. திரும்பத் திரும்ப அவர்களிடம் சொல்வது 'சொந்தப் புத்தியைக் கொண்டு சிந்தியுங்கள்' என்பதுதான். சிந்தித்தல் எத்தனை முக்கியமானது என்பதை அவர் குறிப்பிடத் தவறியதே இல்லை. சில சான்றுகள்:

'ஆகவே நான் சொல்லுவதைப் பொறுமையுடனும் சுயபுத்தி யுடனும் ஆராய்ச்சி செய்து பார்த்து உங்களுக்குச் சரி என்று தோன்றியபடி நடவுங்கள்.'

'சிந்திப்பதில் கெடுதியில்லை; சிந்திப்பதால் நீங்கள் பாவியாகிவிட மாட்டீர்கள். சிந்தித்தால் தான் உங்கள் இழிவினுடைய –துன்பத்தினுடைய அஸ்திவாரம், ஆணிவேர் எங்கிருக்கின்றது என்று உங்களுக்குப் புரியும்.'

'அப்படியிருந்தும் பிறவியின் பெயரால் சாதி வித்தியாசம் இருந்துவரக் காரணம் என்ன என்பதை உங்கள் சொந்தப் புத்தியைக் கொண்டு சிந்தித்துப் பார்க்க வேண்டும்.'

'உங்கள் புத்திக்குச் சரி என்று பட்டதைத் தைரியமாகச் செய்யுங்கள். அது நாத்திகமானாலும் மகா பாதகமானாலும் கடைசியாய் ஒரு சிறிதுகூட அந்தப் பூச்சாண்டிகளுக்குப் பயப்படாதீர்கள்.'

'சாதாரணமாக, சிந்திக்கத் துவங்கி விட்டோமானால், எந்தச் சங்கதியையும் ஆராய்ந்து பார்க்க வேண்டும் என்கிற

பழக்கத்துக்கு வந்து விட்டோமானால் – அப்புறம் தானாக எல்லாச் சங்கதிகளின் குறைகளையும் போக்கிக் கொள்ள முடியும்.'

'ஆகவே, நான் உரைப்பவைகளை ஆராய்ந்து பாருங்கள். உங்களுக்கு அவைகள் உண்மையென்று தோன்றினால் அவைகளை ஒப்புக் கொள்ளுங்கள். இல்லாவிட்டால் தள்ளிவிடுங்கள்.'

மேற்கண்டவற்றில் சொந்த புத்தியுடன் எதையும் ஆராய்ந்து பார்க்க வேண்டும் என்பதைப் பெரியார் எந்த அளவு வற்புறுத்துகிறார் என்பது தெளிவு. சமூகத்திற்கு எதிரான கருத்துக்களை ஒழித்துவிட முடியாது. சமூகத்தில் வெறுப்பையும் பிளவையும் உருவாக்கக் கூடிய கருத்துக்களைத் தவிர்க்க முடியாது. ஆனால் என்ன செய்யலாம்? அவற்றைக் கேட்பவர்களாகிய நாம் (மக்கள்) நம் சொந்த புத்தியைக் கொண்டு சிந்திப்பதன் மூலம் எது சரியானது, எது தவறானது என்று எளிதாக முடிவு செய்யலாம். 'வீண் வார்த்தைகளுக்குக் காது கொடுக்காதீர்கள்' என்று அவர் சொல்வது அதனால் ஏற்படும் பாதிப்பைக் குறைப்பது, இல்லாமல் செய்வது என்னும் நோக்கில்தான்.

கேட்கும் எதையும் அப்படியே நம்பிவிடக் கூடாது. அதைப் பற்றிச் சிந்திக்க வேண்டும்; ஆராய்ந்து பார்க்க வேண்டும். சிந்திப்பது மனித இயல்பு. அதைத் தொடர்ந்து செய்வதன் மூலம் பழக்கமாக்கிக் கொள்ள முடியும். ஒவ்வொருவருக்கும் சிந்திக்கும் பழக்கம் வந்துவிட்டால் எந்தக் கருத்தையும் பொறுமையுடனும் நிதானத்துடனும் ஆராய்ந்து முடிவெடுக்க இயலும். சுயபுத்தியுடன் சிந்தித்தல் ஒன்றுதான் அனைவருக்கும் தேவை.

எவர் ஒருவருக்கும் தம் கருத்தை வெளியிடும் உரிமை இந்தச் சமூகத்தில் இருக்கிறது. அதை எவர் ஒருவரும் அப்படியே ஏற்றுக்கொள்ளக் கூடாது. தம் சொந்தப் புத்தியால் சிந்தித்து, கொள்ள வேண்டியவற்றைக் கொண்டு, தள்ள வேண்டியவற்றைத் தள்ளிவிட வேண்டும். சொல்பவருக்கு இருக்கும் உரிமை போலவே கொள்பவருக்கு இருக்கும் உரிமையையும் பெரியார் தெளிவுபடுத்திக் கொண்டேயிருந்தார்.

தான், மற்றமை, மக்கள் ஆகிய முத்தரப்பையும் எப்போதும் கவனத்தில் இருத்தி மிகவும் விரிவான களத்தைக் கருத்துரிமைக்கு ஏற்படுத்திக் கொடுத்தவர் பெரியார். இப்படித்தான் பெரியாரின் கருத்துரிமை பற்றிய சிந்தனையை நான் புரிந்துகொள்கிறேன்.

பயன்பட்ட நூல்கள்:

1. ஜெயகாந்தன், 'ஓர் இலக்கியவாதியின் அரசியல் அனுபவங்கள்', 1974, மீனாட்சி புத்தக நிலையம், மதுரை.
2. வே. ஆனைமுத்து (ப.ஆ), 'பெரியார் ஈ.வெ.ரா. சிந்தனைகள்', தொகுதி 1 சமுதாயம் 1; தொகுதி 5, தத்துவம் 1 ஆகிய நூல்கள், சென்னை: பெரியார் ஈ.வெ. ராமசாமி - நாகம்மை கல்வி ஆராய்ச்சி அறக்கட்டளை, 2009, இரண்டாம் பதிப்பு.
3. A.R.Vendatachalapathy, *'Clash of the titans',* Literary Review, The Hindu, 02-05-2015.

அருஞ்சொல், 05—08—23.

27

அப்போது எங்கே போனேன்?

> After all, no one is forced to read a book or view a film as it is a conscious choice of the viewer or the reader.
>
> — மாதொருபாகன் வழக்கில்
> சென்னை உயர்நீதிமன்றத் தீர்ப்பிலிருந்து (ப.143).

கிழக்குப் பதிப்பாளர் பத்ரி சேஷாத்திரி கைது நடவடிக்கையைக் கைவிட வேண்டித் தமிழ்நாடு முதல்வர் மாண்புமிகு மு.க. ஸ்டாலின் அவர்களுக்கு நண்பர்கள் இணைந்து கடிதம் ஒன்றை எழுதி அனுப்பினோம். அக்கடிதம் சமூக ஊடகங்களில் வெளியானதும் ஏராளமான கண்டனங்கள், வசைகள், வன்ம வெளிப்பாடுகள், அதிர்ச்சிகள், உணர்ச்சிவசங்கள் எல்லாம் வந்தன. முதல் நாள் அவற்றை வெறுமனே கவனித்துக் கொண்டிருந்தேன். அடுத்த நாள் உணர்ச்சிவசமான (செண்டிமெண்ட்!) வெளிப்பாடுகள் சிலவற்றின் உருக்கத்தால் நிலைகுலைந்து முகநூலை விட்டுச் சில நாட்கள் வெளியேறினேன். முகநூலை விட்டு ஓடி விட்டார், பயந்தாங்கொள்ளி என்றெல்லாம் பதிவுகள் வந்தனவாம். அவற்றை நான் காணவில்லை.

நான் இந்த முறை வெளியேறியது நல்ல தெளிவுடன் தான். கருத்துரிமை பற்றித் தொடர்ந்து சிந்தித்து வருகையில் எழுதுவோர் உரிமை, மறுப்போர் உரிமை பற்றி மட்டுமல்லாமல் வாசிப்போர் உரிமை பற்றியும் கவனத்தில் கொள்ள வேண்டும் என்பதை ஆழ உணர்ந்தேன். பெரியார்

தம் எழுத்துக்களிலும் பேச்சுக்களிலும் இந்த மூன்றாம் தரப்பை எப்போதும் கவனத்தில் கொண்டிருந்தார். மாதொருபாகன் வழக்கில் தீர்ப்பு வழங்கிய சென்னை உயர்நீதிமன்றத் தலைமை நீதிபதி சஞ்சய் கிஷன் கவுல், புஷ்பா சத்தியநாராயணா அமர்வு இந்த மூன்றாம் தரப்பைப் பெரிதும் முன்னிறுத்திப் பேசியுள்ளது.

மூன்றாம் தரப்பை ஒவ்வொரு துறைக்கும் தகுந்த மாதிரி பெயர் சூட்டி அழைக்கிறோம். எழுத்து சார்ந்த துறைகளில் வாசகர்; வானொலி, தொலைக்காட்சி போன்ற ஊடகங்களில் நேயர்; திரைப்படத் துறையில் ரசிகர்; கலைத்துறைகளில் பார்வையாளர்; அரசியல் துறையில் மக்கள். அனைத்தையும் உள்ளடக்கிய சொல் 'மக்கள்' என்று சொல்லலாம்.

எதை வேண்டுமானாலும் எழுதச் சுதந்திரம் வேண்டும் என்று எழுதுவோர் நினைக்கிறார்கள். எழுத்தில் உள்ள ஏதேனும் ஒரு விஷயத்தின் அடிப்படையில் அதை மறுக்க முயல்வோர் தமக்கு அதற்கான சுதந்திரம் வேண்டும் என்று கருதுகிறார்கள். இவ்விரு தரப்பும் விவாதிப்பதும் சண்டையிட்டுக் கொள்வதும் சட்டரீதியான நடவடிக்கை மேற்கொள்வதும் வாடிக்கையாக உள்ளது. அரசு இவ்விரு தரப்பில் தம் கொள்கையை ஒட்டியோ சட்டம் ஒழுங்குப் பிரச்சினை காரணமாகவோ ஏதாவது ஒரு தரப்பு சார்ந்து முடிவெடுத்துச் செயல்படுகிறது.

அரசை விமர்சிக்கும் கருத்தாக இருப்பின் இரண்டாம் தரப்பாக மாறி அடக்குமுறையைக் கையாள அரசு தயங்குவதில்லை. கருத்துரிமையைப் பொருத்தவரையில் எந்த அரசும் நேர்மையானதல்ல. ஆனால் மூன்றாம் தரப்பு பற்றி யாரும் பெரிதாகக் கவனம் கொள்வதில்லை. ஒருவகையில் சொன்னால் மறுப்புக் கருத்துடைய இரண்டாம் தரப்பும் முதலில் மூன்றாம் தரப்புக்குள் அடங்கித்தான் இருக்கிறது. மறுப்புத் தெரிவிக்கும் நடவடிக்கைகளில் இறங்குவதால் மூன்றாம் தரப்பிலிருந்து தன்னை விடுவித்துக் கொண்டு இரண்டாம் தரப்பாக மாறுகிறது.

மூன்றாம் தரப்பை எழுத்துலகில் 'வாசகர்' என்று குறிப்பிடுகிறோம். இருப்பதிலேயே வாசகச் சுதந்திரம்தான் எல்லையற்றது. அதற்கு யாராலும் வரையறை கொடுக்க முடியாது. எல்லை வகுக்க இயலாது. சட்டரீதியான நடவடிக்கை மேற்கொள்ள வாய்ப்பில்லை. தம் சுதந்திரத்தைத் தீர்மானித்துக் கொள்ளும் வாய்ப்பு முற்ற முழுக்க வாசகருக்கு இருக்கிறது. ஒரு புத்தகத்தை வாங்கலாம்; வாங்காமல் இருக்கலாம். வாங்கிய நூலை வாசிக்கலாம்; வாசிக்காமல் இருக்கலாம். கொஞ்சம் வாசித்துப் பிடிக்கவில்லை என்று சொல்லி வைத்து

விடலாம்; வீசியும் எறியலாம். கிழித்துப் போடலாம், எரிக்கலாம், பிறருக்குக் கொடுக்கலாம், என்ன வேண்டுமானாலும் செய்யலாம். ஒருவர் எழுத்து பிடித்திருக்கிறது என்று சொல்லலாம்; சொல்லாமலும் இருக்கலாம். மனம் புண்படுகிறது, இழிவுபடுத்துகிறது என்று சொல்வோர் யாராலும் கட்டுப்பாடு விதிக்க இயலாத, இவ்வளவு என்று வரையறுக்க முடியாத இந்தச் சுதந்திரத்தைத் தாராளமாகப் பயன்படுத்தினால் கருத்துரிமை சார்ந்த பிரச்சினைகள் வரவே வாய்ப்பில்லை.

சமூக ஊடகம் எல்லோருக்கும் சமமான வாய்ப்புக்களை வழங்குகின்றது என்றாலும் மந்தைத்தனத்தையும் உருவாக்குகிறது. ஒரு விஷயத்தைச் சிலர் பரபரப்பாக்கும் விதத்தில் பதிவிட்டால் பிறர் தமக்கும் அதில் ஏதாவது பங்கிருக்க வேண்டும் என்று நினைக்கிறார்கள். அப்பிரச்சினையின் பரிமாணங்களை அறியாமலே, அதற்குரியவற்றைக் கவனம் எடுத்து வாசிக்காமலே முந்தைய பதிவுகளின் அடிப்படையில் அவற்றை ஒட்டிப் பதிவிடுபவர்களாக மாறிவிடுகின்றனர். தனக்கு அந்தத் துறையில் ஈடுபாடு இருக்கிறதா, அது சார்ந்த அறிவு பெற்றிருக்கிறோமா, சுயமான கருத்து இருக்கிறதா என்றெல்லாம் யோசிப்பதில்லை. என்ன நடந்தது என்று தெரியாது, ஆனால் எல்லோரும் அடிக்கிறார்கள், என் பங்குக்கு நானும் ஓர் அடி அடித்துக் கொள்கிறேன் என்று சொல்வது போலத்தான்.

கடிதம் எழுதியவர்களில் நானும் ஒருவன் என்பதை உண்மையிலேயே அங்கீகரிக்க இயலாத அளவு என்மீது பற்றுக் கொண்டவர்கள் பலருண்டு என்பதை நானறிவேன். சொந்தக் காரணம் ஏதுமில்லாமல் வன்மம் கொண்டவர்கள் பலரும் உண்டு. தாம் நம்பும் கருத்துக்களின் மேலுள்ள ஆழ்ந்த பற்றுடையோரும் உண்டு. அவரவர் நோக்கிலிருந்து தம் எண்ணங்களையும் சொற்களையும் பயன்படுத்திப் பதிவிடும்போது அவற்றால் என் மனம் சங்கடமுறுவதை அறிந்தேன். பிற பணிகளில் ஆர்வமற்றுப் போவதையும் ஏதோ ஒரு விரக்தி தோன்றுவதையும் உள்ளுக்குள் உணர்ந்தேன்.

மனதைப் பாதிக்குமாறு எழுதுவோர் யாரென்று அறியாமல் இருப்பது நல்லது, அவற்றை வாசிக்காமல் விடுவதே ஆரோக்கியமானது என்று வாசகச் சுதந்திரத்தைப் பயன்படுத்த முடிவு செய்தேன். தற்காலிகமாக வெளியேறும் வாய்ப்பை முகநூலும் வைத்திருக்கிறது. வாசகச் சுதந்திரத்தை அனுபவித்த காரணத்தால் உண்மையில் மகிழ்ச்சியாக இருந்தேன்; கலங்கிய மனநிலை தெளிவதற்கும் அது உதவியது. கருத்துக்களைப் புறவயமாகப் புரிந்து கொள்ளவும் இயன்றது.

அப்படியெல்லாம் மனசு புண்படக் கூடாது

அந்தக் கடிதம் இன்றைய திமுக ஆட்சியை ஆதரவானதாகக் கருதிக் கோரிக்கை வைக்கும் நோக்கில்தான் எழுதப்பட்டிருந்தது. 'பத்ரி சேஷாத்திரியின் கருத்து கடும் கண்டனத்துக்குரியது' என்பதைத் தெளிவுபடுத்திவிட்டு 'எனினும் இத்தகைய செயலுக்குக் கைது என்பது மிகையான நடவடிக்கை என்றும் நமது அரசியல் சாசனம் வழங்கும் கருத்துரிமைக்கு மாறானது என்றும் நாங்கள் உறுதியாகக் கருதுகிறோம்' என்று தெரிவித்திருந்தோம். 'கைது என்பது மிகையான நடவடிக்கை' என்பது மனித உரிமை ஆர்வலர்கள், கருத்துரிமை பற்றிய அக்கறை கொண்டோர் எனப் பலரும் ஒத்துக்கொண்ட ஒன்று.

எழுத்தாளரும் வழக்கறிஞருமான ச.பாலமுருகன் 'இந்தக் கைது தவறானது' என்று பதிவிட்டிருந்தார். நாங்கள் எழுதியிருந்த கடிதத்தைப் பகிர்ந்த எழுத்தாளர் ச. தமிழ்செல்வன் '*I support personally*' என்று கூறியிருந்தார். தம் வாழ்நாளை மார்க்சிய இயக்கத்திற்கும் தமிழ்நாடு முற்போக்கு எழுத்தாளர்கள் கலைஞர்கள் சங்கத்திற்கும் என்றே அர்ப்பணித்தவர் அவர். முதல் முறையாகத் தன் தனிப்பட்ட கருத்து ஒன்றைப் பொதுவெளியில் அவர் வெளிப்படுத்தியிருந்தார். இந்தக் கருத்துக்கு அவரது நியாயம் என்ன என்று கேட்கக்கூட மனமில்லாமல் அவர் மீது பலர் பாய்ந்தனர். தம் பதிவை அவர் நீக்க நேர்ந்தது மிகுந்த வருத்தத்திற்குரியது.

இவ்வாறு கைது நடவடிக்கையைக் கண்டித்தோர் பலர். கருத்துரிமைக் களத்தில் தொடர்ந்து இயங்கி வரும் இவர்கள் யாரும் பத்ரியின் கருத்தைச் சிறிதும் ஏற்றோர் அல்ல. நாம் எதிர்க்கும் கருத்தாக இருப்பினும் அதைக் கூறுவோர் மீது கைது நடவடிக்கை மேற்கொள்ளக் கூடாது, கருத்துத் தளத்தில் அதை எதிர்கொள்ளலாம், சட்டரீதியான நீதிமன்ற நடவடிக்கைகளை மேற்கொள்ளலாம் என்னும் பார்வையைக் கொண்டவர்கள்.

நமக்கு உடன்பாடான கருத்தைக் கூறும் ஒருவருக்கும் இப்படியான கைது நடவடிக்கை வரலாம். எத்தகைய அரசாக இருந்தாலும் அதன் அதிகார அமைப்பு எப்படி நடந்து கொள்ளும் என்பதைக் கணிக்க முடியாது. ஆகவே யாராக இருந்தாலும் 'கைது கூடாது' என்று சொல்வதே கருத்துரிமையைப் பாதுகாப்போர் நிலைப்பாடாக இருக்க முடியும். கட்சி சார்ந்தோர், ஆதரவாளர்கள் தம் கட்சி செய்யும் எதையும் கண்ணை மூடிக்கொண்டு ஆதரிப்பார்கள். ஜனநாயகவாதிகள், சுதந்திரச் சிந்தனையாளர்கள் அப்படி இருக்க முடியாது.

விருப்பமான கருத்தைக் கூறுவோர் பாதிப்படையும் போது கொந்தளித்துக் கருத்துரிமை பேசுவதும் எதிர்கருத்தைக்

கூறுவோர் பாதித்தால் கொண்டாடுவது அல்லது அமைதி காப்பதும் அரசு இயல்பைப் புரிந்துகொள்ளாத தன்மையாகும். ஒரே அரசு வெவ்வேறு சூழல்களில் எப்படி நடந்துகொள்ளும் என்று சொல்ல முடியாது. அரசியல் சூழல் சார்ந்தே அதன் நடவடிக்கைகள் இருக்கும். தம் கொள்கைக்கு உடன்பாடான கருத்தைச் சொல்பவர் மீது கூட அரசியல் அழுத்தம் காரணமாக ஓர் அரசு நடவடிக்கை எடுக்கக்கூடும்.

சமீபத்தில் கவிஞர் விடுதலை சிகப்பி எழுதிய ஒரு கவிதை தொடர்பாக மதவாதிகள் அளித்த புகாரில் அவரைக் கைது செய்யக்கூடும் என்னும் அச்சம் நிலவியது. நீதிமன்றத்தில் அவர் முன்பிணை பெற நேர்ந்தது. இதையெல்லாம் கவனத்தில் கொண்டுதான் கைதைக் கண்டிக்க நேர்கிறது. கருத்துரிமை விஷயத்தில் கைதை எந்த நிலையிலும் ஆதரிக்கக் கூடாது என்பதே என் எண்ணம். எனினும் சட்டரீதியாக நீதிமன்றத்தை அணுகிய பிறகு கைதை இறுதியான நடவடிக்கையாக வேண்டுமானால் அரசு வைத்துக் கொள்ளலாம் என்பதை ஒருவாறு ஏற்கலாம்.

கைதைக் கண்டிப்பதால் பத்ரியின் கருத்துக்களை நான் ஏற்பதாகப் பாவித்துக் கொண்டு பேசுவோரைப் பற்றி என்ன சொல்வது? பத்ரியின் கருத்துக்களில் எதையும் ஏற்பவன் அல்ல என்பதை என் எழுத்துக்கள், செயல்பாடுகளை மேலோட்டமாகக் காண்பவர் கூட அறிய முடியும். 2022 அக்டோபரில் அறிஞர் அண்ணா குறித்துப் பத்ரி வெளிப்படுத்திய கருத்துக்களை ஒட்டி இரண்டு கட்டுரைகளை என் வலைத்தளத்தில் எழுதினேன்.

'இந்தி என்னும் கொலைக்கருவி' தலைப்பிலான முதல் கட்டுரை 'ஆதிக்கத்தை எதிர்த்த அண்ணாவை அறிஞர் என்கிறோம் நாம்; முட்டாள் என்கிறது இந்துத்துவம்' என்று முடிகிறது. இதற்கு எதிர்வினையாகப் பத்ரி எழுதிய ட்விட்டர் குறிப்புக்குப் பதிலளித்து 'நான் முட்டாள்தான்' என்றொரு கட்டுரை எழுதினேன். அக்கட்டுரை 'அண்ணா படிக்கச் சொன்னார்; அதைக் கேட்டு அப்பா என்னைப் படிக்க வைத்தார். படித்தும் என்ன? நான் முட்டாள்தான். அதில் என்ன பெருமை? பெருமை இருக்கிறது, அண்ணா உருவாக்கிய முட்டாள் நான்' என்று முடிகிறது.

அப்போது இக்கட்டுரைகளை வாசித்துப் பாராட்டியோர், பகிர்ந்தோர் பலர் அதையெல்லாம் எளிதாக மறந்துவிட்டார்கள். சமூக ஊடகங்களில் ஏராளம் வந்து குவியும் சூழலில் மறதி இயல்புதான். ஆனால் இவற்றை எல்லாம் வாசிப்பதை ஒட்டி ஒருவரைப் பற்றிய மனப்பதிவு இருக்கும் அல்லவா? அதற்குக்கூட

மதிப்பளிக்காமல் பத்ரியின் கருத்துக்களை ஏற்றுக்கொள்பவன் என்று என்னை எப்படி முத்திரை குத்த முடிகிறது?

அண்ணா நூற்றாண்டின் போது அவரது சிறந்த சிறுகதைகளைத் தொகுத்துத் 'தீட்டுத்துணி' என்னும் தலைப்பில் நூலாக்கியிருக்கிறேன். அது பல பதிப்புகளைப் பெற்று இன்றுவரை விற்பனையில் இருக்கிறது. பெரியார் குறித்துத் தொடர்ந்து எழுதி வருகிறேன். இவற்றை எல்லாம் எளிதாக மறந்துவிட்டுப் பத்ரியின் கருத்தை ஏற்கிறேன் என்று வசைபாட எப்படி முடிகிறது?

நான் மட்டுமல்ல, இந்தக் கடிதத்தில் கையொப்பம் இட்டோர் அனைவரும் (அம்பை, பால் சக்காரியா, டி.எம். கிருஷ்ணா, ஆ. இரா. வேங்கடாசலபதி, ஸ்டாலின் ராஜாங்கம், ராஜன்குறை, காலச்சுவடு கண்ணன் ஆகியோர்) தம்மளவில் கருத்துரிமைக்காகத் தொடர்ந்து குரல் கொடுத்து வருபவர்கள்தான். கருத்துரிமைக்காக டி.எம். கிருஷ்ணாவின் குரல் ஒலிக்காத சந்தர்ப்பம் உண்டா? காலச்சுவடு இதழில் கருத்துரிமை சார்ந்து தொடர்ந்து கவனப்படுத்தியதோடு 'எது கருத்துரிமை?' என்னும் தலைப்பில் நூல் எழுதியவர் கண்ணன்.

கருத்துரிமைப் பிரச்சினைகளில் தம் கருத்தை முன்வைப்பதில் எந்தத் தயக்கமும் அற்றவர் ஸ்டாலின் ராஜாங்கம். இன்றைய தி.மு.க. அரசை ஆதரித்துத் தொடர்ந்து எழுதி வருபவர் ராஜன்குறை. அவர் கட்டுரைகளை 'முரசொலி' மறுவெளியீடு செய்து வருகிறது. இவர்களது எழுத்துக்களையும் செயல்பாடுகளையும் தொடர்ந்து கவனித்து வருபவர் எவரும் பத்ரியின் கருத்தோடு இவர்கள் உடன்படுவார்கள் என்று கருத எந்த நியாயமும் இல்லை.

இந்த மாதிரியான விஷயத்தில் வலதுசாரிகள் கொண்டிருக்கும் கருத்தும் நடைமுறையும் வேறு. இடதுசாரிகள் கொண்டிருக்கும் கருத்தும் நடைமுறையும் வேறு. தம் அமைப்பு ஏதாவது ஒன்றில் சில காலம் வெறும் ஆதரவாளராக இருந்த ஒருவராயினும் பல்லாண்டுகள் பயிற்சி பெற்ற ஒருவராயினும் தம்மோடு முரண்பட்டு வெளியேறிவிட்டால், தமக்கு எதிராகப் பேசினால் வலதுசாரிகள் அவரைத் தம் எதிரியாக ஒருபோதும் கட்டமைத்துக் கொள்வதில்லை. எங்கிருந்தாலும் தம் கருத்தும் ஆதரவும் துளியேனும் அவரிடம் ஒட்டிக் கொண்டிருக்கும் என்று நம்புகின்றனர். தம்மில் ஒருவராகவே எப்போதும் அவரைக் காண்கின்றனர்.

தம்மோடு பல்லாண்டுகள் இணைந்து செயல்பட்ட தோழர் ஒருவர் ஏதேனும் ஒரு விஷயத்தில் சிறுமுரண்பாடு கொண்டு

விட்டால் உடனே அவரைத் தம் எதிரியாகக் கட்டமைத்து வெளியேற்றி விடுவதில் வல்லவர்கள் இடதுசாரிகள். கட்சி நிலைப்பாட்டைச் சிறுவிமர்சனம் செய்துவிட்டாலும்போதும், அவர் எதிரியாகிவிடுவார். விமர்சனம், சுயவிமர்சனம் எல்லாம் தேவை என்பது பேச்சளவில் மட்டும்தான். ஒருவரை 'வென்றெடுத்து'த் தம் ஆதரவாளர் ஆக்குவதற்குப் பெருங்கஷ்டப்பட்டிருப்பார்கள்; பல மணி நேரம், பல நாட்கள் செலவழித்திருப்பார்கள். ஆனால் உடன் செயல்பட்ட அவரை 'எதிரி' என முத்திரை குத்தி விலக்குவதற்கு ஒருநாள்கூடத் தேவையில்லை. தலைமையிலிருந்து தொண்டர் வரைக்கும் இதுதான் இடதுசாரி மனோபாவம்.

ஒருவரைத் தம்மவர் ஆக்கிக் கொள்வதற்கு ஏதேனும் ஓர் அம்சம் உடன்பாடாக இருக்கிறதா என்று பார்க்கிறார்கள் வலதுசாரிகள். ஒருவரைத் தம்மிலிருந்து விலக்குவதற்கு ஏதேனும் ஓர் அம்சம் எதிரானதாக இருக்கிறதா எனப் பார்க்கிறார்கள் இடதுசாரிகள். எல்லோரையும் உள்ளடக்கிக் கொள்ள வலதுசாரிகள் விரும்புகிறார்கள். ஒவ்வொருவராக வெளியேற்றிவிட இடதுசாரிகள் முயல்கிறார்கள். சில ஆண்டுகள் இடதுசாரி இயக்கத்தில் தீவிரமாகச் செயல்பட்டவன் என்ற முறையிலும் இன்று வரைக்கும் ஏதோ ஒருவகையில் இணைந்து செயல்பட்டு வருபவன் என்னும் அடிப்படையிலும் இதைச் சொல்கிறேன். சில தோழர்களிடம் கடும் விமர்சனமாக இப்படிச் சொல்லியிருக்கிறேன், 'கம்யூனிஸ்டுகளுக்கு முதல் எதிரி முதலாளித்துவம் அல்ல, தம்மிடருந்து விலகிச் சென்ற தோழர்கள் தான்.'

இடதுசாரிகளைப் போன்றதல்ல திராவிட இயக்கம். பெரியார் காலத்திலிருந்து எல்லா மக்களையும் உள்ளடக்கு வதை நோக்கமாகக் கொண்டு செயல்பட்டு வரும் வெகுஜன இயக்கம் அது. தி.க., தி.மு.க., அ.தி.மு.க. என்று முப்பெரும் இயக்கங்களிலும் தொண்டராக இருந்தவர் என் தந்தை. எம். ஜி.ஆரைத் தலைவராக ஏற்ற காலத்திலும் கலைஞரின் கூட்டங் களுக்கு எங்களையும் அழைத்துச் செல்வார். கலைஞரைத் திட்டவென்று சில தனித்த வசைச்சொற்களை வைத்திருப்பார். ஆனால் 'அவர் மாதிரி யாராலும் பேச முடியாது' என்று சொல்லி அவர் பேச்சை ரசித்துக் கேட்பார்.

அரசியல் தலைவர்களாயினும் தொண்டர்களாயினும் திமுக, அதிமுக என்று மாறிக் கொள்வதை யாரும் பெரும்பாதக மாகக் கருதியதில்லை. 'ஒன்றே குலம் ஒருவனே தேவன்' என்று அண்ணா செய்து கொண்ட சமரசம் என்பது எல்லோரையும் உள்ளடக்கும் அரசியலின் வெளிப்பாடுதான். வலதுசாரிகளை

அப்படியெல்லாம் மனசு புண்படக் கூடாது

எதிர்ப்பதில் இன்று திமுக வலுவோடு இருப்பதற்குக் காரணம் அனைவரையும் உள்ளடக்கும் இந்த வெகுஜனத்தன்மையே.

காலமெல்லாம் பெரியாரையும் திராவிட இயக்கத்தையும் தம் எதிரியாகக் கருதிக் கடும் விமர்சனத்தை முன்வைத்து வந்தவர்கள் இடதுசாரிகள். தேர்தலில் ஈடுபடும் மிதவாத இடதுசாரிகள், 'தேர்தல் பாதை திருடர் பாதை' என்று புறக்கணிக்கும் தீவிர இடதுசாரிகள் உள்ளிட்ட அனைவரும் இந்துத்துவத்தை எதிர்க்கும் நோக்கில் ஒன்றுபட்டுத் திராவிட இயக்கக் கொள்கைகளையும் பெரியாரையும் ஆதரிப்பவர்களாக இப்போது மாறியிருக்கிறார்கள். அவர்களில் பெரும்பாலானோர் சமூக ஊடகங்களில் திராவிட இயக்கத்தின் கொள்கையாளர்களாகத் தம்மை முன்னிறுத்திக் கொள்கிறார்கள்.

திராவிட இயக்கத்தின் உள்ளடக்கும் இயல்புக்கு மாறாக இடதுசாரிகளின் 'வெளியேற்றும்' இயல்பைக் கொண்டு வந்து பொதுவெளியில் வைக்கிறார்கள். ஆதரவுப் போர்வையில் வருவதால் திராவிட இயக்கச் சிந்தனையாளர்களும் கட்சியினரும் அவர்களை நம்பி 'வெளியேற்றும்' இயல்பைச் சுவீகரித்துக் கொள்ள முயல்கிறார்கள். திராவிட இயக்க வரலாற்றாசிரியராக உலகளவில் அடையாளம் பெற்றவரும் திராவிட இயக்கம் தொடர்பான பல்வேறு ஆய்வு நூல்கள் வெளியாகக் காரணமானவரும் பல்லாண்டு ஆய்வு செய்து ஆதாரப்பூர்வமாகப் பெரியார் வாழ்க்கை வரலாற்றை விரிவாக எழுதிக் கொண்டிருப்பவருமான ஆ.இரா. வேங்கடாசலபதியைச் சிலர் 'திராவிட இயக்க எதிரி' என்று இன்று சித்திரிக்க முற்படுகின்றனர். இந்தப் பார்வை எங்கிருந்து வருகிறது? இடதுசாரிகளின் ஊடுருவல் திராவிட இயக்கத்தின் இயல்புக்குப் பொருந்துவதல்ல.

பத்ரி கைது மிகை நடவடிக்கை, அதைக் கைவிட வேண்டும் என்று எழுதியதும் பலர் முன்வைத்த ஒரு கேள்வி 'இதற்கு முன்னால் கருத்துச் சுதந்திரத்திற்காக என்ன செய்தீர்கள்?' என்பது. சில சந்தர்ப்பங்களைக் குறிப்பிட்டு 'அப்போது எங்கே போனீர்கள்?' என்றார்கள். ஒருவர் இதற்கு முன் என்ன செய்திருக்கிறார் என்று கேட்பதற்கு முன் சிறுதேடல் மூலமாகத் தெரிந்து கொண்டிருக்கலாமே. கூகுள் காலத்தில் அது வெகு எளிது தானே? சரி, அப்போது எங்கே போனேன்?

கடந்த ஏழெட்டு ஆண்டுகளில் கருத்துரிமை தொடர்பாக இருபதுக்கும் மேற்பட்ட கட்டுரைகள் எழுதியுள்ளேன். பல அறிக்கைகளில் கையொப்பம் இட்டுள்ளேன். தமிழ்நாடு என்றல்ல, கருத்துரிமைப் பிரச்சினைக்காக இந்திய அளவில் என்னை அணுகிய எல்லாவற்றுக்கும் கையொப்பம் இட்டுள்ளேன். உலக

அளவில் செயல்படும் ‘பென்’ அமைப்பு முன்னெடுத்த கருத்துரிமைப் பிரச்சினைகளில் என்னாலான ஆதரவைத் தெரிவித்துள்ளேன்.

தென்னிந்தியா சார்ந்து ‘பென்’ அமைப்பு முன்னெடுத்த காஞ்சா அய்லய்யா, எஸ். ஹரீஷ், வைரமுத்து ஆகியோருக்கான அறிக்கைகளில் கையொப்பம் இட்டது சட்டென்று நினைவுக்கு வருகிறது. சிலவற்றுக்கு என் கருத்தோ கையொப்பமோ இல்லை என்றால் அவை என் கவனத்திற்கு வந்திருக்காது அல்லது முன்னெடுத்தோர் என்னை அணுகியிருக்க மாட்டார்கள் என்றே பொருள். மேலும் எல்லாவற்றுக்கும் ஒருவர் கருத்துத் தெரிவிப்பது சாத்தியமில்லாதது என்பதையும் கவனத்தில் கொள்ள வேண்டும். ஏற்கனவே இருந்த பிரச்சினைகளில் கருத்துத் தெரிவித்திருந்தால்தான் இப்போது பேசலாம் என்பதும் என்ன வகை நியாயம்? இப்படிக் கேள்வி எழுப்புவோர் எத்தனை பிரச்சினைகளில் தாங்கள் முன்னின்றனர் என்பதையும் எண்ணிப் பார்ப்பது நல்லது.

கருத்துரிமை தொடர்பாக நாம் பேச, விவாதிக்க இன்னும் ஏராளம் உள்ளன. கருத்துரிமை தொடர்பான சட்டங்கள், தீர்ப்புகள், கட்டுரைகள், நூல்கள் எனப் பலவற்றையும் வாசிப்பதும் தொடர்ந்து சிந்திப்பதும் கருத்துரிமை செழுமை பெற உதவும். அந்த எண்ணத்தோடு ஒவ்வொன்றையும் நிதானமாகவும் அறிவுப்பூர்வமாகவும் அணுகுவோம்.

●

அருஞ்சொல், 12–08–23

பின்னிணைப்பு: எதிர்வினை

தமிழில் ஒடிய இலக்கியம்

– சச்சிதானந்தம் எம்ஜிஆர்

காலச்சுவடு ஆகஸ்ட் 2022 (பக்: 24–26) இதழில் வெளியான பெருமாள்முருகனின் ‘கருத்துரிமை விருது’ குறித்த கட்டுரைக்கான கூடுதல் குறிப்புகள்

ஒடிய மொழியில், கருத்துரிமை விருது தொடங்கப்பட்ட 2004இல் முதல் விருதைப் பெற்றவர் கன்னட எழுத்தாளர் யு.ஆர். அனந்தமூர்த்தி. அவருக்குப் பிறகு பதினெட்டு ஆண்டுகள் கழித்து இக்கருத்துரிமை விருதைப் பெறுபவர் தமிழ்மொழி யின் சிறந்த எழுத்தாளரான பெருமாள்முருகன் என்பதில் மிகுந்த மகிழ்ச்சி அடைவதோடு, மனதார மகிழ்ந்து வாழ்த்துவதில் கூடுதல் மனநிறைவு கொள்கிறேன்.

“பக்கீர் மோகன் சேனாபதியின் எழுத்து எதையாவது வாசித்துப் பார்க்க வேண்டுமென்று இந்தச் சந்தர்ப்பத்தில் முயன்றேன். தமிழ் மொழியில் மட்டும் வாசிக்கும் திறன் கொண்டவன் நான். பக்கீர் மோகன் சேனாபதியின் எழுத்துகள் எதுவும் தமிழில் கிடைக்கவில்லை. மிகவும் வருத்தமாக இருக்கிறது” என்கிறார் பெருமாள்முருகன் (பெ.மு).

பக்கீர் மோகன் சேனாபதியின் எழுத்துகளாகத் தமிழில் இரு படைப்புகள் கிடைக்கப்பெறுகின்றன.

1. பக்கீர் மோகன் சேனாபதி ஒடியமொழியில் 'Chhaman Atha Guntha' 1898இல் எழுதியுள்ளதைக் 'காணி நிலம்' எனத் தமிழில் மொழிபெயர்ப்புச் செய்து ஹ. துரைசாமி 1971இல் வெளியிட்டுள்ளார். இதனைத் தொடர்ந்து 1985ஆம் ஆண்டு சமாண ஆட்ட குண்டா (1897), 2002இல் சமாண ஆட்ட குண்டா, ஆறு புள்ளி முப்பத்திரண்டு ஏக்கர்கள் மொழிபெயர்ப்புக்காக அரங்க. சுப்பையா பெயரையும், 2012இல் சமாண ஆட்ட குந்தே (1899), ஆறு ஏக்கரும் ஒரு ஏக்கரில் மூன்றில் ஒரு பங்கும் மொழிபெயர்ப்புக்காக சிவசங்கரியின் பெயரையும் குறிப்பிடலாம்.

'காணி நிலம்' புதினம் எல்லாக்காலத்திற்கும் சிறப்புடையதாய்க் கருதப்பெறுகின்றது. இதை சரளாதாசரின் மகாபாரதத்தோடும் ஜகந்நாத தாசரின் பாகவதத்தோடும் ஒப்பிடலாம். ஆனால் எம் இளம்முனைவர் பட்ட ஆய்வில், 'காணி நிலம்' புதினத்தை, பாரதியின் பாஞ்சாலி சபதத்தோடு ஒப்பீடு செய்து விளக்கி யுள்ளதோடு, பாரதிக்கும் பக்கீர் மோகனுக்கும் பிறப்புமுதல் இறப்புவரை பதினைந்து ஒற்றுமைகள் நிலவுவதை அட்டவணைப் படுத்தி விளக்கியுள்ளேன்.

2. 'இந்திய இலக்கியச் சிற்பிகள்: பக்கீர் மோகன் சேனாபதி' எனும் தலைப்பில் அவரின் வாழ்க்கை வரலாற்றைக் கூறும் நூலை மாயாதர் மான்சின்ஹா ஆங்கிலத்தில் மொழிபெயத்துள்ளார். அதன் வழி க.சி. கமலையா 1985இல் தமிழில் மொழிபெயர்த்து வெளியிட்டுள்ளார்.

ஒடிய மொழியில் நாவல், சிறுகதை, தன்வரலாறு, கவிதை, மொழிபெயர்ப்பு எனப் பல தளங்களில் பக்கீர் செயல்பட் டிருக்கிறார். ஒடிய இலக்கியத்தின் தந்தை, முன்னோடி என்றெல் லாம் பெரிதும் போற்றப்படுகிறார். ஒடிய மொழி உரைநடைக்கு ஏற்றம் கொடுத்தவர் எனவும் குறிப்பிடப்படுகிறார். அத்தகைய ஒருவரின் எழுத்துகள் எதுவும் வாசிக்கக் கிடைக்கவில்லை என்றார் பெ.மு.

இங்கு பக்கீர் மோகன் சேனாபதியின் அறிமுகச் சுருக்கம் வருமாறு:

இவர் ஒடிய மொழி நவீன இலக்கியத்தின் தந்தையாகக் கருதப்பெறுகிறார். ஒடிய மொழியின் விடுதலைக்காகப் பாடுபட்டவர். இவருடைய காலமான 1843முதல் 1918வரை பல பள்ளிகளின் பாட நூல்கள் வங்காள மொழியில்தான் இருந்தன. இவருடைய செயல்பாடுகள் பலரை ஒடிய மொழியில் இலக்கியங்களையும் பாடநூல்களையும் எழுதத் தூண்டின.

இவர் மிகவும் திறமை கொண்டவர்; முறையாகக் கல்வி கற்றவரில்லை. தொடக்கப் பள்ளியோடு நின்றுவிட்டவர். நவீன ஒடிய இலக்கியம், தேசிய உணர்ச்சி ஆகிய இரண்டிலுமே தலைசிறந்தவராக விளங்கியுள்ளார். சமூக நீதியை முன்னிறுத்தியும் ஆங்கில அரசை நையாண்டி செய்தும் கதைகளை எழுதியுள்ளார். தொடர்ந்து கதைப்பாடல்கள், பக்திப் பாடல்கள், விவரணைப் பாடல்கள், நகைச்சுவை ததும்பும் நிந்தனைக் கவிதைகள் ஆகியவற்றுடன் புத்தரைப் பற்றிய ஓர் இதிகாசமும் இயற்றியுள்ளார்.

பக்கீர் மோகன் சேனாபதிக்குக் குறைந்தது ஐந்து மொழி களில் புலமையுண்டு என்பர்; ஆங்கிலத்திலும் பயிற்சி பெற்றவர். முதலில் நூல்களை அச்சுருவாக்கம் பெறச் செய்தவர். நூல் வெளியீடு, பத்திரிகைத் துறை ஆகியவற்றில் குறிப்பாகக் கூட்டுறவு முறையில் முன்வந்து பணியாற்றிய பெருமை இவருக்குண்டு. ஒடிசாவில் பணிபுரியும் பிற மொழியினரான இ.ஆ.ப. அதிகாரிகள், இவருடைய புதினங்களில் ஒன்றிரண்டையாவது படித்தாக வேண்டும். ஏனெனில் மக்கள் கையாளும் மொழியில் அவை இயற்றப்பெற்றுள்ளன.

மகத்தான இலக்கிய ஆசிரியராக இருந்ததுடன் சிறு வயதி லேயே வங்கக் கலாச்சார மொழி ஆதிக்கப் போக்குகளை எதிர்த்துத் தம் தாய்மொழியின் உயிர்நாடியாகத் திகழ்ந்துள்ளார். அதனால் ஒடிய இலக்கியத்தில் இவருக்கு இணையற்ற மதிப்பு எப்போதும் உண்டு.

"இந்திய மொழிகளுக்கு இடையேயான மொழி பெயர்ப்புகள் மிகக் குறைவு. சில மொழிகளுக்கு இடையே மொழிபெயர்ப்புகளே இல்லையோ என்று சந்தேகப்படுகிறேன். தமிழிலிருந்து நேரடியாக ஒடிய மொழிக்கு வந்த நூல் ஏதேனும் இருக்குமா? அதே போல ஒடியாவிலிருந்து தமிழுக்கு நேரடியாக மொழிபெயர்க்கப்பட்ட நூல் ஏதேனும் உண்டா?" என்று பெ.மு. கேட்கிறார். ஒடிய மொழியிலிருந்து தமிழ் மொழிக்கு வெளியான நூல்கள் அனைத்தும் நேரடி மொழிபெயர்ப்புகளாக வெளிவரவில்லை. ஆங்கிலம், இந்தி மொழிகளின் வழியாகத்தான் வெளிவந்துள்ளன. ஒடிசாவிலுள்ள புவனேசுவர் தமிழ்ச் சங்கத்தில் பணியாற்றும் தமிழறிஞர்கள் திருக்குறளைத் தமிழிலிருந்து நேரடியாக ஒடியாவில் மொழிபெயர்ப்பதாகக் கூறியிருப்பது குறிப்பிடத்தக்கது.

"இந்தியாவின் கிழக்கு மாநில மொழிகளில் வங்க மொழியிலிருந்து ஏராளமான மொழிபெயர்ப்புகள் தமிழுக்கு வந்திருக்கின்றன. ஒடியா, அஸ்ஸாமி ஆகிய மொழிகளிலிருந்து

குறிப்பிட்டுச் சொல்லத்தக்க வகையில் மொழிபெயர்ப்புகள் வரவில்லை” என்கிற பெருமாள் முருகனின் கருத்து உண்மையே. புதுதில்லி ஜவகர்லால் நேரு பல்கலைக்கழகத்தில், தமிழ்ப் பிரிவில் பணியாற்றி, ஓய்வுபெற்ற பேராசிரியர் கி. நாச்சிமுத்து தொடங்கி தற்போது அங்குள்ள பேராசிரியர்கள் இரா. தாமோதரன் (இரா. அறவேந்தன்), ந. சந்திரசேகரன் வரையிலான பேராசிரியர்களின் தொடர்முயற்சியால், அப்பல்கலைக் கழகத்தில், இளம் முனைவர் – முனைவர் பட்ட ஆய்வினை மேற்கொள்ளும் அனைத்து ஆய்வாளர்களையும் தமிழ், இந்திய, உலகமொழி நூல்களுடன் ஒப்பிட்டு ஆய்வுகளை மேற்கொள்ள நெறிப்படுத்திவருகின்றனர். அதனால் அங்கு இந்தியா உள்ளிட்ட உலகமொழிப் படைப்புகளின் அறிமுகத்தை எளிதில் அறிய ஏதுவாகின்றது. அந்த வகையில் ஒடியா, அஸாமியைவிட வங்க மொழியிலிருந்துதான் மிகுதியான மொழிபெயர்ப்புகள் தமிழில் வெளிவந்திருக்கின்றன. மேலும் வங்காளி, அஸாமியின் இலக்கிய வரலாறுகள்கூட மொழிபெயர்ப்பாகித் தமிழில் சாகித்திய அகாதெமி நிறுவனத்தில் கிடைக்கப்பெறுகின்றன. ஒடியாவிற்கு இத்தகைய இலக்கிய வரலாறு இல்லை. இக்குறையை சாகித்திய அகாதெமி நிறுவனம் மிக விரைவில் போக்கும் எனக் கருதுகிறேன்.

ரிஷிகேஷ் பாண்டாவின் இரு நூல்களை ஆங்கிலம் வழி மொழிபெயர்த்த தமிழ்நாடன், ராஜ்ஜா பெயர்களைக் குறிப்பிட்ட பெ.மு. இன்னும் சில நூல்கள் நேஷனல் புக் டிரஸ்ட், சாகித்திய அகாதெமி ஆகியவற்றின் வெளியீடுகளாக வந்திருக்கலாம் எனக் கருதுவதும் சரியே.

தமிழில் சாகித்திய அகாதெமி விருது, ஞானபீட விருது பெற்ற ஒடிய மொழி நூல்களைத்தான் தமிழ் மொழிபெயர்ப்பாளர்கள் மிகுதியாக மொழிபெயர்த்துள்ளனரே தவிர, ஏனைய மொழி பெயர்ப்புகளை நேரடியாக இல்லாமல் ஆங்கில, இந்தி மொழி களின் வாயிலாகத்தான் மொழிபெயர்த்துள்ளனர். அவற்றில் இலக்கிய நூல்கள் குறைவாகவும் பிற துறைகள் அதனினும் குறைவாகவும் காணப்பெறுகின்றன. தமிழில் கிடைக்கப்பெறுவது புதினங்கள் ஆறு, சிறுகதைத் தொகுப்புகள் ஐந்து, கவிதைத் தொகுப்புகள் நான்கு, நாடகம் ஒன்று, வாழ்க்கை வரலாறு ஒன்று என மொத்தம் பதினேழு நூல்களேயாகும். இந்நூல்களை சாகித்திய அகாதெமி நிறுவனமும் நேஷனல் புக் டிரஸ்ட் நிறுவனமும் வெளியிட்டுள்ளன. ஒடிய மொழியிலிருந்து தமிழ் மொழிக்கு மொழிபெயர்ப்பான ஆறு புதினங்களில் ‘மண் பொம்மை’, ‘காணி நிலம்’, ‘யந்திர வாகனன்’ புதினங்களை சாகித்திய அகாதெமி நிறுவனமும் ‘உயிரற்ற நிலா’, ‘நீலமலை’, ‘சோறு’, ‘தண்ணீர்’

ஆகிய புதினங்களை நேஷனல் புக் டிரஸ்ட் நிறுவனமும் வெளியிட்டுள்ளன.

5. சிறுகதைத் தொகுப்புகளாவன: 1. மனோஜ் தாஸீன் 'மர்மக் குல்லாய்' (1950, 1972) – ராஜ்ஜா (மொ. ஆ) 2. ரிஷிகேஷ் பண்டாவின் 'ஏழு கார்ட்டூன்களும் ஒரு வண்ண ஓவியமும்' (1994) – தமிழ் நாடன் (மொ. ஆ) 3. கோபிநாத் மொஹாந்தியின் 'உள்ளம் நெகிழும் ஒடியக் கதைகள்' (2012) – ஆனைவாரி ஆனந்தன் (மொ. ஆ) 4. சந்திரசேகர் ரத்தின் 'கனவுகள்' (2012) – இரா. குமரவேலன் (மொ. ஆ) 5. ஜே. பி. தாஸீன் 'உயில் மற்றும் பிற கதைகள்' (2014) – சுப்ரபாரதி மணியன் (மொ. ஆ).

கவிதைத் தொகுப்புகளாவன: 1. சீதாகாந்த மகாபத்ராவின் 'மகாபத்ரா கவிதைகள்' (1994) – அசோகமித்திரன் (மொ. ஆ); ரங்கநாயகி மகாபத்ரா மற்றும் ரே. பாலகிருஷ்ணன் (மொ. ஆ) 2. சீதாகாந்த மஹாபாத்ராவின் 'ஒலியின் வானம்' (2001) – விஜய பிரசாத் மகாபாத்ரா (மொ. ஆ); விஜயா தாஸ் (மொ. ஆ) 3. மனோரமா பிஷ்வால் மகாபத்ராவின் 'மஞ்சள் வயலில் வெறிபிடித்த தும்பிகள்' (2003) – இந்திரன் (மொ. ஆ) 4. பிரதீபா சத்பதியின் 'வசீகரிக்கும் தூசி' (2010) – மதுமிதா (மொ. ஆ).

ரிஷிகேஷ் பாண்டாவின் 'நானே கடவுள் நானே மிருகம்' (2012) – ராஜ்ஜா (மொ. ஆ). வாழ்க்கை வரலாற்று நூலான: மாயாதர் மான்சின்ஹாவின் 'இந்திய இலக்கியச் சிற்பிகள் பக்கீர் மோகன் சேனாபதி' (1985) – க.சி. கமலையா (மொ. ஆ).

மேலும் ஆய்வேட்டில், மேற்குறிப்பிடப்பெற்ற புதினங்கள் திறனாய்வு நோக்கில் விளக்கப் பெற்றுள்ளன. 'மண் பொம்மை' புதினத்தை இராமாயணத்தோடும், 'காணி நிலம்' புதினத்தைப் பாரதியின் பாஞ்சாலி சபதத்தோடும் ஒப்பிட்டு விளக்கப் பெற்றுள்ளன.

தமிழில் கிடைக்கப்பெறுகின்ற ஒடிய நூல்கள் ஏன் நேரடியாக ஒடிய மொழியிலிருந்து மொழிபெயர்க்கப்படவில்லை?

இதற்கு முக்கியக் காரணமாய் இருப்பது ஒடிய மொழியில் புலமையில்லாமல் இருப்பதேயாகும். மேலும் ஒடிய மொழியைக் கற்றுக்கொள்ள வேண்டுமென்றால், ஓரளவிற்காவது வங்காளி, இந்தியைக் கற்றிருக்க வேண்டும். அங்குள்ள பல்வேறு தொல்குடி, ஆதிவாசி மக்களின் பண்பாடு சார்ந்த வாழ்வியலை அறிந்திருக்க வேண்டும். அதில் சிரமங்கள் சில இருப்பதாலேயே நேரடியாக மொழிபெயர்க்கப்பெறவில்லை எனக் கருதுகின்றேன்.

தமிழ்நாடு, ஒடிசா அரசுகளும் தத்தமக்குரிய ஒரு பல்கலைக் கழகத்திலாவது இம்மொழி இருக்கைகளை நிறுவுவதற்கான

அல்லது மொழிச் சங்கங்களில் இம்மொழிகளைப் பயில்வதற்கான வழிவகைகளை அமைத்தளிக்க முன்வர வேண்டும்.

ஒடியாவிலிருந்து தமிழுக்கும் தமிழிலிருந்து ஒடியாவுக்கும் மொழிபெயர்க்கப்பட்ட இலக்கியங்கள் பற்றிய கணக்கெடுப்பு, ஆய்வு என எவையும் இருப்பதாகத் தெரியவில்லை.

புதுதில்லி ஜவகர்லால் நேரு பல்கலைக்கழகத்தில், மேலே குறிப்பிடப்பெற்றுள்ள இரு ஆய்வுகள் இடம்பெற்றுள்ளன. என் இளம்முனைவர் பட்ட ஆய்வில், 1959 இலிருந்து 2014 வரை அதாவது 55 ஆண்டுகளில் பதினேழு நூல்களே கிடைக்கப்பெற்றிருப்பதை மேலே சுட்டிக்காட்டியுள்ளேன். மேலும் தனிநூல் – தொகுப்பு நூல்கள், சில கட்டுரைகள், கவிதைகள், சிறுகதைகள், வாழ்க்கை வரலாற்றுக் குறிப்புகளுடன், பிற இதழ்களில் தனித்தனியாக வெளிவந்தவற்றையும் வகைமை அடிப்படையில் நூலடைவு செய்துள்ளேன். இதன்பிறகு, கிடைக்கப்பெறும் நூல்களைத் தொகுக்கும் பணியில் முயன்று வருகின்றேன். தமிழிலிருந்து ஒடியாவுக்கு மொழிபெயர்க்கப்பெற்ற இலக்கியங்கள் பற்றிய கணக்கெடுப்பும் ஆய்வும் இருப்பதாகத் தெரியவில்லை. இனி அவற்றைத் தொகுக்கவும் ஆராயவும் முற்படுகின்றேன்.

ஒடிசாவுக்கும் தமிழகத்திற்கும் ஏற்பட்டுள்ள உறவுகள் வாணிகம், போர், அரசியல், மதம், மொழி முதலிய தொடர்புகளி னால் ஏற்பட்டுள்ளன. மேலும் ஒருவர் இரு மொழிகளையும் கற்றுக்கொள்வதில் உள்ள சிரமங்கள் குறித்து மேலே சிறிது குறிப்பிட்டேன். ஒடிய மொழியைக் கற்றுக்கொள்வதற்கான முயற்சியையும் மேற்கொண்டு வருகிறேன்.

பக்கீர் மோகன் சேனாபதியின் 'காணி நிலம்' புதினத்தைத் தமிழ் மொழியின் முதல் புதினமான 'பிரதாப முதலியார் சரித்திர' (1879)த்தோடு ஒப்பிட்டுப் பார்க்க வேண்டுமென பெ.மு. ஆவல் கொண்டிருக்கிறார்.

ஒப்பிட்டுப் பார்க்கலாம்; ஆனால் ஒற்றுமைகளைவிட வேற்றுமைகளே மிகுதியாக நிலவும் எனக் கருதுகிறேன். 'காணி நிலம்' பெரும்கொடுமைகளால் சுரண்டப்பெற்று, நிலம் இழந்த உழைக்கும் வர்க்கத்தினர் அவ்வாதிக்க அதிகாரவர்க்கத்தினரை எதிர்த்து நிலத்தை வென்ற விடுதலையை நிலைநிறுத்துகின்றது. ஆனால் 'பிரதாப முதலியார் சரித்திரமோ' நிலபுலமுள்ள ஜமீனின் அரசு அதிகார வரலாற்றினை முன்னிறுத்துகின்றது.

பக்கீர் மோகன் சேனாபதியின் வாழ்க்கை வரலாற்றைத் தமிழில் க.சி. கமலையா 1985இல் மொழிபெயர்ப்புச் செய்ததை சாகித்திய அகாதெமி நிறுவனம் இந்திய இலக்கியச் சிற்பிகள்

பக்கீர் மோகன் சேனாபதி எனும் தலைப்பில் வெளியிட்டுள்ளது. அந்நூல் வெளியிடப்பெற்று முப்பத்தைந்து ஆண்டுகளுக்கும் மேலாகியுள்ளதால், அந்நூல் கிடைப்பதற்கு அரிதாகவுள்ளது. அந்நூலை மீண்டும் அதே நிறுவனம் மறுபதிப்பாக வெளியிட்டால் வாசகர்கள் கையில் தவழும் என்பதில் ஐயமில்லை.

●

காலச்சுவடு, **அக்டோபர் 2022.**